कांचनगंगा

माधवी देसाई

मेहता पब्लिशिंग हाऊस

- *या पुस्तकातील लेखकाची मते, घटना, वर्णने ही त्या लेखकाची असून त्याच्याशी प्रकाशक सहमत असतीलच असे नाही.*

KANCHANGANGA by MADHAVI DESAI

कांचनगंगा : माधवी देसाई / कादंबरी

Email : author@mehtapublishinghouse.com

प्रकाशक : सुनील अनिल मेहता, मेहता पब्लिशिंग हाऊस,
१९४१, सदाशिव पेठ, माडीवाले कॉलनी, पुणे - ४११०३०.

मुद्रक : ट्रिनिटी ॲकॅडमी फॉर कॉर्पोरेट ट्रेनिंग लिमिटेड

मुखपृष्ठ : चंद्रमोहन कुलकर्णी

प्रकाशनकाल : जानेवारी, २००१ / पुनर्मुद्रण : मे, २०१५

किंमत : ₹ २२०

P Book ISBN 9788177661330
E Book ISBN 9788184987386
E Books available on : amazonkindle Apple Books Google Play Books

---

प्रिय चैतन्य,

जाई, सायली, प्राजक्ता

या माझ्या

गुणी नातवंडांना - ज्यांनी माझे जीवन परिपूर्ण केले!

मनोगत

'कांचनगंगा' ही गोमंतकन्या अंजनीबाई मालपेकर, हिराबाई पेडणेकर व सुरंगा मुळगावकर या तीन तेजस्विनीच्या जीवनांवर आधारलेली कादंबरी आज वाचकांच्या हाती देताना एका वेगळ्या कृतार्थतेने मन भरून गेले आहे.

इ. स. १८८६ मध्ये जन्मलेल्या, या तिघींचं जीवन, तसं पाहिलं, तर अप्रकाशितच उरलं आहे. अंजनीबाई एक श्रेष्ठ गायिका, हिराबाई पेडणेकर, महाराष्ट्रातील पहिली नाट्य-लेखिका आणि सुरंगा मुळगावकर ही 'राजा रविवर्मा' या महान अशा भारतीय चित्रकाराची प्रेरणा–इतकी जुजबी माहिती, ती सुद्धा फार थोड्या जणांनाच ठाऊक आहे. प्रत्यक्षात त्या तिघींनी, त्यांच्या व्यक्तिगत जीवनांत जे चटके सोसले, परंपरेविरुद्ध जो संघर्ष केला, कुणाची प्रेरणा पाठीशी नसताना. जीवनाच्या अंतिम पर्वात, त्यांनी जीवनाची मूल्यं जपून, जी उंची गाठली, ते सर्व थक्क करणारं आहे. कमलपानांच्या द्रोणातून, तेवत, गंगेच्या विशाल पात्रातून वाहात जाणारे तीन दिवे... अंजनी, हिरा, सुरंगा! नवीवाडी, गिरगाव इथं वाढलेल्या गोमंतकात जन्मलेल्या या तीन बालमैत्रिणी! कांचनाच्या पायघड्यांवरून चालताना विरक्त गंगेच्या स्वरूपात विलीन झालेल्या - माझ्या तीन गोमंतभगिनी! त्यांचं मूक जीवन, आज शब्दबद्ध करून, वाचकांसमोर ठेवताना, कर्तव्यपूर्तीचं एक वेगळं समाधान माझ्या मनाला होत आहे.

खरे तर १९९४/९५ पर्यंत मलासुद्धा या तिघींबद्दल फार अपुरी माहिती होती. म्हापसा गोवा इथं 'अंजनीबाई मालपेकर' संगीत संमेलन 'आविष्कार' या संस्थेतर्फे आयोजित केले जाते. त्या संमेलनाच्या दुसऱ्या वर्षी, प्रमुख व्यक्ती, म्हणून अंजनीबाईंवर बोलण्याचं निमंत्रण मला आलं. अंजनीबाई एक गायिका इतक्या तीन शब्दांच्या माहितीच्या आधारे काय बोलणार? म्हापशाहून, श्री. पार्सेकर यांनी

तत्परतेने मला स्व. बा. द. सातोस्कर यांचा एक लेख पाठवला. त्या लेखातून जो जीवनपट माझ्या हाती आला, तो थक्क करणारा होता. इतक्या उत्तुंग उंचीची एक जिवंत व्यक्तिरेखा - आणि तिच्यावर लिहिलेला फक्त एक लेख उपलब्ध असावा? हा प्रश्‍न व त्याच वेळी त्या लेखांमधलं एक वाक्य माझ्या मनात तळ ठोकून राहिलं 'अंजनी, सुरंगा व हिरा या बालमैत्रिणी नवीवाडीतील मिशनरी शाळेत शिक्षण घेत होत्या.'

या वाक्यानं मला एक कथाबीज दिलं. स्व. रणजित देसाईंनी 'राजा रविवर्मा' कादंबरी लिहिली, त्या कादंबरीची चरितनायिका 'सुरंगा' ही कादंबरी लिहितानाच, माझ्या मनात पूर्ण बिंबली होती. हिराबाईंच्या जीवनाचे अनेक छोटे छोटे तुकडे मी तुटक तुटक भागांत वाचले होते आणि अंजनी मात्र पूर्ण अपरिचित! पण त्या तिघींची मैत्री मला खूप काही सुचवून गेली. 'सुरंगाचं विषप्राशन, हिराबाईंचा विजनवास आणि अंजनीचा गानसंन्यास' या तीन घटनांची साखळी मनात तयार झाली आणि कादंबरीचा विषय असणाऱ्या त्या तिघींनी माझ्या मनात घर केलं.

अंजनीबाई मालपेकर, ज्यांना राष्ट्रपतींच्या हातून पहिली नाट्य व संगीताची फेलोशिप प्रदान केली गेली, अशी श्रेष्ठ गायिका! भेंडीबाजार घराण्याचे अतिरथी असणारे नजीरखाँ यांची परमाशिष्या अंजनी, जिनं नेपाळ ते कन्याकुमारीपर्यंतचा सारा भारत आपल्या स्वर्गीय गायकीनं जिंकला होता, त्यांचं गाणं, त्यांचा आत्मा होता - अशा व्यक्तीच्या जीवनावर लिहायचं तर केवळ घटना कशा लिहिणार? त्यांचं गाणं हाच त्यांचा जीवनस्वर म्हणजे त्यांच्या गाण्याबद्दल लिहायला तर हवंच! मला अंजनी ही चारित्र्यसंपन्न, बुद्धिमान अशी गोमंतकन्या या रूपात तर प्रामुख्यानं रेखाटायची होती; पण त्यांचं गाणं हा महत्त्वाचा भागसुद्धा लिहिणं आवश्यक होतं. मला भेंडीबाजार घराण्याबद्दल, त्या घराण्याच्या गायकीबद्दल काहीच माहिती नसावी. परमेश्वरानं ती अडचण आपसूक दूर केली.

डॉ. सुहासिनी कोरटकर, भेंडीबाजार घराण्याच्या आजच्या मान्यवर गायिका; त्यांची– माझी भेट व मैत्री होणं हा एक योगायोग! सुहासिनीताईंचे गुरु पं. त्र्यंबकराव जानोरीकर यांनी, प्रत्यक्ष अंजनीबाईंकडून गाण्याचं शिक्षण घेतलं होतं अंजनीबाईंनी गानसंन्यास घेऊन, जाहीर बैठका बंद केल्या, तरी जो कुणी घरी येई, त्याला बाई मनमुक्त ऐकवत आणि शिकवत असत. पं. जानोरीकरांनी अंजनीबाईंना, बाईंच्या अखेरच्या पर्वात पाहिलं. शिवाय ते त्यांचे कुटुंबीयच बनले होते. त्यांच्याकडून सुहासिनीला अंजनीबाईंच्या जीवनातील अनेक घटना ठाऊक होत्या. गाणं गाण्याची जात, तर त्या स्वत:च गात होत्या. सुहासिनीताईंच्या मनातही बाईंवर लिहावं, असं कुठंतरी होतंच. मी त्यांना भेटले आणि सुहासिनीताईंनी सारा खजिना माझ्यासमोर ठेवला. मुख्य म्हणजे, अंजनीबाईंच्या गुजराती भाषेत दिलेल्या दोन मुलाखती खूप

बोलक्या होत्या. माझी मैत्रीण सौ. सुजाता हळबे यांनी त्या मुलाखती मराठीत अनुवादित करून दिल्या. सारा जीवनपट स्वच्छ सामोरा आला. सुहासिनीताई व त्र्यंबकराव जानोरीकर यांनी भेंडीबाजार घराणं, गायकी, खंडेमर पद्धती, त्यांच्या चिजा, बंदिशी, मुखडे, भजनं वगैरे चार चार ओळीं लिहून माझ्याकडं पाठविल्या. बैठकीची पद्धत, राग, गाण्याची वेळ या साऱ्या गोष्टी त्यांनी मला समजावून दिल्या. गायिका अंजनीबाईंवर लिहिताना, त्यांनी केलेली मदत लाखमोलाची आहे. आभार मानताना शब्द अपुरे ठरावे, अशी.

नजीरखांनी गंडाबंधन करून, कमला व अंजनी यांचा शिष्या म्हणून स्वीकार केला व अठरा वर्षांच्या अंजनीची पहिली बैठक होऊन, गायिकेला आसनाचा मान मिळाला व त्यानंतर कादंबरीत आलेल्या तीन-चार बैठकींमधला गाण्याचा भाग या सर्व लेखनात सुहासिनीताईंची फार मोलाची मदत आहे. ती मदत करताना, त्यांच्या मनात 'माई'बद्दलची अपार श्रद्धा मला सतत जाणवायची. भेंडीबाजार घराण्याचा दीपस्तंभ अशा 'माई' व त्यांची प्रतिमा, ज्या आदरानं त्या सर्वांचं मनांत आहे, त्याला धक्का न लागता मला लिहायचं आहे, याची जाणीव मला पदोपदी होत गेली. सुहासिनीताईंची मदत मिळाली नसती, तर ही कादंबरी पूर्णत्वाला नेणं खरं तर अशक्य होतं. त्यांना फक्त माईंवर लिहायचं होतं पण मला (अंजनी), हिरा, सुरंगा, नवीवाडीमधले गोयंकारांचं जीवन, त्यांचे जगण्याचे संकेत, त्या तीन मैत्रणींचा असीम त्याग व सुधा पाठक या (काल्पनिक) ब्राह्मणकन्येचं, त्या तिघींच्या सोबतीनं वाटचाल करणारं जीवन, त्यांचा संघर्ष, या सर्वांच्या संगतीमधली मनस्वी, उत्कट, चारित्र्यसंपन्न अशी अंजनी, गोमंतक मराठा समाज, त्या समाजाची, त्या काळची ही अवस्था या साऱ्या चौकटीतून, अंजनीचं मोठेपण जाणवून द्यायचं होतं. गायिका म्हणून अंजनीबाईंना मी पूर्णपणे व्यक्त करू शकले नसेनही, अशी भीती माझ्या मनात कुठंतरी आहेच. पण व्यक्ती म्हणून त्यांचं मोठेपण व्यक्त व्हावं हा माझा प्रयत्न आहे. गायिका म्हणून अंजनीबाईंवर लिहिलं. पं. त्र्यंबकराव जानोरीकर व सुहासिनीताई यांनी मार्गदर्शन केलं त्याबद्दल मनापासून आभारी आहे. इ. स. १९९६ साली लिहायला घेतलेली कादंबरी पूर्ण होण्यास १९९९ साल उजाडलं व त्यानंतर तब्बल दोन वर्षांनी म्हणजे इ. स. २००१ च्या जानेवारीत ही कादंबरी प्रकाशित होते आहे. मेहता पब्लिशिंग हाऊस, पुणे या प्रकाशन- संस्थेतर्फे प्रकाशित होणारं हे माझं तेरावं पुस्तक आहे याच वर्षी दोन नवीन कथासंग्रह प्रकाशित होत आहेत. कविता, कथा, कादंबरी, अनुवाद, ललितलेख, जे जे मी लिहिलं, ते ते मी (नाच, ग, घुमा सोडून) आपलेपणानं मेहता प्रकाशनकडं पोचवलं व त्यांनी सुद्धा, त्यांच्या प्रकाशन-संस्थेच्या घाई- गर्दीच्या कार्यक्रमातून तत्परतेनं (उशिरा का असेना) दिमाखदार ढंगांत प्रकाशित केलं. माझ्या लेखनावरचा त्यांचा

विश्वास हा तर त्यामागं आहेच, पण गेल्या पंचवीस वर्षांच्या वाटचालीतून, मेहता प्रकाशन, मी व माझा परिवार यांचे भावबंध अधिक दृढ होत गेले आहेत. एकमेकांची सुखदु:खं वाटून घेतच, आजवरची पंचवीस वर्षं सरली आहेत. माझ्या जीवनाच्या अटीतटीच्या, कोसळून पडण्याच्या पर्वात, मित्र, नातेवाईक– साऱ्यांनी कोरडेपणानं पाठ फिरवली. क्षणभर प्रेम, मैत्री, नातेबंधांवरचा सारा विश्वासच उडून जावा, अशा काळात एकच मित्र, त्याच पद्धतीनं, एका अंतरावरून का असेना, धीर देणारी सोबत करत होता. तो म्हणजे श्री. अनिल मेहता! वरवर करडा चेहरा आणि कोरडा आवाज दाखवत अंतरीचा जिव्हाळा जपणारा एक निरपेक्ष स्नेह लाभणं हे भाग्य फार मोठं असतं. त्यांचे सुपुत्र श्री. सुनील मेहता हे पण प्रकाशन-व्यवसायामधले एक नामवंत नाव आहे. माझ्या कन्या यशोधरा भोसले व मीरा तारळेकर यांची पुस्तकं श्री. सुनील मेहता प्रकाशित करत आहेत. माझी कन्या गीतांजली व अनिल मेहतांची कन्या शर्मिला या बालमैत्रिणी (आजही) आहेत. असा हा दोन पिढ्यांचा स्नेहबंध अतूट राहणार आहे, हा मला विश्वास आहे. या स्नेहाचे आभार कसे मानणार?

माझे असंख्य वाचक, गोवा, बेळगाव, महाराष्ट्र इथली प्रेम करणारी सारी माणसं... त्यांच्या बळावर मी उभी आहे. ही कलाकृती त्यांना भावेल, हा विश्वास बाळगते.

– माधवी देसाई

दिल्लीमधल्या दरबार हॉलचं वातावरण कमालीचं गंभीर बनलं होतं. स्वतंत्र भारताच्या राजधानीची अस्मिता असणारा तो भव्य हॉल, मान्यवर व प्रतिष्ठित स्त्री पुरुषांनी भरून गेला होता. सर्वजण उत्सुक मनाने समारंभाचा आनंद अनुभवत होते. भारत स्वतंत्र झाल्यापासून गेल्या अकरा वर्षात त्या हॉलमध्ये अनेक भारदस्त घटना घडल्या होत्या. दहा वर्षापूर्वीच ब्रिटीशांच्या जोखडातून मुक्त झालेला भारत जगाकडे आता धीटपणे पाहात होता. महात्मा गांधी, जवाहरलाल नेहरू यांनी एक नवीन युग निर्माण केलं होतं. या देशांत घडणाऱ्या प्रत्येक घटनेचं जनतेला अपार कौतुक होतं. तसंच जगालाही!

आजदेखील त्या हॉलमध्ये एक अशीच नाविन्यपूर्ण घटना घडणार होती. स्वतंत्र भारताचे राष्ट्रपती व्यासपीठावर स्थानापन्न झाले होते. भालदार-चोपदार, एडीसी, सुरक्षा गार्डस आपआपल्या जागी उभे होते. अनेक ज्येष्ठ नेते व्यासपीठासमोरील मानाच्या आसनांवर बसले होते. त्यांना बघून सर्वांची मने आदरानं भरून गेली होती. भारताचे पहिले पंतप्रधान पंडित जवाहरलाल नेहरू यांनी नुकताच हॉलमध्ये प्रवेश केला होता. त्यांचं प्रसन्न व्यक्तिमत्त्व, आनंदानं भरून गेलेला देखणा चेहरा, उत्सुक नजर हे सर्व बघणाऱ्या माणसांच्या मनातून आनंद दुथडी भरून वाहू लागला. खादीचा शुभ्र पोशाख घातलेले जवाहरलाल, त्यांच्या अचकनला खोचलेल्या टपोऱ्या लाल गुलाबापेक्षाही टवटवीत दिसत होते. त्यांची उत्सुक नजर आजच्या सत्कारमूर्तीला शोधत होती.

व्यासपीठाच्या डाव्या बाजूच्या खुर्च्यांच्या पहिल्या रांकेमधल्या मानाच्या पहिल्या खुर्चीवर एक शुभ्रवस्त्रा बसली होती. अंगावरच्या शुभ्रवस्त्रांइतकेच तिच्या माथ्यावरचे केस पांढरे शुभ्र होते. गोरापान रंग, धारदार नाक, टोकदार हनुवटी, शालीनतेने

माथ्यावरून घेतलेला पदर. शुभ्र रेशमी साडीच्या अवगुंठनातून दिसणारा उमलत्या जुईसारखा तिचा नाजूक चेहरा...

भारावलेल्या नजरेनं, जवाहरलाल त्या सौंदर्यवतीकडे बघत होते. तिनं वयाची सत्तरी ओलांडली आहे, हे फक्त तिच्या केसांच्या शुभ्र महिरपीवरूनच जाणवत होतं. एरवी किडकिडीत बांध्याची ती स्त्री उंच काठीसारखी ताठपणे बसली होती. रेशमी साडीतून तिची कृश नाजूक शरीरयष्टी जाणवत होती.

आपल्या हातामधलं लांबट आकाराचं तिचं परिचय पत्र जवाहरलाल वाचत होते.

'बाई अंजनीबाई मालपेकर.
गोमंतकांत जन्म घेतलेली आणि ...
छत्तीस वर्षे संगीत साधना केलेली,
एक तपस्वी, कलावंत
एक थोर गायिका
बाई अंजनीबाई मालपेकर!

तिच्या असामान्य सौंदर्याचं गूढ ध्यानी येऊन जवाहरलालना थोडं हसू आलं.

गोवा!

काश्मीरइतकाच सुंदर असा भारताचा प्रदेश! त्या प्रदेशाचं सौंदर्य, तिथल्या माणसांच्या रक्तामधून वाहणारा कलेचा अभिजात वारसा, निसर्गाचं सुंदर प्रतिबिंब चेहऱ्यातून, वृत्तीमधून व्यक्त करणारी गोमंतकीय माणसं! सुंदर, भाबडी, कलावेडी, म्हणूनच त्या भूमीत जन्माला आलेली ही तेजस्विनी ... एक कलावती आणि सौंदर्यवती असणं स्वाभाविकच होतं.

गोवा!

परिचय पत्रिकेमधली 'गोवा' ही दोन अक्षरं वाचताना जवाहरलाल किंचित अस्वस्थ झाले. स्वतंत्र भारताचे पंतप्रधान म्हणून जवाहरलालांनी अत्यंत कुशलतेने लोकशाही भारताची धुरा सांभाळली होती. म्हणूनच गेली साडेचारशे वर्षे पारतंत्र्यात असणाऱ्या भारताच्या या छोट्या भूप्रदेशाबद्दल जवाहरलालांच्या मनांत चिंता होती. त्या प्रदेशाला स्वतंत्र भारतांशी जोडून घेणं, ही त्यांची नैतिक जबाबदारी होती. तिथली जनता भारतांत विलीन होण्यास आतुरली होती. तिथल्या मुक्तिसंग्रामानं आता तीव्र स्वरूप धारण केलं होतं. कांहीतरी ठोस निर्णय घेणं आवश्यक होतं, सुंदर गोमंतकाच्या आठवणीसोबत असे अनेक विचार जवाहरलालांच्या मनांत येऊन गेले. ते विचार दूर सारून नेहरूंनी डाव्या रांगेकडे दृष्टी वळवली. ती तपस्विनी, दोन्ही हात जोडून त्यांना अभिवादन करत होती. नेहरूंनी लगबगीनं तिला प्रतिअभिवादन केलं.

तिला बघून जवाहरलालांचं मन आनंदानं भरून गेलं. हिमालयाच्या धवल रांगांप्रमाणे तिचे केस, गंगेप्रमाणेच स्निग्ध, सौम्य पण तेजस्वी असे तिचे डोळे; शंकराच्या उमेसारखी सुंदर आणि विरक्त अशी ती सौंदर्यवती... कलावती... वयाच्या आठच्या वर्षापासून ते आजवर एक व्रत मानून भारतीय संगीताची निष्ठेनं साधना करणारी ...

एक तपस्विनी!

अशी ऋषितुल्य माणसे या भारतात आहेत, म्हणून तर भारत हा सर्व जगावेगळा देश आहे ... निष्कांचन अवस्थेतही कलेची साधना करणारी झपाटलेली वेडी माणसे आजही या देशात आहेत.

एक विरक्त, तृप्त अवस्था अनुभवत जगणारे अनेक कलावंत या देशात आहेत. त्या तपश्चर्येच्या बळावर तर आजचा भारत उभा आहे. त्या कलावंतांचा सन्मान होणं उचितच आहे.

जवाहरलाल नेहरू अशा अनेक संमिश्र विचारांत गढून गेले होते. गोवा ... काश्मीर ... अनेक भावना त्या भूप्रदेशांशी जखडून गेल्या होत्या. रात्रीच्या नीरव प्रहरी, एकाकी असताना, झेलमच्या पात्रावर विसावलेल्या शिकाऱ्यांमधून ऐकू आलेले संतूरचे सूर पुन्हा ऐकू आल्याचा भास झाला. आणि त्यांच्या डोळ्यांच्या पापण्या उगीचच ओल्या झाल्या. स्वतःला सावरून, पुढच्या समारंभाची ते उत्सुकतेनं वाट पाहू लागले.

आपल्या आसनांवर बसून, अंजनी तिथलं खानदानी वातावरण बघत होती. मनांत भावनांचा कल्लोळ दाटून आला होता. हातांचा सूक्ष्म कंप तिचा-तिलाच जाणवत होता. तिची भावनिक अवस्था जाणून गीतानं तिचा हात आपल्या हाती घट्ट धरला.

गीता!...

ना नात्याची ना रक्ताची असणारी गीता, अंजनीच्या मनातला प्रत्येक विचार तिनं न सांगतांच समजून घेत असे. कुणा श्रीमंत परिवारामधली ही गीता कोण आहे आपली?

एक चाहती? शिष्या? मानसकन्या?

एक चाहती म्हणून जवळ आलेली गीता, मग मानसकन्याच बनली. प्रत्येक क्षणी तिला सावलीसारखी जपत होती. अंजनीनं गीताच्या हातावर आपला दुसरा हात ठेवला. त्या स्पर्शातून तिला धीर आला.

यापूर्वी अनेकदा ती दिल्लीत येऊन गेली होती. पण स्वतंत्र भारताची राजधानी बनलेल्या दिल्लीत ती आज प्रथमच आली होती. नाही म्हटलं तरी मनातून अभिमान वाटत होताच. भारताचे राष्ट्रपती आज तिला सन्मानपूर्वक 'संगीत आणि नाटक अकादमीची' फेलोशिप प्रदान करणार होते. हा बहुमान

प्राप्त होणारी, ती भारतीय कलाकार होती. तो भाग्ययोग अंजनीला अकल्पितपणे लाभत होता.

बैठकीचे गाणं सोडून कित्येक वर्षे झाली होती.

किती? पंचवीस? तीस? की...? त्याहूनही जास्ती?

आज ते अंजनीला आठवतही नव्हतं.

विशाल जलाशयातून उचंबळून विहरणारं तिचं जीवन, आज-शांत निर्मनुष्य अशा गंगातीरावर जणू पोहोचलं होतं. जिथं नजर जाई तिथं उत्तुंग अशी हिमालयाची शिखरं नजरेत भरून जात. एकतारीचा संथ नाद सतत कानांत गुंजत असे. आणि मनांतून विरक्त भावनेचा एक स्त्रोत अनावरपणे वाहत असे. या सर्वांपलिकडे उभी होती...

आजची सत्कारमूर्ती...

बाई अंजनीबाई मालपेकर!

त्या प्रशस्त हॉलमध्ये अनेक झुंबरं लखलखत होती. व्यासपीठाच्या मागच्या पडद्यावर जुईच्या माळा झुलत होत्या. तर तीनही बाजू शेवंतीच्या माळांनी सजल्या होत्या. लाल, गुलाबी, पिवळ्या रंगाच्या गुलाबांच्या कुंड्या व्यासपीठासमोर ओळीत ठेवल्या होत्या. निवेदक कार्यक्रमाचे निवेदन करत होता. साऱ्या हॉलमध्ये शांतता पसरली होती.

आपल्या हातांचा सूक्ष्म कंप अंजनीला जाणवत होता, हातांत जपमाळ नव्हती. पण सवयीनं अंगठ्यानं मधल्या बोटाला आणि तर्जनीला एका लयीत ती स्पर्श करत होती. मन संकोचानं भरून गेलं होतं. आजवरचा सारा जन्म मानसन्मान स्वीकारण्यांतच सरला होता. पण त्या साऱ्या घटना आता इतिहासजमा झाल्या होत्या.

खुद्द अंजनीसुध्दा आपला भूतकाळ विसरून गेली होती. आज तिच्यासोबत होता, तो तिचा वर्तमान, फक्त उगवणारा आजचा दिवस व त्यानंतर येणारी रात्र. अशी दिवस रात्रीची जपमाळ घेऊन जगणारी अंजनी! बाहेरच्या जगाशी तिचा काही संबंधच उरला नव्हता. स्वतःहूनच तिनं तो तोडला होता. गेली अठ्ठावीस वर्षे त्या जगापासून ती दूर होती. अनेक मानसन्मान तिनं टाळले होते. पण...

आजचा राष्ट्रपतींच्या हस्ते होणारा हा समारंभ मात्र तिला टाळता आला नव्हता. राष्ट्रपतींच्या रुपानं सारा भारत तिचा सन्मान करणार होता. त्यांचा अवमान, अंजनीच्या हातून कधीच होणार नव्हता. किती झालं तरी ती, या स्वतंत्र भारताची नागरिक होती. एक सुशिक्षित, बुद्धिमान नागरिक...

'बाई अंजनीबाई मालपेकर'...त्या हॉलमध्ये बसून समारंभ बघत होती. तिचं मन अभिमानानं भरून गेलं होतं. हा अभिमान स्वतःच्या कलेचा नव्हता की सौंदर्याचा ...तर हा अभिमान तिला तिच्या देशाबद्दलचा होता. जेव्हापासून ती

नवीवाडी मधल्या मिशनरी स्कूलमध्ये जात होती, तेंव्हापासून हा देश तिला परिचित होता.

त्या शाळेचा प्रिन्सिपल असणारा गोरा मिशनरी ज्यो बाबा, जेव्हा 'इंडिया, इंडियन्स' म्हणायचा तेव्हा तो आपल्याबद्दल बोलतो आहे हे साऱ्या मुलींना समजायचं आणि ज्यो बाबा व सर्वजणींमध्ये एक अंतर निर्माण व्हायचं; पण जेव्हा कमला, हिरा, सुरंगा, नागली, सुधा, सरिता या साऱ्या मुली एका सुरात कविता म्हणायच्या तेव्हा तोच ज्यो बाबा आनंदानं नाचत सुटायचा. आनंदी वृत्तीच्या ज्यो बाबानंच तर इंडिया हे नाव, आणि त्याचा अर्थ प्रथम समजून दिला होता. लहानपणी आई, आजी सोबत गोव्याच्या आजोळ गावी जाताना बोटीच्या धक्क्यावरून उतरलं की काळे ढिम्म खापरी आणि तांबडेलाल पाकले दिसले की आजी म्हणायची,

"दळभदरे पाड पडले काळतोंडे! देवाच्ये दर्शन घ्यायचे पैली ह्येंची तोडं पळोची पडता."

तेव्हापासून अंजनीला हा देश समजत होता. लहानपणी तिचे वडील नारायणराव तिला रोजचा केसरी वाचायला लावत. काळ्या पाण्याची सजा भोगणारे स्वातंत्र्यवीर सावरकर, बाळ गंगाधर टिळक, हसत हसत फाशी स्वीकारणारे चाफेकर बंधू, वासुदेव बळवंत, समाजसुधारक आगरकर, रानडे, कर्वे...महात्मा गांधी त्यांचे सत्याग्रह, उपोषणे, छोडो भारत आंदोलने, हे सारं विराट पर्व अंजनीनं पाहिलं होतं. भारताच्या स्वातंत्र्यदिनाचं तिनंही स्वागत केलं होतं.

संगीत मैफिलीच्या निमित्तानं तिनं नेपाळ ते कन्याकुमारीपर्यंतचा विशाल भारत पाहिला होता.

कन्याकुमारीचा फेसाळता सागर, गंगा गोदावरीचे विस्तीर्ण घाट, निळ्याशार पाण्यानं भरलेली अनेक सरोवरं, सह्याद्रीपासून ते हिमालयापर्यंतची उत्तुंग पर्वत-शिखरं, राजवाडे, संत साधूंचे आश्रम...हे सारं तिनं साक्षिभावानं पाहिलेलं होतं. तिच्या वडिलांनी सुंदर सुंदर पुस्तकं घरात आणली होती. थोर पुरुषांची जीवन-चरित्रं तिनं अभ्यासली होती. संस्कृत, मराठी, हिंदी, उर्दू अशा अनेक भाषांचा तिनं अभ्यास केला होता. देशाचा इतिहास, भूगोल तिला तोंडपाठ होता.

'अंजनीबाई मालपेकर'

केवळ एक गायिका नव्हती तर वाचनानं, अनुभवानं, चिंतनानं परिपक्व बनलेलं एक व्यक्तिमत्त्व; आज तिच्या रूपानं उपस्थित होतं. आपल्या बुद्धीचा, ज्ञानाचा तिला थोडादेखील अहंकार नव्हता. एखाद्या शांत नंदादीपाप्रमाणे त्या झगमगाटात ती भासत होती.

पण वरवर शांत दिसणारी अंजनी मनातून मात्र उचंबळून आली होती.

तिच्या जीवनामधला, सर्वात रोमहर्षक असा हा आजचा प्रसंग होता.

ज्या नेहरूंबद्दल अंजनीच्या मनात अपार आदरभाव होता, ते नेहरू...तिच्यापासून थोड्या अंतरावरच बसले होते. त्यांच्या पलीकडे, त्यांची उंच आणि कृश बांध्याची कन्या इंदिरा बसली होती. त्यांच्या पाठीमागची फुलांनी सजलेली राजमुद्रा...

हे सारे आज तिच्या सन्मानासाठी जमले होते. मनात संकोच दाटून आला होता. डोळे पुन्हा पुन्हा भरून येत होते.

खरं तर...ते सारेच किती महान होते!

खंडप्राय असा हा देश, त्या सर्वांनी मिळून गुलामगिरीतून मुक्त केला होता. या देशातील, जातीयता, वर्णभेद त्यांना अमान्य होते. या देशातील नागरिकांना, त्यांच्या हक्काची, कर्तव्याची जाणीव त्यांना करून दिली होती, साऱ्या जगात भारताला आदराचे स्थान प्राप्त करून दिले होते. त्यांच्यासमोर आपण किती सामान्य!

'या मानसन्मानाला आपण खरंच का योग्य आहोत?'

अंजनी विचारांत हरवून गेली होती.

''बाई अंजनीबाई मालपेकर...''

निवेदकानं नाव उच्चारलं, तसा टाळ्यांचा कडकडाट झाला, व्यासपीठापर्यंत तिला नेण्यासाठी भालदार आला. गीताच्या हाताला धरून अंजनी व्यासपीठाच्या पायरीपर्यंत आली. पायऱ्या चढून, हळूहळू पाऊलं टाकत व्यासपीठाच्या मध्यभागी आली. छतावरचं झुंबर झगमगत होतं. त्या खाली शुभ्रवस्त्रा अंजनी उभी होती. दोन्ही हात जोडून ती नमस्कार करत होती. तिच्या चेहऱ्यावरचे सात्त्विक भाव बघून सारी माणसं दिपून गेली.

'अंजनीबाई मालपेकर'

एक विरक्त तपस्विनी!

राष्ट्रपतींच्या हस्ते मानचिन्हं स्वीकारत होती. सारा हॉल टाळ्यांच्या कडकडाटानं भरून गेला.

कालच्या समारंभाच्या टाळ्यांचा कडकडाट अजूनही अंजनीच्या कानांत गुंजत होता. कितीतरी वर्षांनी तो आवाज पुन्हा ऐकला होता. भूतकाळ विसरायचा म्हटलं तरी विसरता येतो थोडाच? एखाद्या खोडकर मुलासारखा मध्येच डोकं काढून वर बघतोच! मग पुन्हा सुरू होते...अनेक घटनांची मालिका...

प्रिय...अप्रिय...आनंद देणाऱ्या, तर कधी उदासीनं घेरून टाकणाऱ्या...

जीवलगांचे मृत्यू...

मोत्याच्या माळेतून एक एक मोती गळत जातो अन् हाती उरते एक रिती झालेली रेशमाची दोरी...एक, एकाकी अवस्था...ती अवस्था भोगताना सारं जीवनच कसं गोठून जातं. पण तरी...तरीही पुन्हा उभं रहावं लागतंच.

हजारो वेळा मरणयातना भोगूनसुध्दा माणूस जगत असतोच...संसार हा दुःखाचा सागर असतो खरा; पण माणूस संसार टाकून पळ काढत नाही...तर धीरानं किनारा गाठण्याचा प्रयत्न करत असतो. रोज रोज झिजत जाणाऱ्या आपल्या शरीरावर माणसाचं किती प्रेम असतं! ते शरीर टिकावं म्हणून मग लाचारी पत्करूनही माणूस जगत रहातो.

आपणही जगलो; पण स्वाभिमानानं...ताठ मानेनं!

वयाची पंचाहत्तरी ओलांडलेली अंजनी कालपासून अशीच विचारात हरवून गेली होती. राष्ट्रपती भवनातला गुलाबांचा बगीचा बघताना, तिला तिच्या जीवनात येऊन गेलेल्या गेंदेदार गुलाबासारखी अनेक माणसं आठवली. त्यांत अनेक कलावंत होते. रसिक चाहते होते. राजे, नबाब होते. तसेच साधू, संत, मठाधीश होते. तिची जीवलग माणसं होती. गुरुजन होते...आणि...

जन्मापासून तिला साथ सोबत देणारा, गुलाब पाकळीसारखाच नाजूक जिवंत असा तिचा स्वतःचा एक सूर होता. शुक्री मोत्यांचं तेज असणारा, तो कंठामधला सूर... त्यानं मात्र तिची साथ कधी सोडली नव्हती, त्या सुरांची आभा तिच्या अवघ्या व्यक्तिमत्त्वाला व्यापून राहिली होती आणि तिला एका उंचीवर नेऊन पोहोचवलं होतं...

अशी उंची की जिथून सारा भूतकाळ धूसर भासत होता. वैभवाची आसक्ति उरली नव्हती की परीस्थितीची खंत. ...निःसंग...तटस्थ अशी वृत्ती, जी आज निर्माण झाली होती. त्याचं कारणच होतं, सुरांचा साक्षात्कार !

सात सुरांच्या सप्त रंगांचं इंद्रधनुष्य ज्या दिवशी दिसलं. त्या दिवसापासून, हे मन अशा उंचीवर जाऊन बसलं, की त्यानंतर तिथून खाली उतरायचं नावच घेईनासं झालं. तिथून जे विलोभनीय दृश्य दिसू लागलं ते पहाण्याचाच एक वेगळा छंद जडला. त्याची गोडी इतरांना कशी समजावी?

दिल्ली मुंबईच्या परत प्रवासांतसुद्धा अंजनी अशाच विचारात हरवून गेली होती. अधिकच अंर्तमुख!

शासनानं प्रवासाची उत्तम सोय केली होती. गीता, बाबा तिची परोपरीनं काळजी घेत होते. बोरीबंदर स्टेशनला गाडी पोचली. उतरायची वेळ झाली. तेव्हा गीता म्हणाली,

"माई उतरायचं ना?"

"अं? हो! मुक्कामाला पोचलं, की उतरणं आलंच!" हसत हसत अंजनी म्हणाली.

गीतानं तिच्या अंगावरची शाल नीट केली. डब्याच्या दरवाजात पोहोचल्यानंतर, समोरचं दृश्य बघून अंजनी थक्क झाली. फुलांचे गुच्छ, चंदनाचे हार घेऊन तिचे चाहते फलाटावर उभे होते. आपल्या आवडत्या गायिकेबद्दलचा आदरभाव व्यक्त करण्यासाठी ते तिथं जमले होते. खांद्यावर कॅमेरे लटकावून पत्रकार सज्ज होते. अंजनी संकोचून गेली. नम्रपणे सर्वांना नमस्कार करत ती चालत होती. प्रश्नामागून प्रश्न कानांवर पडत होते.

"बाईजी, या सन्मानाबद्दल तुम्हाला काय वाटतं?"

"हा असा सन्मान यापूर्वीच व्हायला हवा होता ना?"

"भारतीय संगीताबद्दल तुमचं मत काय?"

"तुमचा आवडता गायक कोण?"

"आजच्या कलावंतांना काही संदेश?"

"बाई, तुम्ही गाणं का सोडलं?"

"भेंडीबाजार घराण्याचा वारस कोण?"

...प्रश्न, प्रश्न आणि प्रश्नच फक्त...

गिरगांवमधल्या घरी अंजनी पोचली. तिथंदेखील तिचे चाहते जमले होते, शेजारच्या छोट्या छोट्या मुलींनी तिला दरवाजात ओवाळलं. दिवाणखान्यात येताच तिची नजर समोरच्या भिंतीवरच्या दोन तसबिरींकडे गेली. नारायण महाराज केडगांवकर...तिचे अध्यात्मिक गुरु. आणि वसनजी वेद...तिचे जीवनसाथी यांच्या त्या दोन तसबिरी होत्या. बाजूच्या भिंतीला आईचे, नबूबाईचे भव्य तैलचित्र होते. तर त्या समोरच्या भिंतीवर खांसाहेब नजिरखांचा फोटो होता, नजिरखाँ...अंजनीला मानसन्मान पदांवर पोचवणारे तिचे गुरू!

अंजनीनं, त्या चौघांनाही मनोभावे नमस्कार केला. आज त्या क्षणी तिला नारायणरावांची - तिच्या बाबांची आठवण येत होती.

आज खाँसाहेब हवे होते. असं तिला तीव्रतेनं वाटलं. आजवर जे जे मानसन्मान लाभले ते सारे प्रथम तिनं, त्यांच्या चरणांवर ठेवले होते. अंजनीचे डोळे भरून आले, तिच्या मनात आलं,'माणसाचं व्यक्तिमत्त्व घडताना, आजूबाजूच्या अनेक व्यक्ति, अनेक घटना, अनुभव...नकळत कारणीभूत होत असतात. राष्ट्रपतींच्या हस्ते सन्मानपद स्वीकारणारी अंजनी...तिचं जीवन असं परिपूर्ण बनताना, अनेकजणांनी हातभार लावला होता. त्यात हे चौघे प्रमुख होते. अंजनी त्या चारही तसबिरी पाहात होती.

"माई, आज सोमवार! पूजेची सर्व तयारी झालीय. अंघोळ आटोपताय ना?

थकला असाल.'' सूनबाई विचारत होती.

पूजेची सारी तयारी उत्तम रीतीनं केली होती. फुलं, पत्री, बेल, चंदन, धूप, पंचामृत, नैवेद्य...

चांदीची फुलं लावलेल्या चौरंगावर मधोमध तांदळाचं स्वस्तिक रेखाटून, त्यावर स्फटिकाचं शिवलिंग ठेवलं होतं. चौरंगाच्या चारही बाजूला सुरेख रांगोळी काढली होती. बसण्यासाठी मृगाजिन अंथरलं होतं. पूजेची तयारी बघून अंजनीचं मन प्रसन्न झालं. बाजूच्या पितळी समया तिनं प्रज्ज्वलित केल्या. एकाग्र चित्तानं ती पूजेत मग्न झाली. तिच्या लहानपणापासून त्या घरांत प्रत्येक सोमवारी अशीच शिवलिंगाची पूजा होत होती, आधी आजी...नंतर आई व आता अंजनी,...त्यानंतर सूनबाई, पूजेची प्रथा चालतच रहाणार होती. शिवाय त्यापूर्वी...तिच्या मालप्याच्या आजोळी देवाचं हे व्रत चालू होतं. त्या साऱ्या कथा अंजनीनं आजीकडून अनेकदा ऐकल्या होत्या. आजीनंच तर प्रत्येक श्रावणांत तिला आणि बुचीला दर सोमवारी वाळकेश्वर मंदिरांत नेलं होतं. श्रावणी सोमवारी तिथं जत्रेचं स्वरुप येई.फुले, पिपाण्या, फुगे, खाऊची दुकानं पहाण्यापेक्षा छोट्या अंजनीच्या इवल्याशा डोळ्यात कौतुक असे ते वालुकेश्वराचं!

चौरंगावरच्या शिवलिंगाला अंजनी पळीनं दुधाचा अभिषेक करत होती. ओठानं जप सुरू होता...

''ॐ नमः शिवाय । शिवाय नमः''

शिवलीलांमृताचा अकरावा अध्याय मुखोद्गत होता. ते शिवलिंग बघता बघता अंजनीला वाळकेश्वर मंदिरांत लहानपणी पाहिलेलं शिवलिंग आठवत होतं. या क्षणीदेखील त्या मंदिरामधला धुपाचा, उदबत्तीचा, फुलांचा वास जाणवत होता. वालुकेश्वरावर अभिषेक पात्रांमधून होणारा थेंब थेंब अभिषेक आठवत होता. आज अंजनी मनानं त्याकाळात पोहोचली. जिथं ती आणि बुची मिशनरी शाळेत जाणाऱ्या दहा बारा वर्षाच्या किशोरी होत्या. बालपणापासूनच्या कितीतरी आठवणी स्पष्ट आठवत होत्या. ते बालपण किती सुंदर होतं!

चौरंगावरच्या शिवलिंगावर होणाऱ्या अभिषेकाच्या एक एक थेंबाप्रमाणे एक एक आठवण मनांतून ठिबकत होती.

वयाची सत्तरी ओलांडलेली अंजनी, आज बालपणीच्या आठवणीत हरवून गेली होती. ते बालपण खूप दूर गेलं होतं...पण...आठवणी स्पष्ट होत्या...

...नवीवाडी मधल्या घराला प्रशस्त अशी ओसरी होती. त्या ओसरीवर उभं राहिलं की समोरच्या रस्त्यावरची वर्दळ छानपैकी दिसत असे. भाजीवाले, फळवाले, फुलवाले, कापडांचे गड्डे घेऊन फिरणारे चिनी, चटया विकायला येणारे मलबारी, रेवडी, चिक्कीवाले, चणे, भेळवाले, कचकड्यांची खेळणी हातगाडीवर लटकावून

येणारे फेरीवाले, रंगीत काकणांच्या माळा खांद्यावर लटकावून येणारे काकणकार, कटोऱ्यामधल्या धुपावर मोरपंखानं वारा घालत दोहे गात येणारे पीरबाबा, टाळ कुटत येणारे वारकरी, अंगावर फडाफडा चाबूक मारून घेत येणारी कडकलक्ष्मी... त्याखेरीज...आंधळे, लंगडे भिकारी...

माणसांची अशी वर्दळ जी सुरू असे. ती बघायला अंजनी आणि बुचीला खूप आवडे. बुची, अंजनीची लहान बहीण...खरं तर तिचं नांव 'कमला' होतं. पण लाडानं तिला सारे 'बुची' म्हणत.

मूळ मालप्याच्या कलावंत घराण्यांतल्या या दोन मुली. मुंबईतच लहानाच्या मोठ्या होत होत्या. कलेचा ध्यास घेऊन, त्यांच्या आजी-आजोबांनी गोवा सोडून, मुंबईत रहायला सुरुवात करून कित्येक वर्षे झाली होती. सुट्टीत किंवा जत्रेच्या वेळीच फक्त आजोळी जाता येई. शेती, कुळागारं, भाटं, आणि प्रशस्त घर असणारं आणि लाड करणारं आजोळ त्या दोघींनी खूप आवडत असे. नवीवाडीच्या घराच्या आजूबाजूला खूप मुलं, मुली खेळायला होती. पण गोवा तो गोवाच असं त्या दोघींना वाटायचं.

"आक्का, ही माणसं कुठं जातात गं?"

त्या सर्व माणसांना घाईगर्दीत चालताना बघून, अंजनीला छोट्या बुचीनं विचारलं,

"कोण जाणे! आजी म्हणते, ते कामाला जातात." अंजनीनं उत्तर दिलं.

"म्हणजे आपले बाबा जातात तसेच ना? पण बायका? त्या कुठं जातात?"

बुचीचे प्रश्न संपत नव्हते, अंजनीनं उत्तर दिलं,

"त्यापण कामालाच जातात."

अंजनी आणि बुची ओसरीवरून समोरची वर्दळ पाहत होत्या.

उंच टोपीवाले पारसीबाबा, नाकेले इराणी, धिप्पाड अंगाचे पठाण, काळा बुरखा घालून जाणाऱ्या खोजा, मुसलमान बायका, गोऱ्या सोजिरांनी भरलेले ट्रक्स, घट्ट कासोटे घालून मासळीची भली थोरली पाटी डोकीवर घेऊन लयीत चालणाऱ्या कोळिणी...त्यांच्या भल्या अंबाड्यावर माळलेल्या शेवंतीच्या वेण्या...

त्या दोघी कठड्याला धरून उभ्या असतानाच घरातून आजी आली आणि त्यांच्या दंडाला खस्सदिशी धरून ओढलं, ती म्हणाली,

"हज्जार खेपां सांगता कीं, तिळसांजेक अशा दारांत उभ्या रावू नाकात म्हणून? येणारे जाणारे फुटक्या नजरेनं पळेतात, कुटं बाईल मनीस दिसली की लागले टेहळायला. पाड पडो मेल्यांची, डोळे फुटोन जावोत."

आजीनं दोघी नातींना दरादरा ओढत सैपाकघरामधल्या चुलीसमोर उभं केलं. हाती मीठ, मोहऱ्या घेऊन ती आपल्या साजऱ्या नातींची दृष्ट काढत पुटपुटत होती,

"देवा पाव रे सायबा मूळदेवा,

कुणाची वाटेची, तिटेची, येणाऱ्याची,जाणाऱ्याची सोयऱ्या धायऱ्यांची, शेजापाजाऱ्याची, आवय बापाची, भुता खेताची...जो कुणी वाईट नजरेनं बघेल त्याची त्यांचे डोळे फुटोन जावोत.

रक्ष रक्ष परमेश्वरा, रक्ष रक्ष मूळदेवा सायबा''

कमरेतून वाकलेल्या आजीनं मीठ मोहऱ्या चुलीत टाकल्या. मोहऱ्या तडतड उडत होत्या. चुलीकडचं काळं, बोटानं दोन्ही नातींच्या गालाला फासत ती म्हणाली,

''हं चला, सर्वांच्या पाया पडून घ्या.''

आजी कौतुकानं साजऱ्या नातींना बघत होती. मालपेकरांच्या घरांत जणू रंभा, उर्वशींनी जन्म घेतला होता. साऱ्या घरात त्या दोघींइतकं सुंदर कुणीच नव्हतं. त्यात अंजनी विशेष...मालप्याला तिचा जन्म झाला. गांवचे सोयरे तिला बघायला यायचे. त्यावेळी तर आजी त्या गोऱ्यापान नातीला काजळ माखून काळी करून ठेवायची.

''डोळे फुटके सोयरे''

आजीला नेहमी लोकांच्या वाईट नजरांची भीती वाटायची. त्या दोन नातींवर ती सतत लक्ष देऊन असायची.

नबूबाई, नारायणबाबा, राम आजोबा, वामन आजोबा सारेजण त्या दोघींना आशीर्वाद देत होते.

''देव बरे करो, मोठ्या व्हा. नांव मिळवा.''

''आजी, गोष्ट सांग ना ग!''

मधल्या खोलीत अंथरलेल्या गादीवर पांढरी शुभ्र चादर अंथरली होती. पायाजवळ मऊ दुलया घड्या करून ठेवल्या होत्या. आजीला बिलगून दोघी नाती निजल्या होत्या. सारं काम आटोपून, स्वच्छ मऊ पातळ नेसून आलेल्या आजीनं विचारलं,

''कोणती गोष्ट सांगू?''

''ती सांग. लक्ष्मणेश्वराची.''

''बरं. ऐका हं का! फार वर्षापूर्वी प्रभू रामचंद्र लंकेहून अयोध्येला जाताना या वाळकेश्वराच्या टेकडीवर आले होते. तेव्हा तिथं खूप झाडी होती. जंगली जनावरं होती. आतासारखे बंगले तिथं नव्हते, उलट तिथं जायला माणसं खूप घाबरायची.

प्रभू रामचंद्राचं एक व्रत होतं. रोज संध्याकाळी ते लक्ष्मणाकडून काशीहून शिवलिंग आणवून ते जिथं असतील, तिथं शिवलिंगाची पूजा करायचे.''

''आजी, म्हणजे रामचंद्रांपेक्षा शिव मोठा ना?''

''बाय देव तो देवच. तिथं धाकटो व्हडलो असो भेद ना!''

“पण आजी काशीहून? इतकं दूरचं गांव, तिथे लक्ष्मण रोज कसा जात असेल?”

“बाळा देवच तो, देवाक् सारे शक्य असता.”

आजी पुढं गोष्ट सांगू लागली.

“प्रभू रामचंद्र वाळकेश्वराच्या दांडीवर पोहोचले. तेव्हा संध्याकाळ झाली. शिवलिंग पुजायची वेळ झाली. पण लक्ष्मण वेळेवर पोहोचला नव्हता. सूर्य मावळायला आला. मग प्रभू रामचंद्रानी समुद्र किनाऱ्यावर वाळूचं शिवलिंग तयार करून त्याची पूजा केली. तेवढ्यात लक्ष्मण काशीचं शिवलिंग घेऊन आला. रामचंद्रांनी त्याचीसुद्धा पूजा केली, म्हणून त्या मंदिराला लक्ष्मणेश्वर म्हणू लागले.”

“पण, आजी ते वाळूचं शिवलिंग?”

“ते शिवलिंग? हं!

आजी उसासा सोडून म्हणाली,

“हे पाड पडले. फिरंगी आले ना गलबतात बसून? ही मुंबई बाटवली त्यांनी, त्यांना कंटाळून समुद्रात निघून गेलं. गुप्त झालं. तिथं फक्त चौथरा आहे. दाखवला ना तो परवा? तोच!”

“पण आजी, हे फिरंगी आले तरी कां?”

“बाय, देवाधर्माच्या या भूमीतून पूर्वी सोन्याचा धूर निघत होता. रत्नांच्या खाणी होत्या. माणसं खूप श्रीमंत, तालेवार होती. पण इथल्या माणसांना ते राखता आलं नाही. बसले होते सगळे मेजवान्या झोडत. नाच गाणी ऐकत, मग लक्ष्मी रागावली, लक्ष्मीचा कोप जाला, त्येचो फायदो फिरंग्याक मेळलो. सारी जमीन, सोनं, रत्नं, जवाहरं लुटलंन मेल्यांनी.

इथं मुंबैत फिरंगी आणि थय गोयांत पाड पडले पाकले! माणसं बाटवली, धर्म बाटवला, आता देवाकच काळजी आमची, देवा, मूळदेवा, माणसांना शाणपण दे रे बापा, सांबाळून घे,”

आजी बोलतच होती, तोवर तिच्या नाती झोपून गेल्या.

“हं नीजा आता!”

दिवा बारीक करत आजी म्हणाली. पऱ्यांसारख्या तिच्या नाजूक साजऱ्या नाती. तिच्या दोन्ही कुशीत शिरल्या. त्यांच्या अंगावर दुलई पांघरत आजी कौतुकानं त्यांना बघत होती. अप्सरेसारखं रूप घेऊन जन्माला आलेल्या नातीचं आजीला जसं कौतुक होतं तशीच चिंताही होती.

म्हाताऱ्या आजीनं अनेक पावसाळे बघितले होते. तसेच जीवनाचे भगभगीत रंगही पाहिले होते. कलावंताच्या घराण्यांत जन्मलेल्या प्रत्येक मुलीचं जीवन तिनं जवळून बघितलं होतं. खुद्द आजीनं सात मुलींना जन्म दिला होता. त्या

मुलींना लहानाचं मोठं करताना तिनं श्रमाची पराकाष्ठा केली होती. समाजामधल्या अनेकींची परवड उघड्या डोळ्यांनी पाहिली होती. श्रीमंती गरीबीची दुष्ट चक्र फिरताना ती बघत होती. गाण्यातला ताल साधला तरी जगण्याचा ताल गमावून गेलेल्या अनेकींची वाताहत बघून आजी थकली होती. म्हणूनच तिला तिच्या नातींची खूप काळजी वाटायची, या आपल्या दोन नातींचं भविष्य कसं असेल?

आजी नेहमी विचार करायची. त्याचवेळी ती हे सुद्धा जाणून होती की, मालप्याच्या घरी जन्मलेल्या नातीचं नशीब सटीच्या दिवशीच, त्यांच्या कपाळावर रेखाटलं होतं. ते नशीब कुणीच बदलू शकणार नव्हतं. आजी मूळ देवाला साकडं घालत होती.

"देवा मूळदेवा. सांबाळून घे बाबा. कि ते चुकल्या माकल्याची क्षमा कर. सांबाळून घेंवचे भुरग्यांक."

बुची, अंजनी गाढ झोपून गेल्या होत्या. स्वप्नात त्यांना शिवलिंग घेऊन येणारा लक्ष्मण दिसत होता...तर कधी शिवलिंग पुजणारा रामचंद्र...फिरंग्यांच्या त्रासानं समुद्रात नाहीसं होणारं ते शिवलिंग आणि वालुकेश्वराचा रिकामा चौथरा...मधूनच दिसायचा नागचाफा, बेल, कमलपुष्पांनी सजलेला वालुकेश्वर नातींना स्वप्नात दिसत होता. बाहेरच्या खोलीत नबूबाईची आर्त ठुमरी रंगली होती.

"सांवरियां चैन कहाँसे लाऊ?
अपना दुख किसे सुनाऊ रे...
चैन कहांसे पाऊ?"

नबूबाईलासुद्धा मुलींच्या भवितव्याची चिंता होतीच. त्या ठुमरीच्या आर्त सुरांनी ऐकणाऱ्यांची मने कुठंतरी हेलावली.

भैरवी गाऊन नबूबाईनं तंबोरा खाली ठेवला. तेव्हा घड्याळांत दोनचे टोले पडले.

रात्रीचे दोन वाजून गेले होते. गाण्याची बैठक नुकतीच संपली होती. नबूबाईने सारा साजशृंगार उतरवला. तलम, पातळ साडी नेसून तिनं देवघरात जाऊन समईत तेल घातले. आईच्या खोलीत नजर टाकली. आजीला बिलगून नबूबाईच्या दोघी लेकी झोपल्या होत्या. वामनबाबा कॉटवर आडवे झाले होते. रामकाकांनी बाहेरच्या दिवाणखाण्यात आपली पथारी पसरली होती. सारं घर झोपेची आराधना करत होतं.

नबूबाई आपल्या खोलीत आली. नारायणराव अंथरुणावर आडवे होऊन पुस्तक वाचत होते. त्यांच्याजवळ बसत नबूबाई म्हणाली,

"फार रात्र झाली ना? तुम्हाला खूप त्रास होतो. दिवसभर नोकरी आणि रात्रभर अशी जागरणं."

"त्याचं काय? आता सवयच झालीय, पण आज तुझा आवाज छान

लागला होता. शेवटची ठुमरी ऐकून रसिक खूष झाले.''

नारायणरावांना आपल्या पत्नीचा खूप अभिमान होता. रुपानं तर ती अप्रतिम होतीच. पण ती एक चांगली पत्नी आणि प्रेमळ आईसुद्धा होती. तिच्या घराण्याला संगीताचा वारसा लाभला होता. तिचे काका वासुदेवराव, आजी गुजाबाई, वडील वामनराव, काका रामबा सारे उत्कृष्ट कलाकार होते. गाणं हा त्या सर्वांचा प्राण होता. त्या छंदापायीच सर्व माणसे मालपे सोडून मुंबईत पोहोचली होती. मुंबईसारख्या शहरात. इतक्या मोठ्या कुटुंबाचा उदरनिर्वाह करणं सोप नव्हतं. रामकाका पखवाज उत्तम वाजवत असे. त्याला मधून मधून आमंत्रणे येत. चार पैसे मिळत. नबूबाईला जलशाची निमंत्रणे येत. घरी बैठक होत असे. तिच्या सुंदर आवाजाचा नावलौकीक पसरत होता.

नारायणराव स्वत: एक इंजिनियर होते आणि गाण्याच्या ओढीतून या कुटुंबाकडे आकर्षित झाले होते, बघता बघता नबूचा आणि नारायणरावांचा संसार फुलला होता. आधी अंजनी आणि पाठोपाठ कमलाचा जन्म झाला होता. घरात मुलींच्या हसण्या-खेळण्याचा आवाज ऐकून नारायणरावाला समाधान होत होते. वामन- आजोबा, रामकाका, आजी, नारायणराव आणि नबूबाई...साऱ्या घराचा जीव की प्राण असणाऱ्या कमला आणि अंजनी ह्यावेळी गाढ झोपल्या होत्या.

''नबू, उद्यापासून मी ओव्हरटाईम करणार आहे.''

''कशाला इतके श्रम करता हो?''

''नबू, मुली मोठ्या होत चालल्या आहेत. त्यांना चांगलं खाणं हवं. टॉनिक हवं. उद्या गाणं शिकताना मुख्य गोष्ट हवी ती म्हणजे चांगला खुराक.'' नबू हसून म्हणाली,

''अहो, किती लहान आहेत त्या? गाणं शिकायला अवकाश आहे.''

''होय, पण त्यापूर्वी मी त्यांना शाळेत घालणार आहे.''

नारायणराव म्हणाले.

''शाळा? हे आणखी काय नवीन खूळ?''

''खूळ नाही. नबू, आता काळ बदलतो आहे. जुनाट विचारांना मूठमाती देऊन नवविचारांचा समाज घडवणारे समाजसुधारक आता निर्माण झाले आहेत. स्त्री शिक्षण त्यांनी महत्त्वाचं काम मानलंय. घरोघरी फिरून तसा ते प्रचार करत आहेत. मलासुद्धा ते पटतंय. मुलींना शिक्षण अवश्य हवं. मी बुची आणि अंजनीला शाळेत दाखल करणार आहे. परवा सर्व चौकशीही करून आलो. आपल्या समाजाच्या खूप मुली तिथे शिकत आहेत. शिकू दे आपल्या मुलींना, शिक्षणानं खूप बदल होतात माणसांत.''

नारायणरावांकडे नबू कौतूकानं बघत होती. त्या खोलीच्या चारही भितींवरच्या

रॅक्सवर पुस्तकेच पुस्तके लावून ठेवली होती. वाचनाचं प्रचंड वेड नारायणरावांना होतं. वाचनानं खरोखरच ते खूप बदलले होते. समाजातल्या सर्व पुरुषांपेक्षा खूप वेगळे, त्यांच्यामुळेच घराला गृहस्थीपणा आला होता. नियमित मिळणाऱ्या पगारात सर्व खर्च भागणे दिवसेंदिवस अवघड होते. मुलींना उत्कृष्ट वळण लागावं, चांगले संस्कार मिळावेत म्हणून नबूबाई, नारायणराव दोघे धडपडत होते. आता तर मुली शाळेत जाणार होत्या. कोणत्याही शाळेत न गेलेल्या नबूच्या गुजा आजीनं एक चांगला ग्रंथ फार पूर्वी संगीतावर लिहीला होता. पण आता नबूच्या मुली शाळेत जाणार होत्या. नवीन जग बघणार होत्या, तंबोरा हाती येण्यापूर्वी त्यांच्या हाती पाटी पेन्सिल येणार होती. सर्वांचा भविष्यकाळ पण चांगलाच असणार आहे यावर तिचा विश्वास होता.

आजीच्या कुशीत निजलेल्या नातींची नीज उडाली तेव्हा रात्र सरायला दोन घटका उरल्या होत्या. ऐन पहाटेच्या साखर झोपेत असतानांच ओरडत ओरडत पाऊड आला.

"पाऊड आला हो पाऊड आला."

त्याची आरोळी ऐकून कमला आणि अंजनी आजीच्या कुशीतच शिरल्या. त्याची आरोळी छातीत धडकी भरवणारीच असे. त्यांची भीती जावी म्हणून आजीनं एकदा दरवाजा उघडून पाऊड दाखवला होता. अंगावर फक्त लंगोटी, डोकीवर घोंगडीची खोळ आणि हाती काठी घेतलेला पाऊड नाचत होता. घोंगडीच्या खोळीतून त्याच्या मिशा दिसत होत्या. त्याला बघून कमला, अंजनी अधिकच घाबरल्या. त्यांची समजूत पटावी म्हणून आजीनं त्याला तांदूळ आणि पैसे दिले. तेव्हा तर तो चक्रासारखा गोल गोल फिरायला लागला. आजदेखील तो म्हणत होता,

"अरे, कुणी आपल्या आई बापासाठी धर्म करा, कुणी लेकराबाळासाठी धर्म करा. रामप्रहरी पुण्यासाठी धर्म करा.

पाऊड पावला जोगाईच्या अंबाईला.

पाऊड पावला कोल्हापूरच्या महालक्ष्मीला."

पाऊड येऊन गेल्यानंतर आजी उठली. त्यापूर्वीच श्रीमतीनं चूल सारवून तिच्या कडेला हळदी कुंकवाची बोटं उमटवली होती. आंघोळीच्या पाण्याचा हंडा चुलीवर चढवला होता. ही श्रीमती मालप्याची मुलगी. आजीनं तिला मुंबईला येताना आणलं होतं. ती आता त्या घरचीच एक बनली होती. घरची सारी कामं आणि बैठकीची तयारी करणं, श्रीमती आनंदानं करत होती.

दिवस उजाडण्यापूर्वी श्रीमतीनं दिवाणखान्यांमधली सारी वाद्यं नीट जागेवर ठेवली. बैठकीची खोली नीटनेटकी लावली. पानदानाचे डबे भरून ठेवले. बाहेरचा

दरवाजा उघडून रांगोळी घालत असतानांच पायांमधल्या घुंगुरांचा आणि हातामधल्या टिपऱ्यांचा आवाज करत नाचत गात वासुदेव आला.

"वासुदेव आला हो वासुदेव आला.
मंजूळ मुरली वाजवत आला.
नाचत नाचत वासुदेव आला.
धर्म करा हो धर्म करा."

वासुदेवाच्या घुंगुरांचा आवाज ऐकताच बुची आणि अंजनी अंथरुणातून उठून दरवाजात आल्या. डोकीवर मोरपिसांचा मुगूट, हातांवर धोतरांच्या घड्या अंगात लांब झगा आणि धोतर घालणारा वासुदेव त्या दोघींना खूप आवडत असे. त्याचं भल्या पहाटे येणं आणि अंगणात नाचणं, त्याचा आवाज, सारंच गोड असे.

"धर्म केला कर्ण राजाने, धर्म केला धर्मराजाने, धर्म केला रामचंद्राने, धर्म केला अहिल्याबाईने, धर्म केला गोपिकाबाईने, धर्म केला दामाजीबाबाने."

नाजूक पावलांनी वासुदेव नाचत होता. गात होता. गोल गोल फिरत होता. श्रीमतीनं त्याच्या झोळीत तांदूळ घातले. बुची, अंजनीनं त्याला नमस्कार केला. आशीर्वाद देत देत वासुदेव जात होता. सारं घर जागं झालं होतं.

कल्याण करी देवराया । जनहित विवरी ।।धृ।।
तळमळ तळमळ होतची आहे । हे जन हाती घरी ।।१।।
अपराधी जन चुकतची गेले । तुझा तूंचि सांवरी ।।२।।
कठीण त्यावरी कठीण जालें । आतां न दिसे उरी ।।३।।
कोठें जावें काय करावें । आरंभिली बोहरी ।।४।।
दास म्हणे आम्ही केले पावलों । द्येसि नाहीं सरी ।।५।।

चुलीसमोरच्या पाटावर बसलेल्या बुची आणि अंजनी आजीच्या आवाजात आवाज मिसळून भजन गात होत्या. तंबोऱ्याच्या आवाजात सारंगीचे सूर मिसळून जावे असा तिघींचा आवाज मिसळला होता.

सकाळच्या प्रहरी लवकर उठून, आजीकडून संस्कार घेणाऱ्या दोघी मुलींना बघून नबूबाईला काल रात्री नारायणरावांशी झालेलं बोलणं आठवलं. संस्कारानं, शिक्षणानं तिच्या मुली जगावेगळ्या ठरणार होत्या. नबूचं मन अनामिक आनंदानं भरून गेलं.

"कल्याण करी रामराया..."

तिघीजणींनी मिळून म्हटलेला श्लोक ऐकताना नबूबाईचं भान हरपलं होतं, डोळे भरून आले. रात्रीचं जागरण, नारायणरावांचा ओव्हरटाईम, सारे श्रम एकदम हलके होऊन गेले. वासुदेवराव गुजाबाईपासून चालत आलेला गोड गळा चौथ्या पिढीतल्या मुलींनाही वारसा म्हणून आला होता. गरीब कलावंताना, आपल्या

मुलाबाळांना वारसा म्हणून देण्यासाठी धन नसतं तर फक्त कलेचा वारसा देता येतो.

नबूला आठवलं, चौदा महिन्यांची अंजनी मालप्याच्या आजोळी सर्वांची लाडकी होती. वासुदेवराव नबूचे काका, कुटुंबप्रमुख होते. नक्षत्रासारख्या देखण्या गोऱ्यापान अशा अंजनीला पहायला सोयरे-धायरे आले की वासुदेवराव मुद्दाम तिच्या चेहऱ्याला काजळ फासत.

"दृष्ट लागेल गुजाईला."

अंजनीच्या रूपानं गुजाबाईच पुन्हा जन्मलीय यावर त्यांचा पक्का विश्वास होता. चौदा महिने पूर्ण झाल्यावर नबूबाई आणि अंजनीला नेण्यासाठी नारायणराव मालप्याला आले तेव्हा वासुदेवरावांनी एकदम हाय घेतली. बाळ, बाळंतीण परत जाताना अंजनीला पोटाशी धरून ते खूप रडले. पुन्हा पुन्हा आशीर्वाद दिले. त्यानंतर त्यांनी जे अंथरुण धरले ते पंधरा दिवसातच ते गेले. ती वार्ता ऐकून नबू खूप दुःखी झाली होती.

आज आजीच्या आवाजात आवाज मिसळून दोघी गात होत्या. कमलाला लाडानं सारे बुची म्हणत. बुचीचा आवाज अधिक सुरेल होता. हे सर्व पहाणाऱ्या नबूचं मन समाधानानं भरून आलं. तिच्या पदरात दोन अस्सल रत्नं होती. कुणी जवाहिऱ्यानं त्यांना पैलू पाडले की दिव्य प्रभेनं ती रत्नं झळकणार होती.

तसंच होवो,'कल्याण करा देवराया.' नबू देवाजवळ मागत होती.

नारायणराव मोठ्या चमच्यानं त्या दोघींना कॉडलिव्हर पाजत होते. बदाम लावलेल्या दुधाचे पेले घेऊन आजी उभी होती.

"उद्यापासून शाळेत जायचं बरं?"

"शाळा?"

त्या दोघी आश्चर्यानं ओरडल्या.

'कशी असेल शाळा?' त्या रात्री वालुकेश्वर स्वप्नात दिसत नव्हता. तर कधी न बघितलेली शाळा दोघींना स्वप्नात दिसत होती.

आज शाळेत जाण्याचा पहिला दिवस. सारं घर कसं उचंबळून आलं होतं. कलावंतांच्या त्या घराण्यांत प्रथमच काही वेगळं घडत होतं. घराच्या भिंती, दरवाजे सर्वांनाच नवल वाटत होतं.

आजी अंजनी आणि बुचीची शाळेत जाण्याची तयारी करत होती. कालच नारायणरावांनी दोन पाट्या, अंकलिपी, पेन्सिली, आणि सुरेख दप्तरं आणली होती. अंगात निळा पांढरा गणवेष, केसांची घट्ट वेणी, पायांत काळे बुट, पांढरे मोजे घालून उभ्या असणाऱ्या दोघी नाती बघून आजीला खरं तर मनातून कौतुक वाटत होतं. आजवर तिच्या घरच्या कुणी मुली अशा शाळेत गेल्या नव्हत्या.

पाटीवर लिहीणं, वाचणं, हे तिच्या मते भटा-बामणांच्या पोरींची खुळं होती. तिच्या कलावंत घरच्या मुलींना घरकाम, देवपूजा, रितीरिवाज, गरतीसारखं वागणं आणि थोड्या मोठ्या झाल्या की नृत्य, गाणं इतक्याचीच खरं तर गरज होती. बुची, अंजनीला पुढच्या वर्षी पेश्वाद घालण्याचा आजी विचार करत होती. नृत्याचे प्राथमिक धडे आणि नंतर अवघड असे थाळी नृत्य कलावंताच्या मुलींना शिकवण्याची परंपरा होती. आजवर ही परंपरा कुणीच मोडली नव्हती. सर्व कलावंत घराणी मूळ गोव्याची. पोटापाण्यासाठी कलेच्या ओढीने एक एक करत अनेक गोयंकार कलावंत कुटुंबे मुंबईत पोहोचली होती. गरीबीशी झगडत जगतांना त्या सर्वांनी दोन गोष्टी प्राणपणाने जपल्या होत्या. एक तर त्यांचे कुलदैवत...त्याची पूजाअर्चा, आणि दुसरी त्यांच्या घरची परंपरागत कला. कुणी तबलावादक, कुणी सारंगिया, कुणी पखवाजवादक, तर कुणी हार्मोनियम वाजवणारा. गाणं शिकणाऱ्या-गाणाऱ्या बहुधा सर्व स्त्रियाच असत. गोव्यात जे नृत्य, गायन कुलदेवाची सेवा म्हणून केले जाई...तेच नृत्य, गायन सेवा म्हणूनच मुंबईतही केले जात असे. तीच सेवा, तोच एकनिष्ठपणा मुंबईतही कुलपरंपरा म्हणून पाळली जात असे. आपल्या कुलपरंपरेचा आजीला अत्यंत अभिमान होता. घरातलं वातावरण तिनं नेहमी सात्त्विक ठेवलं होतं. तीच सात्त्विक वृत्ती तिच्या लेकीत नबूत उतरली होती. गायिका असणं हा एक पेशा होता.

आजीला आपल्या घराण्याचा खूप अभिमान होता. जी कुलपरंपरा त्या सर्वांनी रिवाज म्हणून पाळली त्यात चूक कुणाचीच नव्हती. ते सारं मूळदेवाच्या इच्छेनंच घडून गेलं होतं. हे आजी समजून होती. त्या जगण्याचा खरा अर्थही आजी जाणून होती. की माणसाला जो जन्म मिळतो...तो पूर्व कर्मानुसार...व तो सारा प्रवास धीरानं, आत्मविश्वासानं पार करायचा असतो. मन समतोल ठेवायचं असतं आणि स्वच्छ चारित्र्यानं सात्त्विक वृत्तीला स्मरून जे जगतात...त्यांनाच चांगलं जगता यावं...म्हणून मग परमेश्वरच त्यांना वाट दाखवतो. परक्या मुलुखांत आपलं कुटुंब सुखरुप जगतं आहे. नबूला नारायणासारखा सुविद्य पती मिळणं आणि त्यानं नबूच्या गाण्याला उत्तेजन देणं हे आजीच्या मते नबूच्या सात्त्विक वृत्तीचं तिला मिळालेलं फळ होतं. त्यापेक्षाही पूर्वपुण्याई म्हणून बुची, अंजनी या दोघी गुणी मुली नबूच्या पोटी जन्माला आल्या होत्या.

या मुलींना उत्तम वळण, संस्कार मिळावे म्हणून सारे कुटुंब धडपडत होते. असं सर्व सुरळीत सुरु असताना नारायणानं हे शाळेचे नसतं नवं खूळ घरात आणलं होतं. आजी मनातून नाराज होती. शाळा नवी वाडीतच होती खरी...पण त्या निमित्ताने मुली घराची चौकट ओलांडून बाहेर जाणार म्हणून आजी धास्तावली होती. मनातून एक उत्सुकता असतानांच ती परत परत नारायणाला म्हणत होती,

''मी म्हणते, हे नसतं खूळ कशाला पाहिजे रे नारायणा? किरिस्तांव, बामणाच्या पोरींनी शिकावं. आपल्या पोरींना शाळेत घालून काय रे फायदा? उगीच कांहीतरीच सुरू केलंस तूं.''

न रहावून आजीनं नारायणरावाला सवाल केलाच.

''मग काय त्यांनी फक्त नाच गाणंच शिकायचं?''

''काय बिघडलं? माझी गुजाई कुठं शाळेत गेली होती? पण तिला किती मान होता समाजात? गाण्यावर तर तिनं मोठा ग्रंथ लिहिला होता. लिहिला होता की नाही?''

आजीनं विचारलं. वामनराव पत्नीला समजावत म्हणाले,

''पण असं बघ, गुजाई जर खरोखर शिकली असती तर कुणी पंडिता बनली असती. माणसाला शिक्षाणानं वेगळी दृष्टी येते. जगाचं ज्ञान होतं. या आपल्या मुली घरातच राहिल्या तर, बाहेरचं जग त्यांना कसं समजणार? तिथं चार घरच्या मुली येतील. त्यांच्यामध्ये मिसळून या मुली लहानपणांतच खूप वेगळं जग बघतील ना? आपले समाजसुधारक नाना शंकरशेठ, डॉक्टर भाऊ दाजी माडगांवकर या सर्वांनी मुलींना शिक्षण देण्याची चळवळ सुरु केली आहे. लहान वयात मुलींची लग्न लागतात. बिजवराच्या गळ्यांत कुमारीका बांधतात. सासुरवासानं मुली मरून जातात. विधवांचे छळ होतात. त्याविरुद्ध ही मंडळी खवळून उठली आहेत. मुलींना शिक्षण नाही म्हणून हे सर्व त्यांना सोसावं लागतं असं सुधारकांचं मत आहे.

''काय गो बाई, ऐकावं ते नवलच,''

पतीच्या कथेत रंगून गेलेली आजी म्हणाली.

''पण काय हो? ती शाळा मिशनऱ्यांची आहे असं म्हणालात. बघा बरं? उगीच बाटगेपणा करतील हे. आमच्या गोयांत पाकल्यानी अशीच तर माणसं बाटवलीत. पाड पडो मेल्यांची.''

''उगीच शंका काढू नका. फादर ज्यो मिशनरी आहे खरा; पण परोपकारी वृत्तीचा आहे. मुलींवर फार प्रेम आहे त्याचं, घरी बोलावूया का त्याला? एकदा त्याला भेटलात की मग मनात शंका उरणार नाही.''

''हं नारायणा, तेवढं मात्र करू नका. किरीस्तांव तेवढा घरात आणू नका.''आजी निग्रहानं म्हणाली.

''आजी, अग तो किरिस्तांव नाही. फिरंगी आहे.''

''पाड पडो मेलो.''

आजीचा गोऱ्या फिरंगी पाकल्यांवर भारी राग होता. आजीच्या लटक्या रागांवर सारे हसले.

बुची आणि अंजनीला मात्र शाळेत कधी जाऊ, शाळा कधी दिसेल, अशी घाई लागली होती. त्यांचं पाटीदप्तर वामन आजोबांनी घेतलं होतं. राम आजोबांनी बुचीचा आणि नारायण बाबांनी अंजनीचा हात हातात धरला होता. त्या साऱ्या मिरवणुकीकडे व्हरांड्यात उभ्या राहून आजी आणि नबू कौतुकानं बघत होत्या. तेवढ्यांत मुंगा कोळीण ताज्या फडफडीत मासळीच्या गाथण्या भल्या मोठ्या टोपलीत घालून दरवाजांत आली.

"आजीबाय, लेकींना कुठं धाडलं जी?"

"शाळेत, लिहायला, वाचायला, शिकायला."

आजीनं अभिमानानं उत्तर दिलं

"अगो मजे बाये"

मुंगा कौतुकानं उद्गारली. आजवर तिनं असलं कधी जगावेगळं पाहिलंच नव्हतं.

"कलावंताच्या पोरी आणि शाळेत?"

आश्चर्यानं मुंगानं मासळीची पाटी खाली ठेवली. टोपलीत फडफडणाऱ्या मासळीपेक्षा मुंगाचं काळीज धडधडत होतं...तोवर...बुची आणि अंजनीनं शाळेत पहिलं पाऊल ठेवलं होतं.

"वंदन हे बालांचे देवी शारदे.

बालमने स्तविती तुला, तूची बुद्धी दे."

एका सुरांत वर्गामधल्या सर्व मुली प्रार्थना करत होत्या. एका सुरात गायल्या जाणाऱ्या नाजूक आवाजामधल्या त्या ओळी. वर्गाच्या दरवाजात उभी असणारी अंजनी मंत्रमुग्ध होऊन ऐकत होती. आजवर ऐकल्यापेक्षा हे सूर कांही वेगळेच होते. सारे नाजूक आवाज एकमेकात मिसळून गेल्यानंतर किती गोड वाटत होते! जशी सारंगी! मुलींची प्रार्थना म्हणून झाली. आणि मुख्य सर अंजनी आणि बुचीला घेऊन वर्गात गेले. मुख्य सर वर्गात येताच सर्व मुली उठून उभ्या राहिल्या.

"नमस्ते सर."

सर्वजणींनी हात जोडले होते.

"नमस्ते बाळांनो, बसा. ह्या पहा दोन नव्या विद्यार्थिनी आल्या आहेत. या आपली नावं सांगतील.

हं सांगा."

"अंजनी मालपेकर."

नाव सांगणाऱ्या त्या गोऱ्यापान चमकदार डोळ्यांच्या मुलीकडे, वर्गामधल्या सर्व मुली चकित नजरेने बघत होत्या, किती सुंदर होती ती! सारा वर्ग कौतुकानं तिला बघत होता. बुचीनं मात्र जी मान खाली घातली ती वर करतच नव्हती.

"तुझं नांव?"

ती न बोलता गप्पच होती.

"तिचं नाव बुची. कमला मालपेकर."

अंजनीनंच गडबडीनं सांगितलं. न जाणो, या भित्र्या बुचीमुळे मुख्य सरांनी शाळेतच घेतलं नाही तर? अशी भीती तिला वाटली.

मुख्य सर हसले. त्यांनी मुलींना विचारलं.

"तर या दोघी बहिणी अंजनी आणि कमला, आजपासून तुमच्या मैत्रीणी आहेत. यांना आपल्या शेजारी बसायला कोण बोलावतं? बघू?"

"सर मी नेते, ये ग!"

एक उंच मुलगी उभी राहून म्हणाली.

"तुझं नांव?"

"हिरा. हिरा पेडणेकर."

अंजनीच्या हाताला धरून नेताना तिनं उत्तर दिलं. बुचीला शेजारी बसण्यासाठी नेणारी मुलगी म्हणाली,

"माझं नांव सुरंगा, सुरंगा मुळगावकर,"

उत्तर देणारी मुलगी अप्रतिम देखणी होती.

त्या वर्गात सर्व जातीच्या मुली होत्या. मुलींना लिहिता वाचता आलंच पाहिजे. लहान वयांत त्यांचे विवाह होऊ नयेत. कोवळ्या वयाच्या मुलींचे, बिजवर, तीजवरांशी विवाह होऊ नयेत. मुलींना सुधारलेल्या जगाची ओळख व्हावी. या नवविचारांनी भारावून काम करणाऱ्या नव्या समाजसुधारकांचा उदय झाला होता. समाज सुधारला तरच स्वातंत्र्य चळवळीला खरा अर्थ प्राप्त होईल असे मानणारा एक वर्ग होता. तशीच स्वातंत्र्यासाठी क्रांतीकारी विचारांची तरुण पिढीही तयार होत होती. ब्रिटीशांच्या अजस्त्र जोखडाखाली होत असणारी घुसमट समाजाला आता जाणवू लागली होती. बुद्धीमान माणसं आता विचार करू लागली होती. इंग्रजी शिक्षणाने नवीन दृष्टी निर्माण होत होती. सुधारक विचारांचे लोक मुलींना आवर्जून शाळेत घालू लागले होते.

मुलींना वर्गात पोचवून मुख्य सर रामकाका, नारायण आणि वामनबाबांसह ऑफिसात आले. हात जोडून त्यांना नमस्कार करत रामकाका भारावल्या आवाजात म्हणाले,

"मी आभारी आहे आपला साहेब! तुम्ही आमच्या मुलींना शाळेत प्रवेश दिलात. आमच्या मुलींनी अजून घराची चौकट ओलांडली नाही. आज प्रथमच बाहेर आल्या आहेत. लाजऱ्या आणि भित्र्या आहेत. सांभाळून घ्या. तुमच्या आशीर्वादानं चार चांगल्या गोष्टी शिकू दे. समाजांत त्यांना मानानं जगता यावं असं आम्हाला मनापासून वाटतं."

रामकाकाचे डोळे भरून आले होते. तो पुढे म्हणाला,

"साहेब पिढीजात कलावंतांचं घराणं आमचं, गायन, वादन, नृत्याची साधना करण्यात आमच्या कित्येक पिढ्या सरल्या. गोव्यासारख्या प्रदेशातून मुंबईत आम्ही आलो. पण फारशी प्रगती झाली नाही. आज प्रथमच कांही चांगलं घडलंय. आमच्या मुलीच्या हाती तंबोऱ्याच्या आधी पाटी आली. सरस्वतीच्या कृपेनं पोरीचं कल्याण होऊ दे. पोरींकडे लक्ष असू दे."

"ओऽह डोन्ट वरी मिस्टर मालपेकर."

मिशनरी मुख्य साहेब रामकाकाचा हात हाती घेऊन म्हणाले.

"काळजी करू नका. इथं येणारी प्रत्येक मुलगी देवाचं लेकरू आहे म्हणजे त्या लेकराची काळजी घेणं हेच आमचं मिशन, बघितलंत ना? या आमच्या स्कूलमध्ये किती कोवळ्या वयाच्या मुली येतात? आणि इथल्या समाजाच्या रुढी प्रमाणे त्यांची लग्नं या कोवळ्या वयात लावून देतात. हॉरीबल! कळीला फुलायला संधी न देतांच तिला कुस्करून टाकतात, कधी बदलणार हे?"

'खरंच! कधी बदलणार हे सर्व?' रामकाका मनात विचार करत होता. त्याच्या समाजातल्या मुलींना तर 'लग्न' हा शब्दही उच्चारता येत नव्हता. लग्नाच्या बायकोप्रमाणं ती एक पती मानून एकनिष्ठ राहिली. तरी समाजात मात्र तिला पत्नीचं स्थान मिळत नव्हतं. मुलंबाळं झाली तरी ती मुलं समाजात मानाचं जिणं जगू शकत नव्हती. मुख्य सर म्हणतात तसं मुली शिकल्या...तर कदाचित...कदाचित काय होईल?

या प्रश्नाचं उत्तर रामकाकांजवळ निदान आज तरी नव्हतं. उद्याचा विचार कशासाठी?

उद्या काय घडणार...हे तर परमेश्वरानं प्रत्येकाच्या जन्माआधीच लिहून ठेवलेलं असतं. आपलं वागणं मात्र चोख हवं. यावर रामकाकांची पूर्ण श्रद्धा होती.

'वंदन हे बालांचे देवी शारदे
बालमने स्तविती तुला, त्यासी सुयश दे.'

मुलींची प्रार्थना ऐकत

समाधानानं रामकाका घरी परतला. तंबोरा, पेटी, तबल्याशिवायच, नैसर्गिकरीत्या मिळालेल्या आवाजात मुली गात होत्या.

'हं! अश्शेच जाऊ जाय.' रामकाका मनांत म्हणत होता.

त्या दिवसापासून छोट्या अंजनीचं सारं जगच बदलून गेलं. फळ्यावरची, अंकलिपीमधली अक्षरं पाटीवर गिरवण्यात तिला खूप आनंद वाटू लागला. आता संध्याकाळी खेळायला जाण्यापेक्षा शाळेतून येताच पाटी दप्तर घेऊन ती दिवे लागणीपर्यंत बसू लागली. त्यापुढे तिला जेवण खाण सुचत नव्हतं.

"बाय, अंधारात काय गिरवत बसतेस? अग डोळ्याला चष्मा लागेल ना म्हातारीसारखा?"

आजी हातामधली पाटी काढून घेत कौतुकानं दटावत असे, तशी अंजनी रुसून म्हणे.

"हे काय गं आजी? माझा पहिला नंबर यायला नको? हिरा आहे ना? तिचे सारे पाढे तोंडपाठ आहेत, आणि तोंडी हिशोब कसे चटपट सोडवते म्हणून सांगू? आणि आजी, सुरंगाचं अक्षर किती छान आहे गं. सर किती कौतुक करतात तिचं? नागली कविता गोड आवाजात म्हणायला लागली की सगळे जण ऐकत राहतात."

शाळेमधल्या गंमती किती सांगू न किती नको असं अंजनीला होऊन जायचं.

"सगळ्यांचं कौतुक करतात आणि तुझं?"

"नाही ग आजी मी सांगते, सर म्हणतात ही अंजनी तर सर्वात हुशार आहे. नंबर एक आहे ती" बुची म्हणाली.

"अगं लबाडे"

आजी प्रेमानं अंजनीला जवळ घेत म्हणाली.

"आणि आजी, सगळ्या वर्गात अंजनीचा आवाजच सर्वांना आवडतो बरं का ग! मॅडम तर म्हणतात कविता म्हणावी तर अंजनीनं."

बुचीच बोलणं ऐकून रामकाका, वामनबाबा, नबूबाई, आजी सर्वजण चकित झाले. म्हातारा जानूमामा म्हणाला,

"बघ आक्का, आणि तुम्ही दोघी उगाच काळजी करत बसता? दिवसातून दहा वेळा शाळेत पाठवता. 'जानू शाळेत जा पोरींना बघून ये.' शाळेत इतक्या घरातल्या मुली येतात. पण अशी दहा खेपा कुणी धावत नाहीत. मी सांगत नव्हतो? आमची अंजूबाय समद्यास्नी भारी आहे म्हणून?"

जानूला त्या दोघींचं खूप कौतुक होतं.

"आणि आजी आमचे फादरबाबा खूप चांगले आहेत. सकाळीच शाळेच्या गेटपाशीच ते उभे असतात. आणि प्रत्येकीला म्हणतात, "गुड मॉर्निंग!"

"काय म्हणतो?"

न समजून आजीनं विचारलं

"गुड मॉर्निंग! म्हणजे तुमची सकाळ चांगली जावो."

बुचीनं सांगितलं.

"अरे मेल्यांनो, सकाळ कसली चांगली?"

यावर सारेच हसले.

बघता बघता मुली चौथीत गेल्या होत्या. चांगलं वाचता येऊ लागलं तसं

नारायणराव त्यांना रोज केसरी वाचायला सांगू लागले बाहेरचं जग समजावून देऊ लागले. अंजनी बुचीच्या जीवनात आता फक्त वालुकेश्वर नव्हता तर ब्रिटनची महाराणीपण आली होती. त्यावर्षीच्या शाळेच्या बक्षिस समारंभाला सर्व पालाकांना फादरनी आवर्जून बोलावलं होतं. त्या वर्षीची जास्तीत जास्त बक्षीसं, शिष्यवृत्त्या अंजनी आणि बुचीनं मिळवल्या होत्या. आजी बघत होती. पेडणेकरांच्या हिरानं लेखनाचं तर मुळगांवकरांच्या सुरंगानं चित्रकलेची बक्षिसं मिळवली होती; पण बुची, अंजनीला कविता पाठांतर, गायन, हस्तलेखन व इतर शिष्यवृत्त्या मिळाल्या होत्या. सर्व मुलींमध्ये लपलेले अनेक गुण तिथं व्यक्त होत होते.''

कार्यक्रम बघताना बाबलीबाईनं नबूला विचारलं,

''नबू, मुलींना गाणं शिकवतेस ना? गाण्याचं काय?''

''तसं थोडं शिकवते. पण शाळेतच वेळ जातो. पोरींना ताण किती द्यायचा? शाळेत जात नसत्या तर गाणं, नाचणं शिकवता आलं असतं पण घरच्या पुरुषांचा हा एक हट्ट.''

नबू म्हणाली.

''यावर्षी नागली पाचवी पास होईल. आता यानंतर शाळा बंद करून तिला गाणंच शिकवावं असं वाटतंय, हुसेनखाँनी शिकवण्याचं मान्य केलंय. लवकरच ते शिकवायला येतील.''

बाबलीबाईनं सांगितलं ती पुढे म्हणाली,

''नबू, अगो लिहायला वाचायला आलं इतकं खूप झालं. आपल्या मुली कुठं नोकऱ्या करणार थोड्याच? गाणं शिकवायला लाग. हवं तर मी विचारते खाँसाबना. बुचीला तरी शिकवणी लावच!''

नबूबाईला पण ते पटत होतं. आज ती घरी विषय काढणार होती.

'नको रे कृष्णा रंग टाकू, चुनरी भिजते
मध्यरात्री चांदण्यात थंडी वाजते.'

स्टेजवर मुलींची रासक्रीडा रंगली होती. नबूचं त्यात लक्ष नव्हतं. तिच्या दोन्ही मुली थोराड दिसत होत्या. लवकरच गंडाबंधन करून रीतसर गाणं शिकवायला सुरुवात करायचीच असा नबूनं निश्चय केला. तेव्हाच मन शांत झालं. ती बघत होती, कृष्ण झालेली अंजनी आणि राधा बनलेली बुची दोघी मुली नक्षत्रासारख्या उठून दिसत होत्या. त्या मुलींची तिला खूप काळजी वाटू लागली.

नेहमीप्रमाणेचं त्या रात्रीही जेवण झाल्यानंतर सारेजण बैठकीच्या खोलीत बसले होते. उंबऱ्याजवळ बसलेली आजी वाती वळत होती. दिव्याच्या प्रकाशात अंजलीचा अभ्यास सुरु होता. तक्क्याला मान टेकवून वामनबाबा आडवे झाले होते. खुर्चीवर बसल्या बसल्या रामकाकाने हाताचा ठेका धरला होता.

पावसाळा संपला होता, तरी मधून मधून एखादी हलकी सर येऊन जात होती. गणपतीचा सण अगदी तोंडावर आला होता. गिरगांव भागात रहाणारे सारे गोंयकार आपल्या लहान लहान घरांतूनसुद्धा भक्तिभावाने गणपती पूजन करत असत.

ज्यांची घरंदारं गोव्यात शाबूत होती अशी माणसं मग चवथीच्या सणाला गावी जात. ज्यांना जाता येत नसे ते गावच्या आठवणीनेही मुंबईत डोळ्यांत पाणी भरत. पण खरं तर गणपतीच्या दिवसांतच सर्व कलावंतांना गाण्याची निमंत्रणे येत. चार पैसे पदरात पडत असत. मोठमोठ्या बुजुर्गांची गाणी ऐकण्याची संधी मिळत असे. भटवाडी, केळेवाडी, प्रार्थना समाज, नवीवाडी या भागात जास्ती करून गोवेकर माणसं वस्ती करून होती. सारेजणच एकमेकांना ओळखत जाणं येणं होत असे. प्रत्येकाच्या घरी गाण्याच्या मोठमोठ्या बैठकी होत व त्या निमित्ताने एकमेकांच्या नेहमीच गाठीभेटी होत असत. मुंबईत असूनही रीतीरिवाज जेवण-खाण अस्सल गोव्याचंच असे.

नबूबाईच्या कुटुंबामधले सर्वजण रात्री एकत्र आले की एकमेकांचे कुशल समजे, किंवा गांवच्या आठवणी सुरू होत. मुंबई ती मुंबई आणि गांव ते गांव असाच सर्वांचा सूर असे. गांवच्या शीत हूमणाची चव मुंबईत नाही ह्यावर सर्वांचं ठाम एकमत होत असे.

आज मुलींच्या गाणं शिकवण्याचा विषय काढायचाच असं नबूनं मनाशी ठरवलं होतं.

''आज दुपारी बाबली आली होती. तिनं नागलीला गाणं शिकायला हैदरखाँची शिकवणी लावलीय; तिनं विचारलं तर खाँसाहेब आपल्या अंजनीलापण शिकवतील असं ती सांगत होती. विचारून बघू या? मुलींना गाणं शिकवायला आधीच उशीर झाला आहे. काय करायचं?''

नबूबाईनं वामनबाबाला विचारलं. वडिलांच्या चेहऱ्याकडे प्रश्नार्थक पुद्रेनं ती बघत होती.

ते ऐकून रामकाका उसळून म्हणाला,

''नबू, अगो पोरीचं वय काय? आठवं वर्ष आत्ता लागतय. शाळा शिकतेय ना? शिकू दे, अशी काय या नाचगाण्यानं विशेष भर पडणार आहे?''

''ते खरं भावोजी, पण परंपरेनुसार ते शिकावं लागणारच, मग वेळ कशासाठी? घरची परिस्थिती ही अशी, पोर शिकून तयार होईस्तोवर सात आठ वर्ष सरणार. तोंवर हा गाडा कसा रेटायचा. हा खरा प्रश्न! केवढी ओढाताण होतेय! आपलं कुटुंब किती मोठं? कसं पुरवायचं सगळं? हातातोंडाची गाठ पडणं कठिण'' आजी म्हणाली.

" तू काळजी करू नकोस आई, यावर्षी गणपतीत मला भरपूर निमंत्रणं आहेत. त्यानंतर सहा महिने काळजी नाही."

रामबाबा म्हणाला,

"पण नबू, या वर्षी गणपतीत आपण नजीरखाँ साहेबांच गाणं आपल्या घरी ठेवू बरं!"

"नजीरखाँ?"

"होय नबू"

वामनबाबा म्हणाला.

"भेंडीबाजारात नजीरखाँ आणि त्यांचे दोघे बंधू रहातात. फार मोठे बुजुर्ग. त्यांची तपश्चर्या फार मोठी आहे. भातखंडे आणि नजीरखाँचा फार जवळचा स्नेह आहे. पंडित भातखंडे एक संस्कृत ग्रंथ लिहित आहेत. त्या निमित्ताने त्या दोघांची मैत्री! पंडितजी खाँसाहेबांना संस्कृतची माहिती देतात. आणि खाँसाहेब त्यांना आपल्या जवळच्या खास चीजा देतात. अशा चीजा तर कुणाजवळच नाहीत. काय गाणं आहे? तोबा! तोबा!!"

" तू कुठं ऐकलंस?"

रामकाकानं विचारलं

"आमचा काब्राजी क्लब आहे ना? तिथं ते दोघे मित्र येतात. खाँसाहेबांचे बंधू येतात. फार चांगला ग्रुप जमला आहे."

वामनबाबानं उत्साहानं सांगितलं,

"असं?"

"मग ऐकलंच पाहिजे."

"म्हणूनच म्हणतो की येत्या गणपतीत आपल्याकडे आपण खाँसाहेबांना गायला बोलवू. पंडितजी येतील. देवाजीच्या मनात असेल तर आपल्या अंजनीला तेच गाणं शिकवतील."

"एवढे मोठे खाँसाहेब? आपल्या या लहानग्या मुलींना गाणं शिकवतील?"

आजी, नबू विचार करत होत्या.

दिव्याच्या उजेडात अभ्यास करणाऱ्या अंजनीनं ते ऐकलं मात्र, ती म्हणाली, "पण आजोबा मला गाणं शिकायचं नाही."

सारेजण तिच्याकडे आश्चर्याने बघू लागले. आडवा झोपलेला वामनबाबा ताडकन् उठून बसला, आजी म्हणाली,

"मी सांगत नव्हते की पोरीला मिशनरी शाळेत घालू नका म्हणून? तिथलं काय बाय ऐकूनच भुरगी अशी बोलतात. म्हणे गाणं शिकणार नाही. मग काय? पाद्रीण होणार?"

रामकाका हंसला अंजनीजवळ बसत तो म्हणाला,

"बाय, गाणं हा आपला पिढीजाद पेशा आहे. तो करावाच लागणार, पण मला एक सांग की तुला गाणं आवडत नाही?"

"नाही, मुळीच नाही."

अंजनीचं ठाम उत्तर आलं.

"पण का?"

"काय ते रात्र रात्रभर उभ्यानं गायचं! आणि पाहुण्यांनी मात्र लोडाला टेकून बसायचं? आई, मावशी गातात, आणि हे सगळे मात्र वाहवा, वाहवा करत निघून जातात, यात काय आनंद? सिस्टर म्हणतात आपल्या काम करण्याने इतरांना आनंद व्हावा, सेवा व्हावी."

फक्त पाचवीच्या वर्गात गेलेली पोर असं पंडितासारखं बोलतेय याचा आजीला राग येत होता आणि कौतुकही वाटत होतं.

"पण बेटा, घरी येणाऱ्या यजमानांना गाणं ऐकवणं ही पण सेवाच आहे. एक प्रकारचा आनंदच आपण त्यांना देतो ना? त्याखेरीज का इतकी माणसं गाणं ऐकायला गर्दी करतात?"

रामकाकाच्या प्रश्नावर अंजनीजवळ उत्तर नव्हतं.

आपल्या गाण्यामधलं नेमकं काय आवडत नाही हे तिला सांगता येईना. नबूबाई तिला जवळ घेत म्हणाली,

"बाय, परवा घरमालकानं कसा त्रास दिला बघितलंस ना? त्याचं भाडं, घरचा खर्च यासाठी पैसे नकोत? तू गाणं शिकून नांवलौकीक मिळवलास तर पैशांचा पाऊस पडेल. गरीबीवरून कुणी हिणवणार नाही. धृवबाळानं तपश्चर्येने कसं अढळपद मिळवलं? ती गोष्ट ठाऊक आहे ना? तसंच आपली स्वतःची एक अशी जागा असावी की कुणाचं धाडस होणार नाही, तिथून हलवण्याचं! अशी जागा तर फक्त कलेला प्रसन्न करून घेतलं तरच मिळेल."

"पण आई, त्यासाठी गाणंच का शिकावं? मी डॉक्टर होईन. डॉक्टरांना किती मान देतात सर्वजण! शिवाय डॉक्टर मरणाऱ्यांचे प्राण वाचवतो, सेवा करतो, मीपण तसंच करेन."

अंजनीचं बोलणं ऐकून सारं घर एकदम शांत झालं. आपल्याच नादात बोलणारी अंजनी पुढं म्हणाली,

"आई, मला गाणं खूप आवडतं. तू आणि आजी शिकवता ती भजनं, चिजा मी म्हणते की नाही? पण तरी मला शाळा जास्ती आवडते किंवा बाबा, आपण असं करू या? या बुचीला गाणं शिकवा मी डॉक्टर होईन. नाहीतर मी गाणंही शिकेन आणि डॉक्टरही होईन. गाणारी डॉक्टर!

माया सिस्टर म्हणते की जे दुःखी असतात, ज्यांना सेवेची गरज असते. त्यांची सेवा करणं व आनंद देणं हे खरं पुण्य! मग मी डॉक्टर झाले, तरच ना अशी सेवा करू शकेन? गाण्यानं ज्यांना आपण आनंद देतो ती सारी माणसं किती श्रीमंत असतात? कोंडूशेट, भिकूशेट हे सर्व तर पैसेवाले. आपण गाणं ऐकवलं की त्यांना दिलेल्या आनंदाच्या बदल्यात ते पैसे देतात, मग ही सेवा खरी नव्हेच. त्यापेक्षा डॉक्टर करतो ती सेवा खरी. असं फादर ज्यो बाबा म्हणतो. खरं ना बाबा?''

आपल्या चिमुरड्या लेकीचं बोलणं सारेजण कौतुकानं ऐकत होते. आजी श्रीमतीला हळूच म्हणाली,

''ह्या चेडवाचे माका भय दिस्ता. त्या पाद्रीले ऐकून ऐकून पाद्रीण जातले ह्येचे माका भय दिस्ता. तरी हांव सांगताले नारायणाक की एस्कोलांत धाडू नाका. म्हजे कोण ऐकता? देवा, मुळदेवा बायेक बरी बुद्धी दी रे सायबा.''

नारायणराव आपल्या लेकीच्या चमकदार डोळ्यांकडे बघून विचार करत होते.' कलावंत घराण्यांत ही जगावेगळी मुलगी कशी जन्माला आली? कुठून येतात हे संस्कार?'

'फटंग माळरानावर एखादेच सूर्यफूल जन्माला येतं. आजूबाजूचं गवत तापून करपून गेलं असताना, एखादंच सूर्यफूल तिथून सूर्यप्रकाशाचा वेध घेत असतं

कुठून पडतं ते बीज?

वातावरणांतून...की...

करपून गेलेल्या माळरानावर जन्म घेणं हेच त्या सूर्यफुलाचं नशीब असतं?'

अंजनीच्या भविष्याचा नारायणराव विचार करत होते.

अलिकडे बाबली शाळेत येत नव्हती. तिला गाणं शिकवायला कुणी खाँसाब घरी येत होते. ती आता पूर्ण वेळ गाणंच शिकणार आहे हे समजून अंजनीला वाईट वाटलं. अलिकडे तिच्या घरी बुचीला पण आई, अभ्यासापेक्षा जास्ती गाण्याकडे गुंतवत होती. आणि आज ना उद्या आपल्यालासुद्धा गाण्याकडेच वळावं लागेल हे अंजनीला समजून चुकलं होतं. गाणं तिला आवडायचं; पण गाण्यापेक्षा अभ्यासात मन रमायचं. आजी शिकवत असे ती भजनं आवडायची, सकाळी, संध्याकाळी आजीच्या गोड आवाजात आवाज मिसळून ती आणि बुची गायची, त्यात किती आनंद वाटायचा! सूर बेसूर न होऊ देता तार सप्तकांत आवाज लागला की आजी खूष होऊन खडीसाखर हाती ठेवायची. ते बक्षिस किती आनंद द्यायचं! आजोबा तबल्याचा ठेका धरून ताल शिकवायचे, ''धा धिन् धिन्ना...' तबल्याचा खोल आवाज आणि तालाचे बोल हे सर्व अपूर्व वाटायचं. कधी कधी तालीम करताना आई सरगम शिकवायची. सोपे सोपे असे चिजांचे

मुखडे गायला लावायची. बुची तर तंबोऱ्याची साथही करायला लागली होती.

हे सारं अंजनीला आवडायचं पण हे सारं करताना शाळाही सुरु असायचीच,

किती छान होती ती शाळा!

प्रेमळ मनाचा फादरबाबा, माया सिस्टर...सिस्टरनं शिकवता शिकवता बाहेरचा समाज सहजपणे समजावून दिला होता. ज्या समाजात मुलींची लग्नं त्या पाळण्यांत असतांनाच लागत होती. लहान मुलींचं म्हाताऱ्याशी लग्न लावलं जात होतं. ब्राम्हण घरच्या मुलींचं केशवपन केलं जात होतं. बायकांना घरची चौकट ओलांडता येत नव्हती. तरीसुद्धा घरातल्या दासीची योग्यताही तिला मिळत नव्हती. बाहेरचं सुंदर जग बघता येत नव्हतं. गोठ्यातलं जनावर तरी शिंग उगारतं...पण मुलीच्या जातीला काही करता येत नव्हतं.

जात?

अंजनी हे सर्व ऐकताना विचार करायची. 'जात' या शब्दाचा अर्थ तिला लागत नसे. आणि घरी दारी समाजांत तर तो शब्द असंख्य वेळा कानांवर पडत असे. तो शब्द अंजनीला आवडत नसे. तो शब्द अंजनीला उदास करून टाके.

का म्हणून ऊठ-सुठ असं जातीवरून हिणवतात?

पाचवीच्या वर्गात शिकणारी अंजनी अंतर्मुख होत चालली होती. आजूबाजूचं सर्व ऐकून ती अस्वस्थ व्हायची. तिच्या घरात असं वातावरण नव्हतं हे खरं; पण माया सिस्टर सांगत होती तसा समाज आजूबाजूला होता. ज्याची ओळख अंजनीला नव्याने होत होती. तो समाज, त्या परंपरा तिला हादरवून टाकत.

तिच्या घरी आजोबा आजीशी किंवा तिचे बाबा आईशी खूप प्रेमानं वागायचे. महिन्याचा सारा पगार बाबा आईच्या हाती ठेवायचे आणि जलशांची, बैठकींची बिदागी, आई बाबांकडे द्यायची. घरामधल्या लाकडी अलमारीत सारं सुखरुप असायचं हे अंजनी बघत होती.

पण एक गोष्ट मात्र अंजनीला आवडायची नाही. ती म्हणजे नबूबाईचं गाणं ऐकायला जी माणसं घरी यायची, त्यांना बसण्यासाठी लोड तक्यांनी सजलेली बैठक असे. येणारे यजमान रात्र रात्रभर वाहव्वा करत गाणं ऐकत. बिचारी आई मात्र रात्रभर उभी राहून गात असे. आजोबा उभ्यानं तबला वाजवत. हे सर्व बघून अंजनीनं आजीला विचारलं होतं,

"आजी, आईचे पाय दुखत नसतील का ग? ती बसून का गात नाही?"

"बाय तो मान गाणारीला नाही. तिनं सेवा करताना उभ्यानं सेवा करायची, मन रिझवायचं पण तिला अजून आसनाचा मान नाही."

"पण का? असं कुणी ठरवलं की तिनं उभंच रहावं? आणि इतरांनी बसावं?" अंजनीनं रागानं विचारलं.

“परंपरा बरं बाय, परंपरा.”

आजीचं उत्तर न समजल्याने अंजनी गप्प बसायची. माया सिस्टरही परंपराच शब्द वापरायची आणि ती म्हणायची,

“माझ्या लेकरांनो ही परंपरा मोडली पाहिजे.”

लहानग्या अंजनीला गाणं आवडायचं. शाळा आवडायची; पण 'परंपरा' हा शब्द आवडायचा नाही. तिची मैत्रीण हिरा म्हणायची मोठी झाले की मी बुकं लिहिणार आहे. दुसरी मैत्रिण सुरंगा मात्र न बोलता मंद हसायची. त्या दोघी मैत्रिणी अंजनीला खूप आवडायच्या. आपण डॉक्टर व्हायचंच असं तिघींनी ठरवलं होतं.

पण त्यांचं भवितव्य त्यांच्या हाती थोडंच होतं?

अंजनीच्या वर्गात जशा तिच्या समाजातल्या मुली होत्या. तशाच परांजपे, नेने, पाठक, जोशी...अशा ब्राम्हण घरांतल्या मुलीसुद्धा होत्या. त्यामधली सुधा ही अंजनीची खास मैत्रिण होती. गोरीपान, घारे डोळे, स्वच्छ बोलणं, नीटनेटकं राहणं या साऱ्या गोष्टींनी अंजनीला सुधाचं खूप कौतुक वाटायचं. सुधाचे आजोबा पाठकशास्त्री हे उच्चशिक्षित ब्राम्हण होते. ज्योतिषशास्त्राचा त्यांना नाद होता. घरचं वळण जुनाट पद्धतीचं असलं, तरी विचारानं मात्र तें सुसंस्कृत होते. घरच्या लेकी सुनांना उत्तम संस्कार त्यांनी दिले होते. शिवाय नवविचारांप्रमाणे मुलींना शिक्षण हे आवश्यक आहे. हेसुद्धा त्यांना पटलेले होते. म्हणूनच त्यांच्या घरच्या सुधा, विमल या मुलींना त्यांनी मिशनरी स्कूलमध्ये दाखल केलं होतं. मुलींशी मनमोकळं बोलून त्यांच्या जीवनाची नव्या आणि जुन्या विचारांशी सांगड घालण्याचा ते प्रयत्न करत होते. या वातावरणामुळेच सुधाचा स्वभाव आनंदी बनला होता.

एके दिवशी दुपारच्या सुट्टीत सुधानं आग्रहानं अंजनीला आपल्या घरी नेलं. आपल्या मावसबहिणीच्या घराशिवाय आजवर अंजनी इतर कुणाच्याही घरी गेली नव्हती. सुधाचं प्रशस्त घर, एकत्र कुटुंब, नऊवारी साडी नेसून ओचा पदर खोचून चटाचटा घरची कामं करणाऱ्या सुधाच्या घरच्या सर्व स्त्रिया बघून अंजनी थक्क झाली. किती गोऱ्यापान भरदार अंगबांध्याच्या हसतमुख होत्या त्या सर्व! चेहऱ्यावर तृप्त, सात्त्विक भाव होते. हाताच्या गोल मनगटांवर ठसठशीत सोन्याचे बिलवर, पाटल्या चमकत होत्या आणि कपाळावर कुंकवाचा मोठा ठसा...

माजघरातल्या पाटावर बसवून अंजनीला सुधाबरोबरच त्यांनी दही भात, मेतकूट, एका ताटलीत वाढून खाऊ घातलं. प्रेमानं तिची विचारपूस केली. मधल्या वेळेचं खाणं आटोपून सुधा अंजनीला आपल्या आजोबांकडे घेऊन गेली. बोरूनं कागदावर कांही लिहिण्यात ते मग्न होते.

“आजोबा, ही बघा माझी मैत्रिण, अंजनी मालपेकर.”

हे नांव ऐकतांच त्यांच्या भिंवया आश्चर्यानं वर गेल्या. चष्म्यातून ते अंजनीच्या चमकदार डोळ्यांकडे बघत म्हणाले,

“भाग्यवान आहेस बरं पोरी! राजयोग आहे नशिबात. पायांत सोनसाखळ्या घालशील. तशीच चांदीच्या आसनांवर बसशील, सोन्या नाण्यांची बरसात होईल. पण या राजयोगापेक्षा तुझा संन्यासयोग प्रबळ आहे. भाग्ययोग म्हणतात त्याला.”

त्या दोघींना त्यामधलं कांहीच समजलं नाही. पण अंजनीला त्यानंतरचे अनेक दिवस सुधाचं घर आठवत होतं.

श्रावण महिन्याचे दिवस होते. मुंबईमधल्या सर्व हिंदूच्या घरी श्रावणाचे उपास, व्रत श्रद्धेने पाळले जायचे. त्याचप्रमाणे मारवाडी समाजातसुद्धा श्रावणातच अधिक सण व व्रते पाळली जात असत. भेंडीबाजार मधला घोरजीनाथचा डेरा हा मारवाड्यांचा सर्व डेऱ्यांपेक्षा मोठा मानला जाई. श्रावण महिन्यातल्या सणावारी प्रत्येक मूर्तीवर हिऱ्या-रत्नांचे अलंकार घालण्याची जणू चढाओढच लागलेली असे. आज घोरजीनाथच्या अंगावर हिऱ्याची आंगी चढविण्याचा दिवस होता. त्या निमित्ताने घोरजीनाथच्या डेऱ्यांत आज सकाळपासूनच गर्दी उसळली होती. देवाच्या पायापासून ते डोक्याच्या किरीटापर्यंत हिऱ्याचे जवाहिर चढवले जात होते. जिथे कुठं मोकळी जागा राहिली तिथं गोंदाने हिरे चिकटवले जात होते. डेऱ्याच्या भिंतीवर खांबावर मोठे बिलोरी आरसे आणि आरशांचे चकचकीत तुकडे बसवले होते. घोरजीनाथच्या अंगावरच्या हिऱ्यांची प्रतिबिंबे भिंतीवर खांबावर चमकत होती. सारे देवभोळे भक्त डोळे भरून घोरजीनाथाचं दर्शन घेत होते. मूर्तीचा पुजारी आंगीचा लिलाव पुकारत होता.

‘मोतीशेटनी आंगी दस मण घी’

म्हारा पंदरा मण

म्हारा तीस मण

तूप देणाऱ्यांचे दर वाढत होते. त्यातून आजच्या आंगी चढवण्याचा खर्च निघणार होता. पूजेच्या मंत्रोच्चारांचे आणि आंगीचा लिलाव पुकारण्याचे आवाज साऱ्या भेंडीबाजारात पसरले होते. भेंडीबाजारात आनंदाचे वातावरण पसरले होते. जसा मारवाडी समाज डेऱ्यांत जमला होता. तसा त्याच भेंडी बाजारातल्या दर्ग्यात आज अनेक मुसलमान नमाज पढत होते.

त्या भागात राहणाऱ्या नजीरखाँच्या घरी आज मोठी मेजवानी होती. त्या निमित्ताने सारे सगेसोयरे, निमंत्रित, कलावंत आज भेंडीबाजारमधे नजीरखाँच्या घरी जमले होते. मेजवानीला सुरूवात करण्यापूवी सारे मशिदीत जाऊन पीरबाबा समोर नमाज पढत होते.

मूळचे मुरादाबादच्या बिजनूरचे तिघे बंधू छज्जूखाँ, नजीरखाँ आणि खादीम हुसेनखाँ हे मातब्बर गायक मिया तानसेनच्या परंपरेतील होते. त्यांचे वडील उस्ताद दिलावर हुसेनखान यांनी आपल्या तिन्ही मुलांना संगीताची उत्तम तालीम दिली होती. छज्जूखाँनी तर ग्वालीयर घराण्याच्या उस्ताद इनायत हुसेनखाँकडे संगीताचे पाठ घेतले होते. अत्यंत दर्जेदार, शास्त्रशुद्ध अशा खानदानी गायकीचा वारसा सांभाळत हे तिघे बंधू भेंडीबाजारात डेरेदाखल झाले होते.

त्याकाळी असे अनेक बुजुर्ग गायक मुंबईत स्थायिक झाले होते. संगीत आणि नाटक याकडे सुसंस्कृत समाज थोडा अलिप्तच नजरेने बघत असे. गाणारा किंवा नाटक्या असे म्हणून माणसे अशा माणसांना थोडे दूरच ठेवत. संगीत ही कला आहे आणि त्या कलेला एक शास्त्रशुद्ध बैठक आहे ही कल्पनाच मुळी सुसंस्कृत समाजाला अमान्य होती. पंडित भातखंडेसारखी ज्ञानी माणसे त्यावर संशोधन करत होती. मुळाशी जाऊन काही शोध घेऊन त्यावर ग्रंथलेखन करण्याचे काम करत होती. याच संदर्भात भातखंडे आणि नजीरखाँ यांची मैत्री जमली होती. त्या निमित्ताने भातखंडेचं भेंडीबाजारात येणं जाणं होत असे. नजीरखाँनी घराण्याच्या परंपरागत रागदारीत खंडमेर गायन पद्धती विकसित केली होती. त्याची प्रत्येक आलापी, गमक, सूत आणि मिंड यांनी खुलत असे आणि अशी आलापी सादर करताना जो दमसांस हवा, त्यासाठी किती प्रचंड मेहनत नजीरखाँनी घेतलेली आहे हे भातखंडे जाणून होते. गणिती पद्धतीने तानांच्या पलट्याचे जे असंख्य प्रकार नजिरखाँनी आत्मसात केले होते त्या त्यांच्या खंडमेर पद्धतीचे पं. भातखंडेंना अपार कौतुक होतं. खंडमेर ही श्रेष्ठ गायन पद्धती आपल्या गायकीत समाविष्ट करून भेंडीबाजारवाल्यांनी भारतीय संगीताला एक अनमोल असा नजराणा बहाल केला होता. त्याचं मोल पं. भातखंडे जाणून होते. आणि संगीत कलेला एक शास्त्रशुद्ध बैठक आहे; या पं. भातखंडेच्या सिद्धांताला भेंडीबाजार घराण्याच्या खंडमेर गायन पद्धतीने भक्कम असा आधार मिळाला होता.

पं. भातखंडेंना या तिन्ही बंधूंबद्दल खूप आदर होता. केवळ भातखंडेच नव्हे तर मुंबईत येणाऱ्या अनेक कलावंतांना भेंडीबाजारचाच आधार असे. शिकण्यासाठी किंवा शिकवण्यासाठी जे कलावंत उत्तरेकडून मुंबईत येत त्यांना हॉटेलचा खर्च परवडण्यासारखा नसे. असे अनेक कलावंत नजिरखाँच्या भेंडीबाजारच्या कुटुंबात सहज सामावून जात असत. अनेक युवक त्या कुटुंबाचाच एक हिस्सा बनून राहत.

उस्ताद मम्मनखान, शमीरखान, महंमदखान, ग्वालबक्ष, झंडेखान, मियांजानखान आणि चांदरखान यासारखे अनेक युवक नजिरखाँ व बंधूंचे शिष्य यांची भेंडीबाजारात सतत वर्दळ असे. एक मशीद व एक घोरजीनाथांचा डेरा या दोन पवित्र अशा

धर्मस्थानांपेक्षा नजीरखाँचे घर हेंच त्यांच्या शिष्यांचे तीर्थस्थान बनले होते. लोक आता त्यांना भेंडीबाजार घराणे म्हणून ओळखू लागले होते.

दर्गा किंवा डेरा यांच्या इतकीच वर्दळ भेंडीबाजारवाल्यांच्या प्रशस्त घरांत सुरू असे. स्वतःचं असं मोठं कुटुंब...त्यांतच येणारा शिष्य परिवार उत्तरेकडून येणारे कलावंत यांची सतत ये-जा सुरू असे. घरांतून अखंड गाण्याचे सूर ऐकू येत. रस्त्यावरून जाणारे येणारे क्षणभर थबकून कौतुकाने या घराकडे बघत.

त्या घरांतला मुबारक अली हा नजिरखाँचा मुलगा संगीताचे प्राथमिक धडे घेत होता. तर छज्जूखाँचा मुलगा अमान अली अजून खूप लहान होता.

हे सर्व घराणं अत्यंत बुद्धिमान होतं. छज्जूखाँनी तर स्वतंत्रपणे अमर या नावाने बंदिशी लिहिल्या होत्या आणि खंडमेर गायकीत त्या बंदिशी चपखलपणे बसवल्याही होत्या. आपल्या भावांचा, शिष्यांचा आणि घराण्याच्या गायकीचा नजिरखाँना खूप अभिमान होता. पण गर्व नव्हता. प्रत्येक कलावंताच्या पदरी जी कला असते. कंठात जो सूर असतो. ती सर्व अल्लामियांची देणगी असते. असं त्यांना मनापासून वाटत असे.

मुंबईसारख्या परक्या नगरीत परमेश्वराने त्यांचं कुटुंब सुखरुप राखलं होतं. कुणाला कांही कमी पडत नव्हतं. सारं कुटुंब गुण्यागोविंदानं एकत्र नांदत होतं. संगीतसाधना सुरू होती. चारमाणसे ये-जा करत होती. घराण्याला नांव प्राप्त झालं होतं. नजिरखाँ तृप्त होते.

पण आज त्यांच्या घरच्या मेजवानीचं कारण मात्र खूप वेगळं होत. आज त्यांचा सर्वात छोटा भाऊ विलायतखान मॅट्रीक पास झाला होता. तो स्वतः उत्तम कलावंत होताच. मुसलमान घराण्यातला मुलगा मॅट्रीक पास होणं, शिकणं हीच अपूर्व गोष्ट होती. पण त्यानं व्यापारात लक्ष घातलं होतं. त्याच्या हाताला यशच यश मिळालं होतं. त्याच्या आधारावर हा प्रचंड कुटुंबकबिला उभा होता.

मशिदीत नमाज पढून सारे निमंत्रित एक एक करत बैठकीवर स्थानापन्न होत होते. मुबारकअली, विलायतखान, छोटा अमान अली पाहुण्यांना अत्तर-गुलाब देत होते.

एका मुस्लीम कलावंत घरातला व्यापार करणारा व शिकलेला मुलगा म्हणून विलायतखानची सर्वजण वाहवा करत होते. त्याला व नजिरखाँला मुबारक बात देत होते.

तिघांही भावांच्या मनात समाधान दाटून आलं होतं. आजवर त्या घराण्यानं संगीताच्या कावडी वाहिल्या होत्या. एकनाथाने काशीची गंगा कावडीतून रामेश्वरला जशी पोचवली होती. त्याप्रमाणेच नजिरखाँच्या भेंडीबाजार घराण्याने संगीताची कावड खांद्यावर घेऊन ती संगीतगंगा दक्षिणेत आणली होती. आज विलायतने

मॅट्रीकची परीक्षा पास होऊन त्या कावडीवर मानाचा तुरा चढवला होता.

गणपती उत्सव जवळ आला होता. येत्या गणपतीत नारायणरावांच्या घरी गाण्याचे निमंत्रण आले होते. त्या निमंत्रणाचा नजिरखाँ विचार करत होते. नारायणरावांचा व नजिरखाँचा काब्राजी क्लबमध्ये परिचय झाला होता. नारायणरावांची पत्नी उत्तम गायिका आहे. हे नजिरखाँ ऐकून होते. पण तिचं गाणं नजिरखाँनी अजून ऐकलं नव्हतं. पण या सर्व कलावंत स्त्रियांचे कलेचे प्रेम ते जाणून होते. अशा कलावंत घरांत जाऊन बैठक करण्यांत एक वेगळा आनंद असे. नजिरखाँनी अशा आमंत्रणाचा नेहमीच आदर केला होता.

गेले तीन दिवस छमियाबाईकडे मोठी दावत सुरू होती. मुंबईतील सारे बुजुर्ग आवर्जून हजर होते. उत्तर हिंदुस्थानातून मुंबईत स्थायिक झालेली छमियाबाई तिच्या ढंगदार गायकीने रसिकमान्य ठरली होती. मुंबईत अशा दावती वारंवार होत व त्या मैफलींचा हेतूच हा असे की सर्व कलाकारांच्या गाठीभेटी व्हाव्यात. नवीन गायक वादकांना बुजुर्गांचे गाणे ऐकण्याची संधी मिळावी. या दावतीमध्ये वातावरण खेळीमेळीचे असे. मुंबईत उत्तर हिंदुस्थानचे मोठेमोठे उस्ताद त्यावेळी डेरेदाखल झाले होते. तशी त्या सर्वांची परिस्थिती हलाखीचीच असे. मुद्दाम आवर्जून संगीत मैफल ऐकायला जाणारे रसिक खूप थोडे. म्हणून जर एखाद्या रईस माणसाला गाणे पसंत पडले तरच दोन चार मैफलींचे निमंत्रण मिळत असे व चार दिवस व्यवस्थित राहता येत असे. या सर्व गायकांना गोमंतकीय कलावंत घरच्या मुलींना गाणं शिकवायच्या शिकवण्या मिळत व त्या शिकवण्या हेच एक उपजीविकेचं महत्त्वाचं साधन बनून जाई.

छमियांने मात्र मुंबईत चांगला जम बसवला होता. मोठे मोठे धनाढ्य लोक तिचे गाणे ऐकण्यात किंवा तिची मैफल ठरवण्यात धन्यता मानत असत. ताडदेवच्या पारसी समाजाच्या कलोत्तेजक संघात किंवा नातूंच्या गायन शाळेत छमियाच्या जाहीर बैठकी होत. छमियानं एक दावत देण्याचं ठरवलं आणि सर्वांना निमंत्रणं पाठविली गेली. या दावतीसाठी छमियानं महारबावडी पोलीस स्टेशन जवळचा एक बंगलाच चार दिवसांसाठी भाड्याने घेतला होता. साऱ्या हिंदू गवयांना मुसलमान दावतीमधले जेवण निषिद्ध असे म्हणून दावतीपूर्वीच सर्वांना शिधा पोचवण्याची व्यवस्था केली गेली होती. दावतीची आठवण म्हणून भेटवस्तू देण्यासाठी चांदीची ताटं, वाट्या खास ऑर्डर देऊन बनवून घेतली होती. सारी व्यवस्था छमिया जातीनं बघत होती. आज प्रथमच तिच्या घरी इतके मोठे कलावंत येणार होते. त्याचं सारं आदरातिथ्य नीट व्हायला हवं होतं.

कोणतीही कसूर रहायला नको होती.

या दावतीचं छमियाबाईला खूप अप्रूप वाटत होतं. तिला साऱ्या बुजुर्ग कलावंतांचं आदरातिथ्य करण्याची एक संधीच या दावतीनं उपलब्ध झाली होती. या निमित्तानं त्यांचे जे आशीर्वाद मिळणार होते. ते तिला फार मोलाचे वाटत होते. त्या आशीर्वादांच्या बळावरच तर ती इथवर पोंचली होती.

छमियाच्या घरी चांदीची पानदानं, गुलाबदाण्या, अत्तरदाण्या, हुक्के, गुडगुड्या हे सारं सामान येत होतं तसंच दावतीच्या मेजवानीसाठी खास खाद्यपदार्थांची तयारीही चालू होती. उत्तर हिंदुस्थानी ढंगाचे जेवण बनवणारे रसोये शोधून त्यांना जेवणाच्या तयारीला लावलं होतं.

बंगलीच्या बाहेरच्या बाजूला रंगीबेरंगी दिव्यांच्या माळा सोडल्या होत्या. बंगलीच्या बाहेरच्या प्रशस्त शामियान्यात मेजवानीची तयारी ठेवली होती. तर बंगलीच्या भव्य दिवाणखान्यांत लोड, तक्यांच्या बैठकी सजल्या होत्या. फुलांच्या माळांनी सारी मैफल सजली होती. ठेंगण्या बांध्याची अस्सल उत्तर हिंदुस्थानी सौंदर्यवती छमिया सर्वांची अगत्यानं विचारपूस करत होती.

गेले तीन दिवस त्या परिसराला अभिजात संगीतानं भिजवून टाकलं होतं. तिथं हजेरी लावणाऱ्या प्रत्येकानं जीव ओतून आपली बैठक रंगवली होती. दिलखुलासपणे एकमेकांची वाहवा केली होती. त्या सुंदर वातावरणातून बाहेर निघणं सर्वांना जड झालं होतं. बंगलीच्या दरवाजापाशी प्रत्येकजण छमियाचा प्रेमानं निरोप घेत होता. नथ्थनखाँ, वर्कतुल्लाखाँ सतारिये रहिमतखाँ, तेलंग बंधू अल्लादियाँ खाँ, अलिहुसेन, अबदुल करीम खाँ, भास्करबुवा बखले, पंडित भातखंडे, छज्जूखाँ, खादिमहुसेन खाँ, नजीरखाँ याखेरीज या सर्वांचे शिष्य, सर्वजण छमियांला दुवा देत होते. छमियाला धन्य धन्य वाटत होतं.

नजीरखाँ आणि पंडीत भातखंडे यांच्यासाठी मागवलेली बग्गी बंगलीच्या दरवाजात उभी होती. त्या दोघांना निरोपादाखल वाकून नमस्कार करताना छमियां म्हणाली,

"माझं भाग्य थोर, म्हणून आपले सर्वांचे पाय माझ्या गरीबखान्याला लागले, बस्स आपला आशीर्वाद असू द्यावा."

तिचे डोळे भरून आले होते. या दावतीसाठी तिनं भरपूर खर्च केला होता. खूप परिश्रम घेतले होते. सारे पाहुणे तृप्त होऊन तिला आशीर्वाद देत परतले होते. छमियाच्या चेहऱ्यावर कृतकृत्य भाव उठले होते.

पहाटे चारची वेळ होती. शेवटची मैफल नुकतीच संपली होती. त्या भैरवीचा मदिर स्वर अजूनही वातावरणाला लपेटून होता.

बनारसी पांढऱ्या शालूचा सलवार कमीज घातलेल्या छमियानं काळी चंदेरी

ओढणी माथ्यावरून घेतली होती. ओढणीची नाजूक लाल किनारपट्टीची महिरप तिच्या गोऱ्या चेहऱ्याला खुलून दिसत होती. चवथीची नाजूक चंद्रकोर असावी तशी छमिया पहाटेच्या त्या संधीप्रकाशात भासत होती. तिला आशीर्वाद देऊन नजीरखाँ म्हणाले,

"बेटी, अल्ला तुला सदा खूष ठेवेल. खूप खर्च केलास. सर्वांना एकत्र आणणं हे काम सोपं नव्हतंच, पण ते तू केलंस. मन खूष झालं."

त्यांना अदबीनं सलाम करत, छमिया म्हणाली,

"आपकी दुवा है खाँसाबजी."

"छमिया, अशा गाठीभेटी वारंवार व्हायला हव्या आहेत. तसं पाहिले तर या मुंबईत आपण सारेजणच पोरके आहोत. एवढा मोठा संगीताचा खजिना घेऊन, आपण सर्व उत्तर हिंदुस्थानातून इथं आलो. मुलुख सुटला. रिश्तेदार मागं राहिले. इथे सोबतीला आहे तो गुरुंनी दिलेला संगीताचा मौल्यवान ठेवा. आणि कधी मधी भेटणारे सारे मित्र. प्रत्येकजण परिस्थितीशी सामना करतो आहे. पण मुंबईत जम बसणं खूप कठीण!

कधी कधी गावाची याद येते. सामान्य माणूस म्हणून जन्मलो असतो ना तर गावची डाळरोटी खात आनंदानं जगलो असतो. पण काय करणार? अल्लामियानं कलावंताचा जन्म दिला. गळ्यात सूर दिला तेव्हाच लोखंडाचे चणे पचवण्याचा वारसाही आपोआप आला, या सर्व लढाईत सुख एकच. ते म्हणजे, या अशा दावती. या दावतींमधून भेटणारे बुजुर्ग आणि त्या सर्वांचं वेगवेगळ्या ढंगाचं गाणं व ते ऐकता येणं. वाऽह बेटी, गेले तीन दिवस आनंदात गेले. भरपूर ऐकलं, भरपूर गायलो, अल्ला तुला उदंड यश आणि पैसा देईल. पण छमिया संगीतावरचं हे प्रेम मात्र कधी हरवू नकोस."

"जी खाँसाबजी."

छमिया संकोचून म्हणाली.

दरवानानं बग्गीचा दरवाजा उघडला. पंडितजी आणि नजीरखाँ दोघे बग्गीत बसले. पंडितजींनी छमियाला हात जोडून नमस्कार केला. बग्गीत मिठाई, फळफळावळे, शाली, चांदीच्या भेटवस्तू सारं आधीच ठेवलं होतं.

"या अल्ला तेरी दुवाँ."

खाँसाहेबांनी अल्लाकडे दुवाँ मागितली बग्गी चालू लागली. त्या नीरव पहाटेवेळी सारी मुंबईनगरी साखर झोपेत होती. दूधवाले भय्ये, सामान वाहाणारे हेटकरी, दिवसपाळीला जाणारे कामगार अधूनमधून दिसत होते. दिवसभराचा ट्रामचा बसचा खडखडाट अजून सुरू व्हायचा होता. घोड्यांच्या पाऊलांचा टपटप आवाज फक्त कानावर पडत होता. पहाटेच्या थंडगार वाऱ्याने वातावरण

प्रसन्न झालं होतं.

"पंडितजी बोलत का नाही?"

नजीरखाँनी भातखंडेंना विचारलं.

"विचार करतोय मी खाँ साहेब! सध्या एका संस्कृत ग्रंथाची जुळवाजुळव चाललीय त्या संदर्भात. या हिंदुस्थानची मूळ भाषा संस्कृत. त्या संस्कृत भाषेतून निर्माण झालेल्या या इतर भाषा आणि त्या भाषांमधून गायलं जाणारं हे संगीत. त्या संगीताचे वेगवेगळे ढंग. एकच राग पण तो पेश करण्याचा उत्तर हिंदुस्थानी ढंग वेगळा तर कर्नाटकी वेगळा. पद्धत वेगळी. केवढं भव्य विराट स्वरूप आहे या भारतीय संगीताचं?

भगवद्गीतेत श्रीकृष्णाचं विराट स्वरूप पाहण्यासाठी अर्जुनाला दिव्य चक्षु धारण करावे लागले असा प्रसंग आहे. तसं मला वाटतं हे संगीत समजून घ्यायचं तर एक जन्म पुरणार तर नाहीच. पण हे दोन कानही अपुरे आहेत. जेंव्हा एखादी अस्सल चीज कानावर पडते ना, तेंव्हा माझं मन आपोआप त्यामागचे संस्कृत शब्द शोधत रहातं. त्या चीजेचा मूळ भाव व्यक्त करणारे संस्कृत शब्द नेमके कोणते असतील याचा शोध माझं मन घेत असतं. "

पंडित भातखंडे बोलत होते.

"सुभानल्ला! भाग्यवान आहात पंडितजी. प्रत्येक चीजेचा मूळ गाभा म्हणजे शब्द. त्या शब्दांचे भाव व्यक्त करत करत, राग विस्तारत जातो. जसा रंग चढतो. तसे मग शब्द हे शब्द उरतच नाहीत. शब्द आणि भावना दोन्ही संगीतात भिजून जातात. शब्द, भाव आणि सुरांचं मीलनच अस्सल गायक त्या चीजेतून व्यक्त करत असतो; पण आपण तर त्या मीलनाचा मूळ स्वर शोधता पंडितजी हा मूळ स्वर ना संस्कृत ना उर्दू ना हिंदी. त्या मूळ स्वराला भाषा नसते. कारण तो सूर म्हणजेच नादब्रम्ह! ओंकार!!" नजीरखाँ भारावून म्हणाले,

"वा वा खाँसाब, अगदी मूळ ब्रम्हाचाच अर्थ सांगून गेलात, आपण दोघांनी एकत्र येऊन करण्यासारखं खूप काम आहे. हा ग्रंथ पूर्ण करताना जर आपण थोडे जवळपास असाल तर बरचसं काम मी सहजपणे करू शकेन. कारण ख्यालाची मूळ चीज किंवा बंदिश जी असते. तिचे शब्द, मूळ शब्द मी शोधतो आहे. व आपला शोधमार्ग एकच! आपण मला वेगवेगळ्या चीजांची माहिती द्यावी. मी त्याचा उगम शोधत जाईन, हे फार अवघड काम आहे; पण कुणीतरी करायला हवं, विशाल अशा या भारतीय संगीताची शास्त्रशुद्ध माहिती कुठंतरी शद्बबद्ध करून ठेवणं खूप गरजेचं आहे. नाहीतर हे सर्व काळाच्या ओघांत पुढे पार नष्ट होऊन जाईल."

पंडितजी गंभीरपणे बोलत होते.

"खरं आहे आपलं म्हणणं. आता माझ्या गुरूंनी जे गाणं मला शिकवलं ते त्यांना त्यांच्या गुरूंनी शिकवलेलं व त्यापूर्वी त्यांचे गुरू. असा हा वारसा चालत आला आहे. आता मी हे गाणं कुणी चांगला शिष्य, शोधून त्याला द्यायला हवं. आज परिस्थिती अशी आहे की या मुंबईत गुरू उदंड आहेत. पण ती गुरूविद्या पेलणारा एक चांगला शिष्य मिळणं कठीण. असा शिष्य, जो निष्ठेनं गाणं शिकेल आणि एक व्रत म्हणून ते जपेल. आता मी आणि माझा भाऊ मिळून पन्नास साठ शिकवण्या करतो. त्यांमध्ये सरल, बाबली, कमल, वत्सला, बाका, नर्मदा अशा अनेक मुली आहेत सर्वांना देवानं गोड गळा दिला आहे. खरोखरच मनापासून प्रयत्न केला, तर या मुली चांगलं गाऊ शकतील. पण तसं होणार नाही. गाणं, नाचणं हा त्यांचा पेशा आहे. त्यांच्या उपजीवीकेचं साधन. मग तो एक प्रकारे धंदाच झाला, पण कला वेगळी आणि धंदा वेगळा! एकदा कलेला बाजारी. स्वरूप आलं की मग काही खरं नाही. पण यात या मुलींचा कांही दोषही नाही. त्यांनीपण आपल्यासारखांच कलेसाठी गोवा सोडला. पण शेवटी जगवण्यासाठी त्यांची कला हेच त्यांचं साधन बनलं. आपण तरी दुसरं काय करतो? उपजीविका करण्यासाठीच मग या शिकवण्या!"

पण पंडितजी, माझ्याजवळ जो संगीताचा खजिना आहे त्याचा भार मात्र असह्य वाटतोय. माझा मुलगा मुबारक अली माझ्याजवळ तालीम घेतो आहे. इतरही कांही तरुण मुलं आली आहेत खरी...पण कुठेतरी कांहीतरी उणीव जाणवते हे पण खरं..."

नजीरखाँच्या बोलण्यावर पंडितजी हसले, ते म्हणाले,

"खाँसाब विद्या ही दान केल्याने शोभते हे तर खरं? जितक्या जणांना द्याल तेवढी ती वाढेल. हा भारतीय संगीताचा वृक्ष फुलायला हवा असेल तर प्रत्येक नव्या धुमाऱ्याची काळजी घ्यायला हवी. नवीन रोपं रुजवायला हवीत, म्हणून म्हणतो की मुबारक व इतरांवर मेहनत तर घ्याच. पण नवीन गळ्याचा शोधही घेत राहा. कोण जाणे परमेश्वरानं कुणाच्या गळ्यात तो सूर पेरला असेल? पण एक नाव सुचवतो. नारायण, वामन, राम यांना आपण ओळखता? काब्राजी क्लबात आपण नेहमी भेटतोच. नारायणाची मुलगी अंजनी आठ वर्षाचीच आहे. पण मी ऐकलं की कोंडूशेटच्या बैठकीत ती फार विश्वासानं गायली. त्या मुलीला आपण पारखून घ्यावं. अस्सल हिरा असेल तर त्याला पैलू पाडून आपण त्याचा कोहिनूर बनवू शकता. येत्या गणपतीत नारायणानं त्यांच्या घरी गाण्याचं निमंत्रण दिलेलं आहेच. त्या निमित्तानं आपण त्यांच्या घरी जाऊ आणि मुलीचा कल काय आहे ते पाहून घेऊ. बघू परमेश्वराची काय मर्जी आहे?"

"या अल्ला तेरी दुवाँ, त्याला जे मंजूर तेंच घडणार."

खाँसाब म्हणाले. त्यांच्या मनांत समाधान दाटून आलं होतं.

पहाटेचा कोवळा प्रकाश मुंबईवर उतरत होता. त्या प्रकाशात प्रवास करणारे ते दोन कलावंत भावसमाधीत हरवून गेले होते.

रामबाबा आज सहज म्हणून घराबाहेर पडले. गेला आठवडा त्यांना कोणतेही आमंत्रण आलेलं नव्हतं. कुठं गाण्याचा कार्यक्रम असला की पखवाज, तबला वाजवण्यासाठी रामबाबांना बोलावलं जाई. तेवढेच चार पैसे हाती आले, तर घरी देता येत. त्यांचं कुटुंब मोठं होतं. वामनबाबा आणि वहिनी आता थकले होते. नारायण एकटा नोकरी करणारा होता म्हणून तरी महिन्याला कांही रक्कम नियमितपणे घरी येत होती. नबूला जलशाची आमंत्रणं येत. कधी कुणी रसिक घरी तिचं गाणं ऐकायला प्रेमानं येत. सोबत त्यांचे स्नेहीजन असत. नबूचा एक चाहता वर्ग होता. तिला नांव होतं. म्हणून तर घरांत आठवड्यांतून एक दोन बैठका तरी होत चांगली बिदागी मिळे. त्यावर घर खर्च निभावून निघे. पण रामबाबाची चिंता वेगळी होती. घरांत डाळभाजीची उणीव नव्हती, हे खरं असलं तरी...त्या घरांत आता दोन मुली वाढत होत्या. त्यांना काही कमी पडू नये म्हणून सारं घरदार लक्ष देत होतं. त्या दोन मुलींची चिंता सर्वांना होती.

नबूबाईच्या बहिणींची घरं गिरगांवातच जवळपास होती. त्या घरांतून सदैव पैशांची चणचण असे. एक दिवस ओला...तर दुसरा सुका...अशी तडजोड करत जगणे...त्या सर्वांच्या नशिबांत आले होते. त्या गरीबीचा रामबाबाला धसका होता. त्यांच्या गरीबीचं कारणही त्यानं शोधलं होतं. परंपरा आणि रुढी! त्या घरांतून माणसे उदंड होती. पण घरासाठी राबणारी फक्त एक स्त्री असायची. तिच्या जीवावर सारं कुटुंब आरामात आणि आळसात दिवस काढत असे. त्या स्त्रीजवळ त्यांच्या उदरनिर्वाहासाठी जे साधन असे ती असे, तिची कला...तिचं गाणं...थोडं फार नृत्य आणि तिचं सौंदर्य...यांच्या बळावर तिनं कुणाच्या तरी आश्रयानं...त्याची मर्जी राखत...स्वतःची इच्छा असो वा नसो...आपलं जीवन समर्पित करायचं. या रुढीची रामबाला चीड येई. त्या घरांत वाढणारे मुलगे मोठे झाल्यावर त्या घरचे कर्तव्यशून्य पुरुष बनत आणि मुली बिचाऱ्या लहानपणापासून नृत्य, गाणं शिकू लागत. मोठ्या झाल्या की दावणीला बांधल्या जात.

रामबाबा बघत होता. मुंबईत आजूबाजूला जी इतर समाजातली मुलं होती. ती शाळा शिकत होती. व्यापाऱ्यांची मुलं पुढं व्यापारांत लक्ष घालत होती. आपआपल्या वाड वडिलांची दुकाने व्यवसाय बघू लागत. पण एक रामबाबाचा समाजच असा होता...कीं त्या समाजामधले मुलगे जे वाढत होते...त्यांनी करण्यासारखं

काहीच नव्हतं. तबला, सारंगी किंवा पखवाज वाजवून कुणाची तरी साथ करणारे काही थोडेजण होते. पण बहुतेक सर्वांनी, घरच्या बाईने कमावून आणलेल्या दौलतीवरच आपले संसार थाटलेले असत. त्यांच्याशी लग्न करून घरांत येणारी नवीन मुलगी. तिचा सारा भार पुन्हा घरच्या बाईवरच पडलेला बघून रामबाबाचा जीव कळवळून जाई. म्हणून त्यानं स्वतः लग्नच केलं नव्हतं, त्याच्या वहिनीनं अनेकदा त्याला लग्नाबाबत विचारलं होतं. तो विषय निघाला कीं रामबाबा उसळून म्हणे,

"लग्नं आणि कित्याक जाय ते? हाँव कोण गवरनादोर का कोण गो वैने? बायलेंक पोंसतलो कसो?"

"आम्ही तुजी कोण्णंच ना रे भावजी? जी पेज आमी जेवता तींच तिका दितले!"

"तुम्ही? तुमी म्हंजीच आसा. पण तुमचे जिवावर बायल हाडू घरांत? मगीर म्हजो पुरुषार्थ कसलो तर? हांव कित्यें जोडता पळे, तितून म्हजे पोट भरपाची पंचायत...थंय बायलेक कितें घालतलो?"

रामबाचे हटवादी उत्तर ऐकून वहिनी गप्पच बसे. पण रामबाने लग्न केले नाही, तरी त्याच्या समाजांत इतर मुलांची लग्नं होत होती. मुलं वाढत होती. रुढी, परंपरा घट्ट रुजत होती. आजूबाजूला 'छोडो भारत' आंदोलन ऐन भरांत येत चालले होते. समाजसुधारकांनी समाज सुधारण्यांत स्वतःला झोकून दिलं होतं. कांही चांगले बदल घडतही होते. पण ते फार वरवरचं आहे असं रामबाला नेहमी वाटे.

तिथं गोव्यातल्या त्याच्या समाजांत अजूनही अनेक लाचार प्रथा अस्तित्वांत होत्या; पण मुंबईत आलेल्या त्याच्या समाजातही फारसा बदल झाला नव्हता. मुंबईत आल्यानंतर, अन्नपाण्याची सोय झाली होती हे खरं...पण अन्न, पाणी तर जनावरंसुद्धा मिळवतात. जर माणूस म्हणून जगायचं तर यापेक्षा चांगलं जगता आलं पाहिजे असं रामबाबाला वाटायचं, नबूच्या घरांत जर एखादा मुलगा जन्माला आला असता, तर रामबाबानं त्याला खूप शिकवलं असतं...पण

नबूच्या घरी दोन्ही मुलीच जन्माला आल्या होत्या. त्या देखील सुरेल गळ्याच्या आणि देखण्या... रामबाबा मनातून निराश होता. तरीसुद्धा या दोन मुलींवर त्यानं लक्ष ठेवलं होतं. त्यांना शाळेत घातलं होतं. त्यांना वाचनाची आवड लावली होती. चांगले संस्कार देण्यासाठी रामबाबा धडपडत होता. त्याचं घर, त्या घरच्या मुलींना तो प्राणपणानं जपणार होता. अनिष्ट रुढींना बळी पडू देणार नव्हता. असाच विचार इतर घरच्या पुरुषांनी करावा असं रामबाबाला मनापासून वाटे, त्यांसाठी तो घरोघरी जाऊन या विषयावर बोलत असे. अनेकांना त्याचे

विचार पटत व अशा पुरुषांचाच मग एक नवा समाज निर्माण झाला होता.

"गोमंतक मराठा समाज!"

या सर्व उलाढालीत रामबाबा अखंड व्यग्र असे. या नव्या विचारांनी तो झपाटून गेला होता. इतर सर्व जाती, धर्माच्या संस्था होत्या क्लब होते, तसेंच आपल्या समाजामधले पुरुष एकत्रित आणून एक संस्था स्थापन करावी असे रामबाबाच्या मनाने घेतले होते. नवीवाडी मधल्या मुलींच्या शाळेचा फादर ज्यो बाबा हा आजकाल रामबाबाचा चांगला मित्र बनला होता. त्याच्याबरोबर बोलून रामबाबाला अनेक नवीन विचार समजत. नवा बदलता समाज समजे. आजही घरच्या परिस्थितीने अस्वस्थ झालेल्या रामबाबाची पाऊले आपसूकच शाळेच्या दिशेला वळली.

ती शाळा, तिथं आनंदानं किलबिल करणाऱ्या मुली...त्या मुलींपेक्षा मूल झालेला ज्यो बाबा, सेवाभावी वृत्तीने काम करणाऱ्या सिस्टर्स...हे सारं रामबाबाला मनापासून आवडत असे.

काळी फरशी घातलेल्या छोट्याशा चौकात एक आंब्याच्या झाडाचा पार होता. त्या झाडाखाली बसून मुली कविता गात होत्या. कविता शिकवणारी सिस्टर पाराच्या कट्ट्यावर बसली होती. ते दृश्य बघून रामबाबा खूष झाला.

'हां. अश्शेच जाऊं जाय. मुलींनी गायलं पाहिजे. मोकळ्या हवेत खेळलं पाहिजे. भुरगी ती! फुलांबाशेन नाजूक. तेंनी अशेच फुलू जाय.'

ते दृश्य बघत समाधानानं रामबाबा पुटपुटला. अंजनी, बुचीपण त्या मुलींमध्ये होत्या, त्यांना बघून आनंदाने रामबाबा ज्यो बाबाच्या ऑफिसकडे वळला; पण आज नेहमीप्रमाणे ज्यो बाबानं त्याचं उत्साहानं स्वागत केलं नाही. एकवार 'गुड मॉर्निंग' म्हणून फादर मान खाली घालून लिहू लागला, रामबाबा चरकला.

'आपलं कांही चुकलं तर नाही?'

या विचारानं घाबरतच त्यानं विचारलं,

"काय झालं फादर?"

"काय झालं नाही ते विचारा मिस्टर मालपेकर? इतकं सारं होऊनसुद्धा मी काही करू शकलो नाही. कांही करू शकलो नाही. ओऽह गॉड, मी ते दृश्य विसरु शकत नाही. व्हॉट अ क्रुएल्टी!"

आपल्या उजव्या मुठीने कपाळावरची शीर दाबत ज्यो बाबा म्हणाला. त्याचा गोरापान चेहरा लालबुंद झाला होता. डोळ्यांतून, ओठांतून रक्त टपकेल अशी आरक्तता उतरली होती. अश्रू टपटपत टेबलावरच्या कागदावर पडत होते रामबाबा हतबुद्ध होऊन त्याला बघत होता. थोडा वेळ तसाच गेला. ज्यो बाबा शांत झाला. कोपऱ्यांतल्या बेसिनचा नळ सोडून त्यानं स्वच्छ पाण्यानं चेहरा धुतला.

पांढऱ्या नॅपकिनने चेहरा पुसत तो खुर्चीवर बसला. आता तो सावरला होता.

"सॉरी मिस्टर मालपेकर, माफ करा. पण मी सहन करू शकलो नाही."

रामबाबा काही बोलला नाही. मग ज्योबाबाच सांगू लागला,

"आमच्या शाळेत पाचवीच्या वर्गात नर्मदा नावाची एक ब्राम्हणाघरची मुलगी होती. मुलगी कसली एक छानसं फुलपाखरुच! तिचा मामा समाजसुधारक आहे. त्यानं या मुलीला शाळेत दाखल केलं. अगदी लहान मुलगी 'जस्ट लाइक अ डॉल' पण पहिल्या दिवशीच तिला बघून मी थक्क झालो. शाळेत आलेल्या त्या मुलीच्या गळ्यांत काळा धागा होता. 'मॅरिड?' मी आश्चर्यानं विचारलं तसं मामा खेदानं म्हणाला,"यस फादर अन्फॉरच्युनेटली टु! मॅरिड ! पण मी शिकवणार आहे तिला, सासरी पाठवेन ती शहाणी करूनच!"

"ती छोटी परी, माझ्या या फुलबागेत यायला लागली. हसायला लागली. गाऊ लागली. पण गेला महिना दीड महिना ती गैरहजर आहे म्हणून मी तिची चौकशी करायला गेलो, मिस्टर मालपेकर काय सांगू? नर्मदाचा नवरा वारला म्हणून तिला गांवी नेलं आणि परत पाठवलं ते केशवपन करून...लाल लुगड्यांतली माझी परी बघून माझं काळीज फुटलं. कसं सांगू! दहा बारा वर्षाची पोर. तिनं नवरा पाहिलासुद्धा नव्हता, आता सारा जन्म तिनं कसा काढायचा?"

"फादर त्यांनी माझं ऐकलं नाही हो" म्हणून रडणारी माझी नर्मदा, तिचा मामा...आत्ताच तिला बघून आलो. अजून सावरु शकलो नाही स्वतःला."

ज्योच्या डोळ्यातून अश्रू वाहात होते. रामबाबा आश्चर्यानं ते बघत होता. कोणत्या देशीचा हा ज्यो बाबा, कुणा एका नर्मदेसाठी रडत होता. तिचा कळवळा त्या परकीयाला येत होता. पण अशा हजारो नर्मदा लाल वस्त्राआड रडत होत्या. त्यांचा कळवळा रुढीला येत नव्हता. त्या नर्मदांकडे बघून, परंपरा विकट हसत होती.

रामबाबाच्या घशांत आवंढा दाटून आला. त्याच्याही समाजामधल्या अनेक नर्मदांना वस्त्रालंकारांनी सजवलं जात होतं...पण त्यांचं जीवनही मरणयातनांपेक्षा कमी नव्हतं. त्या गात असताना, आतलं मन रडत असायचं. बेवारशी जिणं किती भयानक असू शकतं हे रामबाबा पहात होता. त्यांना बघून अस्वस्थ झालेला रामबाबा, ज्योबाबाकडे हतबुद्धपणे पहात होता.

"मिस्टर मालपेकर बघितलंत ना, मुली किती सुरेल आवाजांत कविता गात आहेत? हे आज आहे, पण उद्या? तो उद्या मी कसा बदलणार? त्यासाठी मालपेकर, तुम्ही पुरुषांनी दक्ष रहायला हवं. खर तर नर्मदाचा मामा सुधारक वृत्तीचा आहे. पण सारं कुटुंब कर्मठ विचारांचं...त्यांचा समाज परंपरेच्या भिंती उभ्या करणारा...तो एकटा काय करणार? कुणीच एकटा कांही करू शकत

नाही. म्हणून सांगतो. तुम्ही सारेजण संघटित व्हा. लढा या प्रवृत्तींशी, आणि हा लढा तुमचा तुम्हीच द्यायचा आहे. आम्ही परके, परधर्माचे मिशनरीज!''

''खरं आहे फादर, अलिकडे तोंच विचार करतोय. समाजात घरोघरी फिरून सांगतो आहे. लवकरच एखादी, एकविचारी मनाच्या माणसांची एक संस्था स्थापन करण्याच्या मागे मी आहे. घराघरांतल्या पुरुषांना सभासद करून घ्यायचं आहे. त्यांना समजून सांगायचं आहे. ही अनिष्ट रुढी बंद पाडायची आहे.

''रूढी? कोणती रूढी?''

फादरनी विचारलं. रामबाबा गोंधळून गेला कसं सांगणार होता फादरना कीं त्याच्या समाजांत सुधारणा करायची, तर वयांत आलेल्या प्रत्येक मुलीचं लग्न होणं आवश्यक होतं? इतर कुणी तिला स्वीकारणार नाहीत. म्हणून त्याच समाजातल्या पुरुषांनी तिला पत्नीपद द्यायला हवं. फादरना ते सारं कसं सांगणार? सारं अवघड होतं.

रामबाबा चटकन् उभा रहात म्हणाला,

''येतो मी फादर. फार कामं करायची आहेत. पुन्हा येईन.''

तो अस्वस्थ बनला होता. कोट, विजार टोपी घालणाऱ्या त्या किरकोळ माणसाकडे फादर आश्चर्याने बघत होते.

अंगणातल्या गाणाऱ्या चिमण्या घंटेच्या आवाजासरशी वर्गात गेल्या होत्या. अंगण रिकामं होतं. फादर ज्यो आणि रामबाबा त्या मोकळ्या अंगणाकडे पहात उभे होते.

घरी परत जाणारा रामबाबा विचार करत होता. नर्मदेचा! आणि त्याचबरोबर बुची आणि अंजनीचाही.

अलिकडे नबू आणि आजीनं त्या दोघींना गाणं शिकवायचं मनांत घेतलं होतं आणि ते शिकावं लागणारच होतं. चार इयत्ता शिकल्यातरी गाणं त्यांना कसं सोडता आलं असतं? गाणं, नृत्य, वादन या कला आहेत. पण या कला फक्त कलावंत स्त्रियाच पेश करत असत. ब्राम्हण किंवा मराठा घरच्या कुलीन स्त्रियांना तर गाणं ऐकण्याचीसुद्धा मनाई होती.

म्हणूनच मग गाणाऱ्या स्त्रीकडे बघण्याची दृष्टीच बदलून गेली. ती स्त्री फक्त मनोरंजन किंवा विरंगुळा ठरू लागली. या दृष्टीनं तिच्याकडे बघणारा समाज आपण बदलू शकत नाही. पण आपण त्या स्त्रीला बदलू शकतो.

अंजनी आणि बुची यांच्या बैठकी सुरू होण्यापूर्वीच त्या दोघींना हे सारं समजावून द्यायला हवं. खंबीर विचारांची तटबंदी त्यांच्या सभोवती आधीच तयार व्हायला हवी. गाणं ऐकणाऱ्यांनी फक्त त्यांच्या गाण्याचा मनसोक्त आनंद घ्यावा. पण त्या स्त्रीचं जीवन हे सुरक्षित व चारित्र्यसंपन्न असायलाच हवं. जर

नजिरखाँनी त्यांचा शिष्य म्हणून स्वीकार केला...तर गाणं शिकणं सुरू होईल. त्यांना चांगला खुराक सुरू करायला हवा. तसाच चांगल्या विचारांचा खुराकही सुरू व्हायला हवा. त्यासाठी मला भरपूर राबायला हवं. वामनबाबा, नारायणशी बोलायला हवं. नबूला, आजीला समजून द्यायला हवं, ज्योबाबा म्हणतो, तसं सर्वांनी दक्ष रहायला हवं.'

विचारांच्या भरात भर उन्हातून रामबाबा चालला होता. पायातल्या फाटक्या चपलांचंही त्याला भान नव्हतं.

बघता बघता श्रावण संपायला आला होता. श्रावणाच्या पवित्र महिन्यांमधली सारी व्रते- वैकल्ये, नबूच्या घरी श्रद्धेने पाळली गेली. विशेषतः सोमवारचं व्रत अगदी कडक रीतीनं पाळलं गेलं होतं. अंजनी आणि बुचीला घेऊन दर श्रावणी सोमवारी आजी वाळकेश्वराच्या मंदिरात न चुकता जाई. दर सोमवारी गळ्यांत घंटाची माळ, पाठीवर रंगीत झूल, शिंगांना रंगीबेरंगी गोंडे बांधलेला पांगूळ बैल दरवाजात नाचत असे. ढोलकीच्या तालात नाचणारा, माना हलवणारा छोटासा पांगूळ बैल दरवाजात नाचत असे. तो सर्व मुलांचा आवडता होता. आजी त्याचे पायाचे खूर पाण्याने धुवून, कपाळावर हळदीकुंकू लावून सुपांतून त्याला तांदूळ खायला देत असे. याच नंदीबैलांवरून महादेव पार्वती फिरायचे. या भावनेतून छोटा नंदीबैल मुलांना खूप महान वाटायचा. नागपंचमीला नागोबा, कधी अस्वल घेऊन दरवेशी तर कधी साधु बैरागी...श्रावणांत या माणसांची सतत वर्दळ असे.

श्रावण संपून सर्वांना आता गणपतीचे वेध लागले होते. गोव्यांतसुद्धा चवथ हाच मोठा सण मानला जाई आणि मुंबईतले गोयंकारही गणपती उत्साहाने साजरा करत. यावर्षी नबूबाईच्या घरी नजिरखाँचे गाणे होणार होते. त्या निमित्ताने घरी रईस माणसे येणार होती. मोठ्या उत्साहाने नारायण, वामनबाबा, रामबाबा बैठकीची तयारी करत होते. श्रीमती, आजी पूजेची तयारी करत होत्या. अंजनी, बुची साऱ्या मुलांची गणपतीची आरास करण्याची गडबड सुरू होती. मुलांना सर्वांत आनंदाचा भाग म्हणजे गणपती उत्सवांत कोपऱ्या कोपऱ्यांत येणारे मेळे. ते मेळे पहायला जाणं म्हणजे सर्वांना एक पर्वणी वाटायची. पण यंदा घरी नजिरखाँचं गाणं होतं. मेळे बघायचे सोडून. गाणं ऐकायचं म्हणून दोघी मुली खट्टू झाल्या होत्या. तरी मखरांतील गणपतीची मूर्ती बघताच त्यांचं मन आनंदानं भरून गेलं.

नबूबाईनी दोघी मुलींना जरीचे परकर पोलके घालायला दिले होते. घट्ट वेणी, त्यांवर फुलांचे गजरे, कपाळावर रुळणारी बिंदी त्या खालची नाजूक

चंद्रकोर, पायांत रुमझूम करणारी चांदीची पैंजणें, दोघी मुली नक्षत्रासारख्या देखण्या दिसत होत्या.

"सगळ्या मोठ्या माणसांना वाकून नमस्कार करायचा बरं. आणि कांही विचारलं तर नीट उत्तरं द्यायची. अंजनी, तुला सांगतेय मी."

नबूबाईनं बजावलं.

"हो गं!"

ती म्हणाली पण आईकडे बघतच राहीली, आज नबूबाई खूपच देखणी दिसत होती. नऊवारी शालूचा जांभळा रंग तिला शोभून दिसत होता. आपली आई खूप सुंदर आहे याची अंजनीला प्रथमच जाणीव झाली. तिला खूप अभिमान वाटला. ती पुन्हा पुन्हा आपल्या आईकडे बघत होती.

एक एक करत निमंत्रित येऊ लागले. दरवाजात नारायणराव, वामनबाबा, रामबाबा त्यांचं स्वागत करत होते. मीराबाई, नबूबाई व इतर स्त्रिया बायकांना हळदकुंकू देत होत्या. अंजनी, बुची प्रसादाचे द्रोण वाटत होत्या. छोट्या बाबूला मांडीवर घेऊन आजी कोपऱ्यात बसली होती.

कोंडूशेट, मोतीशेट यांसारखे रसिक बैठकीवर बसले होते. मुबारकअली, झंडेखान, चांदरखान, ग्वालबक्ष व इतर युवक हे नजिरखाँ येण्यापूर्वीच पोचले होते. तंबोरे, तबला, सारंगी सारी वाद्यं जुळवून ठेवली होती. पानदानं सज्ज होती. श्रीमती चुलीवरच्या पातेल्यातलं दूध ढवळत होती. सारेजण नजिरखाँची वाट बघत होते. नारायणरावांनी केलेली त्यांच्या गाण्याची तारीफ ऐकून नबूबाई पण गाणं ऐकायला उत्सुक झाली होती.

आईनं शिकवल्याप्रमाणे अंजनी व बुचीने प्रसादाचा द्रोण दिल्यानंतर त्या तिघा बंधूना आणि वडीलधाऱ्यांना वाकून नमस्कार केला. सर्वजण कौतुकानं त्या दोघींना बघत होते. नजीरखाँनी विचारलं,

"दोघींपैकी गातं कोण?"

"ही. "

बुचीकडे बोट दाखवत अंजनीनं उत्तर दिलं,

"आणि तू?"

"माझ्यापेक्षा ही छान गाते. "

पुन्हा बुचीकडे बोट दाखवत अंजनी म्हणाली,

"असं? पण मला तर आधी तुझं गाणं ऐकायचं आहे. म्हणशील ना?"

नजिरखाँनी हसत विचारलं,

"म्हणेन"

आता ही काय गाईल या भीतीनं नबूबाई धास्तीनं बघू लागली. अंजनीनं

पालथ्या मांडीवर ताल धरला, ती म्हणू लागली,

"करू प्रथम नमन श्री परमेशा
श्री जगदीशा गणेशा"

ताल सूर न बिघडवता अंजनीनं भजन पूर्ण केलं. पण खरं तर ती मनापासून गात नाहीय हे नारायणरावांनी ओळखलं. त्याचं कारण ओळखून ते हसले. अंजनीनंतर बुची गात होती.

"त्रैलोक्यसुंदर देवी परमेश्वरी
पार्वती शंकर श्री परमेश्वरी
असूर निरंजन भवभय भंजिनी
सत्य प्रेम शांती प्रेम प्रदायिनी
नमो नमो नमो नमो नारायणी"

बुचीचा आवाज अत्यंत मधुर होता. त्या आवाजाला एक धार होती. नाजूक हरकती होत्या. आजीनं शिकवलेलं भजन ती आळवून व मन लावून गात होती.

सर्वांनी दोघींचं खूप कौतुक केलं. नजिरखाँच मन प्रसन्न झालं. पंडित भातखंडेंकडे बघून त्यांनी स्मित केलं. भातखंडेनी ओळखलं की नजिरखाँना मनासारखा सूर मिळाला आहे.

त्यानंतर नजिरखाँचं गाणं इतकं रंगलं, की इतकी उत्कृष्ट मैफल सर्वांनी खूप दिवसांनी ऐकली होती. सारेजण तृप्त मनाने घरी परतले.

नबूबाईचे घरही आनंदात होतं कारण... नजिरखाँनी दोघी मुलींना गाणं शिकवायचं मान्य केलं होतं. एका चांगल्या गुरूचा शोध लागला होता. एका चांगल्या मुहूर्तावर गंडाबंधन होणार होतं. लवकरच मुलींचं जीवन मार्गी लागणार होतं.

तो दिवस विजयादशमीचा होता. गंडाबंधनासाठी तो उत्कृष्ट मुहूर्त होता. नबूबाईने आज सकाळीच देवाची मनोभावे पूजा केली. कुलदेवतेला मागणं केलं. गाण्याची साधना करणारी ही चौथी पिढी आता त्या कुळात जन्मली होती. गुजाई, वामनराव, नबूबाई, त्यानंतर अंजनी व बुची, कुलदेवतेसमोर आज चौथी समई प्रज्ज्वलित होत होती. कलेची जोपासना करण्याचा वसा चौथ्या पिढीकडे पोहोचणार होता. आपल्या देखण्या लेकींना नबूबाईनं व्यवस्थित नटवलं होतं. त्या दिवसासाठी खास नवे पोशाख त्यांच्यासाठी शिवून घेतले होते. या समारंभाचे निमंत्रण नबूने साऱ्या नातेवाईकांना दिले होते.

बनारसी सिल्कचे परकर पोलके व अंगावर मोजकेच अलंकार घालून दोघी मुली गुरुजींची वाट बघत होत्या. दिवाणखान्यांत त्यांची मीरामावशी, बाबलीमावशी,

केसरबाई व अनेक नातेवाईक स्त्रिया जमल्या होत्या. सर्व नबूबाईचं कौतुक करत होत्या. तिच्या पदरात अक्षरशः दोन अनमोल रत्नं होती. कुलदेवतेनं कृपा केली तर घरावर सोन्याची कौलं चढणार होती. नबूच्या बहिणी तिच्यासाठी देवाला मागणं घालत होत्या.

नारायणराव मात्र सचिंत होते. नजिरखाँसारखा मोठा गवई आजपासून त्यांच्या मुलींना गाणं शिकवणार होता. संगीत वर्तुळात नजिरखाँना किती मान आहे हे नारायणराव जाणून होते. एक नवीन पद्धतीची खंडमेर गायकी त्यांनी निर्माण केली होती. एक नवीन घराणं त्यांनी स्थापन केलं होतं आणि त्याचे ते बादशहा होते. अशी मोठी व्यक्ती आपल्या मुलींना गुरू म्हणून लाभणं हे नारायणरावांना त्यांचं परमभाग्य वाटतं होतं. त्यांनी विनंती केली व नजिरखाँनी शिकवणं मान्य केलं हे खरं; पण त्यानंतर मात्र नारायणराव सचिंत झाले. इतक्या मोठ्या गायकाला बिदागीही मोठी हवी. इथेतर जेमतेम संसार चालत होता; पण त्यांनी या गोष्टीचाही विचार करून ठेवला होता. खाँसाहेबांनी मोठी बिदागी मागितली तर?

नजिरखाँ अंजनी व बुचीला गंडा बांधत होते. त्या क्षणी संपूर्ण घराचा श्वासच जणू रोखला गेला होता. त्या दोघींच्या तोंडात गूळ व चणे प्रसाद म्हणून देऊन ते म्हणाले,

''बेटी अजून खूप लहान आहांत तुम्ही. आज अर्थ समजणार नाही. पण ऐकून ठेवा. संगीत ही एक तपश्चर्या आहे. एक खडतर व्रत. कितीही श्रम पडले तरी कंटाळू नका. आज लोखंडी चणे पचवले तरच उद्या गुळासारखा गोड आवाज तयार होईल. समजलं ना?''

दोघींनी माना हलवल्या. त्या दोघी खूप गंभीर झाल्या होत्या.

नारायणरावांनी चांदीच्या थाळीत फळे, मिठाई आणि गुरुदक्षिणा म्हणून काही रुपये ठेवून त्यांवर विणलेला शुभ्र रुमाल झाकला होता. अतिशय नम्रमणे ती थाळी नजिरखाँसमार ठेवून नारायणराव म्हणाले,

''खाँसाहेब, आपल्यासारख्या श्रेष्ठ गायकांनी माझ्यासारख्या गरीबाच्या मुलींना शिकवण्याचं मान्य करावं. आणि शिष्या म्हणून त्यांना स्वीकारावं. हा आमचा बहुमान व आपल्या मनाचा मोठेपणा आहे. खरं तर आपल्याला बिदागी म्हणून काय द्यावं हे आम्हाला समजत नाही. पण गुरुपूजा म्हणून जे आज समोर ठेवलंय त्याचा स्वीकार करावा.''

क्षणभर सारी मैफल शांत गंभीर बनली. नजिरखाँ हसले. त्यांनी तबकावरचं आच्छादन दूर केलं. तबकात चणे, गूळ, फळे मिठाई आणि सव्वापाच रुपये ठेवले होते. खाँसाहेबांनी ते पैसे उचलले आणि नोकराला सुट्टे पैसे आणायला पिटाळलं. त्याने जेवढे सुटे पैसे आणले ते सारे त्यांनी नोकरात वाटून टाकले

आणि फक्त चार आणे कपाळी लावून खिशांत ठेवत ते म्हणाले,

"रावसाहेब, मी पैसे कमवण्यासाठी मुंबईत आलो आहे हे खरं आहे. पण मी संगीताचा व्यापारी बनलो नाही. इथं हे माझे शिष्य बसले आहेत. त्यांनी मला कोणती बिदागी दिली? विचारा त्यांना. दूर उत्तरेतून हे सारे विद्या शिकण्यासाठी इथवर आले आहेत. त्यांना विद्यादान करणं हा माझा धर्म आहे. जसा शिष्य गुरूच्या शोधात असतो. तसाच गुरूलाही एक चांगला शिष्य हवा असतोच. तो मी शोधतोय. अत्यंत परिश्रमाने जी ही गायकी मी निर्माण केलीय ती पेलणारा एक सूर मी शोधतोय. तुमच्या ह्या दोन मुली लहान आहेत. न जाणो भेंडीबाजार घराण्याचं उत्तरादायित्व उद्या त्यांच्याच हाती असेल. वो ही होगा जो मंजूरे खुदा होगा."

सर्वांनी अल्लामियाँची करूणा भाकली. नबूबाईनं कुलदेवाचं स्मरण केलं. नजिरखाँ पुढं म्हणाले,

"आणि गुरूदक्षिणेची घाई कशासाठी? उद्या हजारोंची बरसात होईल, तेव्हा द्या."

त्यावर सारे हसले. मखरामधला गणेश प्रसन्नपणे म्हणाला,

"तथास्तु."

नजिरखाँची तालीम सुरू झाली होती. जुळलेला तंबोरा खाँसाहेबांनी अंजनीच्या हातात दिला. छोट्या अंजनीच्या उंचीचा तो तंबोरा तिने कसाबसा धरला. ती बावरली. तिची ती अवस्था पाहून नबूबाईनं तो स्वतःच्या हातात घेतला आणि छेडण्यास सुरवात केली. त्या चार तारांमधून पंचम षड्जाच्या नाद लहरी निनादू लागल्या.

समोर बसलेल्या अंजनी आणि बुचीकडे प्रेमळ नजरेने बघून ते म्हणाले,

"बच्चीयो, तुम्हारी तालीम तो कल से शुरू होगी. पण त्याआधी आज एका छानशा बंदिशीने मुहूर्त करू. ही आहे रागेश्री रागातली बंदिश! आणि संगीत विद्या कशी शिकायची याचं वर्णन आहे तिच्यात. खाँसाहबांनी एक दीर्घ श्वास घेतला आणि भरदार आवाजात षड्ज भरला. अंजनी आणि बुचीने जरा बिचकतच सूर लावला. अत्यंत मधुर आवाजात दोघींनी मिळून लावलेल्या त्या षड्जाने खाँसाहेबांची तबियत एकदम खूश झाली. रागेश्रीचा एक लहानसा आलाप घेऊन त्यांनी बंदिश सुरू केली,

'प्रथम सुर साधे, जो लो रही
या ही घट में प्रात साधे'

नबूबाईच्या या दोन्ही छोट्या मैना एक एक ओळ म्हणू लागल्या. त्यांच्यासाठी

म्हणून खाँसाहेबांनी अतिशय साध्या पद्धतीने गाऊन बंदीश पूर्ण केली.

‘सप्त सुरन तीन ग्राम, मुनीजन बरवाने
आवत गवन कीनो,
विद्या कठीत भेद पावे, गुरून सेवे आदे.’

सगळेजण कौतुकाने ऐकत होते. गुरूजींच्या मागे गाता गाता बंदिश केंव्हा पूर्ण झाली हे दोघींनाही कळलंच नाही. आणि आतापर्यंत त्यांच्या मनावर असणारं मणाएवढं ओझं एकदम हलकं झालं. दोघींनी एकमेकींकडे पाहिलं. आपण तर उगाच घाबरलो होतो. गुरूजींनी सांगितलेली चीज तर आपल्याला लगेच म्हणता आली. त्यांचे चेहरे आनंदानं उजळले, गुरूजींना नमस्कार करून त्या पटकन आईच्या मांडीवर जाऊन बसल्या. आजीच्या डोळ्यांमध्ये नातींचं कौतुक मावत नव्हतं. लगबगीने आत जाऊन ती मीठ, मोहऱ्या घेऊन आली. आणि सर्वांच्या नांवाने तिनं दृष्ट काढून टाकली. मूळदेवाला तिनं साकडं घातलं

“देवा सायबा मूळवीरा, या दोन भुरग्यांचो सांबाळ कर. घराण्याची लाज राख. आमच्या घराण्याची गायकी ह्या दोघींच्या रूपानं वाढू दे. चुकल्या माकल्याची क्षमा कर. शिकून मोठ्या झाल्या की तुझी सेवा करायला मालप्याला घेऊन येईन. तुझी पूजा बांधेन. पण मुलींचा सांभाळ कर. तुझी कृपा असू दे.”

गंडाबंधनाचा विधी संपल्यानंतर एक एक करत सारे नातेवाईक निघून गेले. नबूचं मन भरून आलं होतं.

आज तालमीचा पहिला दिवस! खाँसाहेब भल्या सकाळी येणार. पण मुली उठतील ना? थोडी तालीम झाली कीं शाळेची वेळ. झेपेल ना त्यांना ही दगदग?

नबूबाईचं मन चिंतातुर झालं. तशी आजी हंसून म्हणाली,

“नबू, कित्या चिंता करता बाये? अगो, गवयाघरची भुरगी ती! तेंका गाण्याचो त्रास जाता? हां आता तुमची ती शाळा? ती मात्र बंद करची पडली.”

तेवढ्यांत आजीनं शाळेवरचा राग व्यक्त केलाच. नबूबाई गडबडीनं म्हणाली,

“हळू उलय आई. अंजनीनं ऐकलं तर पंचाईत. अजून तिचं गाण्यावर लक्ष नाही. ”

अंजनीचं सारं लक्ष लिहिण्या वाचण्यांत लागलेलं होतं. आता गाण्यावर ती कितपत लक्ष देईल याचा नबूबाईला अंदाज नव्हता. पण काल गंडाबंधन झाल्यापासून गाण्याचं महत्त्व नकळत अंजनीच्या मनावर ठसलं होतं. खाँसाहेब व त्यांचे भाऊ यांना जो मान आहे. तो त्यांच्या गाण्यामुळे मिळालेला आहे. आईला सर्व माणसं आदरानं वागवतात. कारण आईजवळ गाण्याचा खजिना आहे. गाणारा

माणूस- सुद्धा इतर मोठ्या माणसांसारखांच मोठा ठरतो. हे जसं अंजनीच्या ध्यानी आलं तसंच आजी, आजोबा, आई, बाबा यांना आपण गाणं शिकलो तर खूप आनंद होणार आहे. हे पण अंजनीच्या लक्षांत आलं आई-वडिलांना आनंद वाटेल असं वागण्याचा उपदेश शाळेत फादरही करत होते. शिवाय शिकवायला येणारे खाँसाहेब किती प्रेमळ होते.

त्या सर्वांना आवडतं तेच करायचं असं ठरवूनच आज अंजनी पहाटेच्या वेळी वासुदेवाच्या टिपऱ्यांचा आवाज कानी पडतांच स्वतःहून उठली आणि हलक्या पाऊलांनी ओसरीवर आली. तो रोज येणारा वासुदेव आता चांगला ओळखीचा झाला होता. आश्चर्याने त्याने विचारलं,

"अरे, आज आमची राधाराणी लवकर उठली?"

श्रीमतीने आणलेले तांदूळ त्याच्या ओटीत घालून अंजनी नाजूक हसत म्हणाली,

"बरं का? आता आम्ही पण रोज लवकर उठणार. तुझ्याही आधी."

"ते कां बरं?"

"अरे, आमचे गुरूजी येणार ना गाणं शिकवायला."

"अस्सं? आमची राधाराणी गाणं शिकणार? तर मग हे घ्या बक्षिस. कुणी दिलंय सांगू का? गोकुळीच्या कृष्णानं मला दिलं आणि मी तुला! गाणं शिका. कृष्णाला गाणं, नाचणं, बासरी खूप आवडतं. मी सांगेन त्याला कीं आता राधाराणी गाणं शिकणार म्हणून!"

अंजनीच्या हाती सुरेखसं मोरपीस देऊन घुंगरांचा, टिपऱ्यांचा आवाज करत, पाठमोऱ्या जाणाऱ्या वासुदेवाकडे छोटी अंजनी भारावून बघत होती.

खरंच का कृष्णानं हे मोरपीस पाठवलं असेल? ती विचार करत होती. मन लावून गाणं शिकण्याचा तिचा विचार पक्का झाला तसाच त्याचं दिवसापासून कृष्ण हा तिचा सखा झाला.

नजिरखाँ येण्यापूर्वीच बैठकीची खोली, त्यांच्या स्वागतासाठी सज्ज झाली होती. आणि त्यांच्या छोट्या शिष्यापण तयार होऊन त्यांची वाट पहात होत्या. कालची रागेश्रीची बंदिश खाँसाहेबांनी किती सोपी करून शिकवली होती! यानंतरचं गाणं असंच सोपं असणार होतं. प्रसन्न मनानं, नजिरखाँ बैठकीवर आसनस्थ झाले. त्यांच्या समोर अंजनी आणि बुची बसल्या होत्या. त्यांच्याकडे प्रेमानं बघत खाँसाब म्हणाले,

"कालची बंदिश तर तुम्हा दोघींना लगेच आली. असंच मन लावून शिकाल तर काहीच अवघड वाटणार नाही. तुम्ही हुषार आहात, आवाजही मधुर आहे. पण यापुढची वाट तशी सोपी नाही. न कंटाळता तालीम केलीत ना, तर त्याचं चांगलं

फळ मिळेल. मेहनतका फल हमेशा मीठा होता है। मग? सुरू करायचं आता?''

''हो.''

दोघींनी उत्तर दिलं.

नबूबाईनं कोपऱ्यातला तंबोरा समोर आणून ठेवला. तंबोरा मनासारखा जुळवून खाँसाहेबांनी तो नबूबाईकडे दिला. ते म्हणाले,

''बेटा, सुरांची थोडी पहेचान झाली कीं त्यानंतर मात्र तंबोरा तुम्हीच वाजवायचा बरं! याच्या तारा जेंव्हा तुम्ही छेडाल तेव्हा त्या तारांचे सूर आपोआप तुमच्या कंठांत शिरतील त्याच्या नादलहरी तुमच्यावर एक वेगळाच असर करतील. तुमचा सूर कोणता व याचा कोणता हे ऐकणारा वेगळं करू शकणार नाही. पण त्याची साथ निष्ठेनं केली पाहिजे.''

खाँसाहेबांनी षड्ज लावला. दोघी शिष्यांनी मनापासून आपला सूर त्यांत मिसळला.

मुलींची गाण्याची तालीम नियमित सुरू झाली. कंटाळा न करता त्या दोघी शिकत होत्या. गुरू मनापासून शिकवत होते.

नारायण, वामनबाबा, रामबाबा समाधानानं मुलींची प्रगती बघत होते. दिवस भराभर पुढे जात होते. खाँसाब आपल्या शिष्यांवर अतिशय मेहनत घेत होते, पण अजूनही मनासारखा आवाज तयार झाला नव्हता. गंडाबंधन होऊन आता तीन वर्ष झाली होती. आत्ता कुठं आवाजाला गोलाई आली होती. तानांचे अनेक पलटे दाणेदारपणे घेता येत होते. लय बरोबर येण्यासाठी पलट्यांची अवघड मेहनत खाँसाहेब करवून घेत होते.

''बेटी ही तर सुरुवात आहे. आत्ता कुठं गळा तयार होतो आहे. आज मेहनत कराल तर उद्या यशाचं शिखर गाठू शकाल. मेहनतका फल बडा मीठा होता है।''

एके दिवशी खाँसाब आपल्या सोबत एका मुन्शीसाबना घेऊन आले. मुनशीसाबना बघून नबू गोंधळून गेली. त्या दोघांचं स्वागत करून तिनं विचारलं,

''खाँ साबजी, आज मुनशीसाब इथं?''

''होय बाईजी, यानंतर मुनशीजी मुलींना सुट्टीत उर्दू शिकवतील. मुलींना उर्दू यायला हवं याचं कारण ह्या सर्व भाषांचे उच्चार करता यायला हवेत. बहुतेक जास्तीत जास्त चीजा, भजनं ही संस्कृत, ब्रिजभाषेत आहेत. संस्कृत ही सर्व भाषांची जननी म्हणून तर मी मुंबईत येण्यापूर्वी रामपूरला कांही काळ राहून या दोन्ही भाषांमधल्या चिजा शिकून घेतल्या, हिंदी सोबत उर्दूचे उच्चार समजावून घेतले. याचं कारण बाईजी, तुम्ही पण जाणताच. नुसत्या ताना, आलापी घेऊन समेवर येऊन ऐकणाऱ्यांवर प्रभाव पाडला किंवा त्यांना माना डोलायला लावणं

म्हणजे गाणं नव्हे. तर गाण्याचा अर्थ समजून ते गाणं हे महत्त्वाचं. अर्थ समजून गायलं की चेहऱ्यावर आपोआप भाव प्रगट होतात. माणसाच्या आवाजापेक्षां त्याचा चेहरा आणि त्याचे डोळे खूप बोलके असतात. म्हणून तर सूर, शब्द, अर्थ आणि भाव यांच्या माध्यमातून रसिकांना काही पोचवणं हे खरं गाणं! म्हणून उर्दू, फारसी, संस्कृत भाषा येणं हें खूप महत्त्वाचं.''

सारेजण भारावून ऐकत होते.

खाँसाहेब आपल्या दोन्ही मुलींसाठी जे परिश्रम घेत होते त्या उपकारांमधून आपण कसे उतराई होणार आहोत हें नारायणरावांना समजत नव्हतं.

त्यानंतर आठवड्यातून दोन वेळा मुनशीसाब येऊन मुलींचे उर्दू उच्चार पक्के करून घेऊ लागले. नारायणराव मुलींना घरी संस्कृत पाठ देत होते, शाळेत इंग्रजीचा परिचय आणि मराठीचा अभ्यास होत होता.

शाळेतून घरी आल्यानंतर थोड्या वेळानं खाँसाब येत. जोडाशी तार लावून, अंजनी आणि बुची आकार लावून, सरगम म्हणत, त्यावेळी नबूबाईही तंबोरा घेऊन बसे. ठुमरी, लावणी गाण्याबद्दल नबूबाईचा लौकीक होता. आवाज तयार होता. पण नजिरखाँजवळ गाण्याची तालीम सुरू केल्यापासून तिचं गाणं भारदस्त बनू लागलं. मुलींच्या कानांवरही ते सूर पडत असत. खाँसाब नबूला सांगत असत,

''बाईजी कोणताही गाण्याचा प्रकार गायचा म्हटलं तरी त्याला शास्त्रीय संगीताची बैठक फार गरजेची! ताल पक्का हवा. शब्दांचे उच्चार स्पष्ट हवेत, कोणत्या शब्दांवर जोर द्यायचा आणि कोणत्या शब्दांचा उच्चार हलकेच उच्चारायचा हे तेव्हाच समजतं. जेव्हा त्या भाषेवर आपलं प्रभुत्व असतं.''

खाँसाहेबांचा भारदस्त आवाज आणि आईचा सारंगीसारखा नाजूक आवाज कानांवर पडायचा तेंव्हा त्या मुलींना काही अद्भुत अनुभवाचा आनंद व्हायचा. गाण्याबद्दलचं एक वेगळं आकर्षण वाटायचं. अंजनी आणि बुची मनापासून गाण्याची तालीम करू लागल्या.

नजिरखाँची तालीम अतिशय नियमितपणे चालली होती. त्यांना शक्य नसे तेव्हा छज्जूखाँ किंवा खदिमहुसेन खाँ येऊन मुलींना शिकवित. सुरूवातीला खर्जाची मेहनत. खुल्या आवाजाने आकाराचे षड्ज लावून क्रमाक्रमाने एक एक सूर उतरत न्यायचा. प्रत्येक स्वराचे वजन सारखे लागले पाहिजे. आवाज खुला लागला तरी जास्त जोर देऊन लावायचा नाही. आवाज सहजपणे मंद्र सप्तकांतल्या ज्या सुरापर्यंत जाईल तिथंपर्यंत पोचल्यावर हळू हळू त्याच्या खालच्या स्वराला स्पर्श करून. आंजारून गोंजारून आपल्या आवाजाच्या टप्प्यात त्याला आणायचं. घाई, गर्दी, धसमुसळेपणा करायचा नाही. स्वर स्थिर लागायला हवे असतील तर श्वास तयार व्हायला पाहिजे. म्हणून श्वासांची ताकद वाढवत जायची. चढत

भान उरलेलं नव्हतं. पहाटे नजिरखाँची तालीम सुरू होत असे. नजिरखाँ काब्राजी क्लबमध्ये गाणं शिकवायला जात त्यावेळी दुपारच्या वेळी उर्दू शिकवायला मुनशी साब येत. तर चौथ्या प्रहरी लावणी व भाव शिकवायला बोलीबक्ष येत असत तोंवर संध्याकाळ झालेली असे नजिरखाँची संध्याकाळी येण्याची वेळ झालेली असे. सारा दिवसभर अंजनी आणि बुची वेळेला अशा बांधून गेलेल्या होत्या. त्यांच्या शेजारच्या इमारतीत नबूबाईची धाकटी बहीण मीराबाई रहात होती. ती मात्र अखंड गाणं शिकणाऱ्या आपल्या लाडक्या भाच्यांना बघून अस्वस्थ व्हायची. मीराबाईसुद्धा चांगली गायिका होती. मालपेकर घराण्याच्या आवाजाचा वारसा तिलापण लाभलेला होता. तिच्या मुलींना ती स्वतः गाण्याची तालीम देत होती. पण नबूच्या घरी तर नजिरखाँ नाहीतर छाजूखाँ किंवा खदिम हूसेनखाँ कुणी ना कुणी मुलींना तालीम देत असत. जेव्हा कुणी खाँसाब नसत तर कुणी शिक्षक उर्दू किंवा संस्कृतचे पाठ देत असत. किंवा नबूबाई तानपुरा लावून बसलेली असे नाहीतर नारायणराव समोर तानांची वही ठेवून मुलींना त्या समजावून देत असत.

ही सर्व माणसे त्या लहान मुलींच्या वयाचा विचार न करता त्यांना ही विलक्षण तालीम देत होती. पूर्वी उठसूठ 'मावशी, मावशी' करत येणाऱ्या अंजनी आणि बुची आता मीराबाईकडे येत नव्हत्या. एके दिवशी न राहवून मीराबाई नबूबाईला म्हणाली,

"आक्का, मुलींच्या वयाच्या मानानं मुलींना फार कडक तालीम सुरू झालीय. अग आत्ता कुठं आवाज फुटतोय. त्यांना मनमोकळं फुलू दे. आवाज नीट फुलण्याआधीच त्याला असं ताना मात्रांत आणि रागिण्यांत बंद करून ठेवणं बरोबर नाही. आपण गाणं शिकलो, गातो आहोत, पण अशी कडक मेहनत न करताही गाणं शिकलोच ना? अग, गवयाची पोरं सुरांतच गाणार, बघ हं. त्या भाच्या माझ्या लाडक्या आहेत म्हणून सांगते. आणि बबली परवा म्हणत होती अशानं पोरींना टी.बी. वगैरे व्हायचा कुठंतरी! आपले शेजारी कुणी तोंडावर बोलत नाहीत. पण रात्रंदिवस चालणाऱ्या या गाण्याला कंटाळून गेले आहेत."

मीराबाईच्या बोलण्याला दुजोरा देत आजी म्हणाली,

"तर काय? फुलासारख्या माझ्या नाती सुकून गेल्यात. हे कसलं जगावेगळं गाणं शिकणं? पोरींच्या जिवाला घोर लावलाय या गाण्यानं."

आजीलाही नातींची खूप काळजी वाटे. पोरींची जात पण... हसणं नाही कीं कुठं बाहेर जाणं नाही. धड झोप नाही की जेवण! पाच वर्षे व्हायला आली. पण यमन आणि भैरवीच्या पुढं प्रगती नाही. कधी संपणार यांचं शिकणं? देव जाणे!"

आई आणि बहिणीनं नबूविरुद्ध मोहीमच उघडली होती. तिनं उत्तर दिलं

नाही. पण मनातून सचिंत मात्र झाली.

संध्याकाळी खाँसाहेबांच्या कानांवर तिनं हे सर्व घातलं ते मोठ्याने हसले. ते म्हणाले,

"टी.बी? अशा तालमीनं जर कुणाला टी.बी. झालेला असेल, तर तो औषध न घेता बरा होईल. बायजी, तुम्ही काळजी करू नका. आमच्याकडे खूप लहान वयांतच अशा तऱ्हेनं आवाज तयार करतात. एक एक मिनिटांचा दम सास ही सोपी गोष्ट नव्हे. फुफ्फुसं मजबूत होऊन जातील, बायजी, या पाच वर्षात एकशे साठ पलटे तयार झाले. यमनाचे तीव्र आणि भैरवीचे कोमल, असे बारा स्वर चेडवाच्या गळ्यात पक्के तयार झालेत. शेत पेरण्यापूर्वी जमीन नांगरून, कुळवून तयार करावी लागते ना? तसे राग रागिण्या ख्याल गाण्यापूर्वी आवाज तयार करून घ्यावा लागतो, नांगर फिरवताना जमिनीला थोडा का त्रास होतो? पण तो त्रास सोसल्यानंतर बी सहज मूळ धरतं. आता यानंतर पहा, खरी किमया तर यानंतरच दिसणार आहे. अल्ला कसम चेडवा आणि बुचीनं मनापासून मेहनत केलीय. त्यांना अल्ला योग्य ते फळ देईल. काळजी करू नका."

खाँसाहेबांच्या उद्गारानं नबूबाईचं मन निश्चिंत झालं. पुन्हा संगीताची रिमझिम बरसात सुरू झाली.

बाहेरच्या जगात श्रावण, भाद्रपद येत होते. ऋतु बदलत होते. ऋतुमानानं मुंबईचं रूप बदललं होतं. अंजनी आता चौदा वर्षाची आणि बुची बारा वर्षाची झाली होती.

वसंत ऋतुला नुकताच प्रारंभ झाला होता. भाद्रपद महिना आला अन सारी मुंबई गणपती उत्सवाला सज्ज झाली. कोळी, कुणबी, भंडारी ते सारस्वत, पाठारेप्रभू, शेणवी सर्व स्तरांवरची माणसे गणपती उत्सवांत आनंदानं सहभागी होत. कोपऱ्या कोपऱ्यावर मोठमोठ्या सार्वजनिक गणेशपूजा होत. साऱ्या, गल्ल्या, चाळी दिव्यांनी लखलखून जात. लहान मुलांचे मेळे होत. भजनी मंडळं भजनात रंग भरत. मोठमोठ्या गवयांची गाणी होत. त्या निमित्तानं चांगलं गाणं कानावर पडत असे.

दरवर्षीप्रमाणे नरहरी बुवा कोल्हापूरकर यांची नाटक कंपनी मुंबईत आली होती. गणपतीच्या दिवसांत अशा बाहेरच्या नाटक कंपन्या हमखास येत. नरहरी बुवांची नाटक कंपनी नावाजलेली होती. लोक त्यांच्या नाटकांना गर्दी करत. यंदा नरहरी बुवांनी गणपती निमित्त गाण्याचा जलसा ठेवला होता. डोंगरवाल्यांच्या बंगल्यात नाटक कंपनी उतरली होती. लोक त्यांच्या नाटकांना गर्दी करत. उंच

स्टेज मुद्दाम तयार करवून घेतलं होतं. त्यानंतर त्या स्टेजवरच कंपनीची नाटकं होणार होती. संगीत जलशासाठी मोठमोठे गायक निमंत्रित केले गेले होते. नजिरखाँ व त्यांचे दोघे बंधू, मुबारक अली व इतर शिष्यसुद्धा गाणं ऐकण्यासाठी हजर झाले होते.

मीराबाई, नबूबाई, बाबलीबाई, केसर, सरला या सर्व गायिका जशा हजर होत्या. तशाच अंजनी, बुची, सुरंगा, हिरा, नागली या सर्व किशोरीसुद्धा आवर्जून आल्या होत्या. त्या रूपसुंदर अशा पुरंध्री आणि जेष्ठ वयाच्या स्त्रियांमुळे त्या जलशाला अपूर्व असा रंग चढला होता. सारं वातावरण आनंदानं भरून गेलं होतं. खूप दिवसांनी हिरा, सुरंगा भेटल्यानं अंजनीला मनापासून आनंद झाला होता. जांभळ्या सॅटीनवर जरीचं नक्षीकाम केलेला ब्लाऊज व परकर दोघींनी परिधान केला होता. अंगावर ठळक दागिने घातले होते. कानांत मोत्यांचे डूल आणि कपाळावर माणकाची लालचुटूक बिंदी चमकत होती. दंडात जडावकाम केलेल्या वाक्या शोभून दिसत होत्या. सुरंगा आणि हिरानेपण विशेष पोशाख व अलंकार घातले होते. सर्वांच्या नजरा कौतुकानं त्यांच्याकडे वळत होत्या.

अचानक नजिरखाँच्या मनात एक विचार आला. त्यांनी बुचीला बोलावून काही सांगितले. तिचा चेहरा गोरामोरा झाला. पण नजिरखाँची छोटी शिष्या त्या जलशात गाणार हे जाहीर होताच सर्वांना कौतुकाचा व आनंदाचा धक्काच बसला.

खाँसाहेबांना नमस्कार करून बुची स्टेजवर गेली. नजिरखाँनी तंबोरे व तबले जुळवून दिले व बुचीचं गाणं ऐकायला बसले.

बुचीनं आत्मविश्वासानं आकार लावला आणि गायला सुरुवात केली. सारेजण स्तब्धपणे ऐकत होते. पण तिचं गाणं रोजच्यासारखं रंगत नव्हतं. हे नजिरखाँच्या ध्यानी आलं. आरंभीचा भूप गाऊन झाला आणि नजिरखाँ बैठकीतून उठून आत गेले. त्यांनी विचारलं,

''बुची, बेटी काय झालं? आज तुझं गाणं रंगत नाही. भीती वाटते कां?''

खाँसाबनी कौतुकानं गायला सांगितलं आणि आपण त्यांना निराश केलं या विचारांनी बुची व्याकूळ झाली. डोळ्यांत पाणी आणून ती म्हणाली,

''मला भीती वाटत नाही. पण हे अंगावरचे जरीचे कपडे आणि हे जड दागदागिने यांचा मला त्रास होतोय. ''

केवळ बारा वर्षाची ती छोटी मुलगी डोळ्यांत पाणी आणून जे सांगत होती ते ऐकून खाँसाहेबांना हसू आलं त्यांनी नबूबाईंना बोलावणं पाठवलं. ते म्हणाले,

''बाईजी पाहिलंत? बुची बेटी काय सांगतेय?''

मनासारखं गाणं जमलं नाही म्हणून बुची मनातून खट्टू झाली होती पण त्यापेक्षा आईची तिला भीती वाटत होती.

नबूबाईंनी तिला बंगलीमधल्या एका खोलीत नेलं आणि बुचीच्या अंगावरचं जरीचं परकर पोलकं उतरवलं. अंगावरचे दागिने उतरवले आता बुचीच्या अंगावर घरात घालायचा चिटाचा पातळ परकर पोलका फक्त होता. तिला खूप हलकं वाटलं. हसतमुखानं ती स्टेजवर गेली आणि आकार लावला. त्यानंतर चार तास बुची गात होती. भजन, छोटे ख्याल गाताना तानांचे पलटे ती ताकदीनं घेत होती. अवघ्या बारा वर्षाच्या मुलीची ती स्वरांवरची शब्दांवरची पकड, पक्का ताल आणि चेहऱ्यावरचे झरझर बदलणारे भाव बघून सारे श्रोते मंत्रमुग्ध झाले. बारा वर्षाच्या त्या कोवळ्या मुलीनं चार तास गाण्याइतकं ज्ञान आत्मसात केलेलं पाहून सारेजण थक्क झाले.

नजिरखांनी आपली भूमी सोडून आता बरीच वर्षे लोटली होती. बुचीचं गाणं ऐकून आज प्रथमच त्यांना पायाखाली भूमी असल्याचा विश्वास आला. त्यांचे डोळे भरून आले. त्यांच्या सोबत आलेले इतर शिष्यसुद्धा बुचीची तयारी बघून भारावून गेले होते.

नारायणराव, वामनबाबा, रामबाबा डोळे टिपत होते. त्यांच्या गुजाईनेच पुन्हा नवा जन्म घेतला आहे याची त्यांना खात्री पटली. नबूबाईचं मन समाधानानं भरून आलं.

गाणं संपवून बुची स्टेजवरून उतरली. तिनं खाँसाहेबांना वाकून नमस्कार केला. सर्वजण बुचीची तारीफ करत होते आणि नजिरखाँना बधाई देत होते. गाणं संपल्यानंतर बुची भानावर आली. गेले चार तास आपण काय गायलो ते आता तिला आठवत नव्हतं. खाँसाहेब म्हणायचे,

"बेटी वेगळं गा. नवीन तऱ्हेनं गाऊन बघ. प्रयत्न कर. " आत्ता बुची जे गायली होती. ते तिचं स्वतःचं गाणं होतं. तिचा स्वतःचा शोध ती घेत होती हे नजिरखाँच्या ध्यानी आलं. तसंच खदिम हुसेन व छाजूखाँच्याही आलं. ते म्हणाले,

"बडे भाईजान, आता काळजी करू नको. आपल्या घराण्याची परंपरा चालू ठेवणारी शिष्या तयार होत आहे."

छोट्या बुचीला बीनवादक अलि हुसेनखाँनी उचलून मांडीवर घेतलं, ते नजिरखाँना म्हणाले,

"खाँसाब, ही मुलगी दैवीरत्न आहे. स्वयंभू दैवदत्त वारसा घेऊन जन्माला आलीय. पण खाँसाब अफसोस कीं बात ये है कीं या दैवी आवाजाला देवगण पृथ्वीवर फार काळ राहू देणार नाहीत. हा आवाज जास्ती काळ पृथ्वीवर रहाणार नाही. त्याची जागा वर आहे. हा देवांचा आवाज...देवाकडेच परत जाणार असा संकेत दिसतोय. "

आकाशाकडे बोट दाखवत हुसेनखाँ म्हणाले, नजिरखाँ चमकले. त्यांनी

बुचीकडे पाहिलं. हुसेनाखाँच्या मांडीवर ती मजेत बसली होती. त्यांच्या पांढऱ्या दाढीची तिला गंमत वाटत होती. त्या रात्री दृष्ट काढताना आजी म्हणत होती,

"देवी सायबा, पोरीनं नाव गाजवलं आहे. आज कुणाची नजर न लागो. सांभाळून घे. "

पण अदृष्टांची नजर कोण चुकवणार होतं? भिंतीवरची पाल अवेळी चुकचुकत होती. तिला कोण थांबवणार? आजीच्या कुशीत निवांतपणे निजलेल्या नातींना तरी कुठं माहीती होतं की अदृष्टांत काय वाढून ठेवलंय?

एकटे नजिरखाँ मात्र अस्वस्थपणे अलि हुसेनखाँचे शब्द आठवत... झोपेविना तळमळत होते.

आजीचा नातीवरून मीठ मोहऱ्या उतरून टाकून, अरिष्टाला न येऊ देण्याचा प्रयत्न किती केविलवाणा होता हे लवकरच दिसून येऊ लागलं. संगीताच्या सरीने अखंड भिजणाऱ्या त्या घरावरच नेमकी अरिष्टाची दृष्टी वळली. साऱ्या मुंबईभर प्लेगचे थैमान पसरले.

त्या दिवशी नारायणराव कामावरून परत आले तेंच मुळी सचिंत चेहऱ्यानं. मुंबईत प्लेगची साथ आली होती. घरोघरी प्लेगचे उंदीर पडायला सुरुवात झाली होती. त्यावेळीच सरकारच्या ध्यानी त्याची भीषणता आली. केवळ प्लेगची लस टोचून लोकांना वाचवणं शक्य नाही. हे समजून लोकांना मुंबईबाहेर हालवण्याचा सरकार प्रयत्न करू लागले. या अचानक उभ्या ठाकलेल्या संकटानं माणसे हादरून गेली.

सकाळी धडधाकट असणारा संध्याकाळी काखेत गांठ घेऊन झोपायचा, तोवर सकाळी तो संपलेला असायचा. एका एका घरात असे दोन दोन मृत्यू होऊ लागले. गेलेल्या माणसाचे दुःख करायचे की घरातले सामान बाहेर हालवून गांवाबाहेर बिऱ्हाडं न्यायची? घरंदारं कुणाच्या विश्वासावर सोडायची? या विचारानं सगळे हवालदिल झाले होते. इतकं मोठं अरिष्ट मुंबापुरीवर यापूर्वी कधी आलं नव्हतं.

नारायणराव विचार करत होते की ऑफिसात लोकांची चर्चा झाली, त्याप्रमाणे कंपनी सरकारच्या मदतीनं सर्वांची जी सोय केली जात होती. त्याप्रमाणे बिऱ्हाड नवी वाडीतून हलवून सुखरूप जागी न्यावे. सामान नेण्याची सोय सरकार करत होते. तोंवरच त्यांची मदत घेऊन मुलांना सुखरूप जागी नेण्याचा विचार करून नारायणराव घरी आले.

रोगाची लागण झाली तरी सरकारी लोकांना समजू नये म्हणून रोगी लपवून ठेवत होते. जर तसे कळवले तर सरकारी लोक येऊन पेशंटला उचलून

सरकारी इस्पितळात दाखल करत व एकदा घरातून रोगी गेला की तो परत येत नाही या समजुतीनं प्लेगची लागण झाली किंवा उंदीर मरून पडला तरी समजू न देण्याची धडपड माणसे करत. या सर्व गोष्टी नारायणराव नबूला समजून सांगत असताना मुली ऐकत होत्या. घरी म्हातारी आजी होती. तसाच लहानगा बाबू होता. अंजनी, बुची होत्या. त्या सर्वांना घेऊन सुखरूप जागी उद्याच जायला निघायचे असे नारायण, वामनबाबा व रामबाबांनी ठरवले. आजी, नबू सामान बांधू लागल्या. अंजनी, बुची मदत करू लागल्या. वामनबाबांनी सर्व वाद्ये व्यवस्थित बांधून कोपऱ्यांत ठेवली. आता केंव्हा ते घर परत दिसणार? दिसणार की नाही? या विचारानं सारे कातर बनले होते. त्या रात्री कुणीच धड झोपले नाहीत. नारायणराव नबूला सांगत होते,

"सरकारनं एक महिनाभर सुट्टी दिली आहे. येताना महिन्याचा पगार आणला आहे. पण तेवढ्यानं काय होणार? गांव सोडून परदेशी जायचं म्हणजे..."

"आपण असं करू या? आपण सर्वांना घेऊन मालप्याला जाऊ या. बाबूला देवाच्या पायावर घालायचं राहून गेलंय. गंडाबंधन झाल्यापासून पोरींना कुलदेवाच्या दर्शनाला नेलं नाही. आईचे तरी किती दिवस राहिलेत? आपण गोव्यालाच जाऊ. घर मोठं आहे. पेजपाण्याला कमी नाही. मुलींचं गाणंही चालू राहील. "

नबूनं सुचवलं आणि सर्वांनाच ते मान्य झालं. बोटीतून गोव्याला जायचं या विचारानं मुली सुखावल्या. गोवा त्यांना खूप आवडत असे. आजोळी खूप लाड होत. मनमोकळं फिरता येई. कधी गोव्यात पोचतो असं सर्वांना झालं. आजी तर कुलदेवतेला साकडं घालू लागली. उद्याच जाऊन नारायणराव बोटीची तिकिटं काढून आणणार होते. त्या निर्णयानं सर्वांना धीर आला. पण नियतीच्या मनात काही वेगळंच होतं.

दुसरे दिवशी नारायणराव सकाळी उठले तेच तापाने फणफणले होते. त्यांचा लालबुंद चेहरा बघून नबूच्या काळजाचा ठोकाच चुकला. तोंडात पाणीही न घेता, ती त्यांच्या कपाळावर गार पाण्याच्या पट्ट्या ठेवत बसली. नारायणरावांचा डावा हात जड झाला होता. कांखेत गाठ झाली होती,

"अरे देवा, तुला या अरिष्टासाठी माझंच घर सापडलं का रे?"

कपाळावर हात मारून घेत नबूबाई रडत होती. नारायणरावांनी आपला शेवट आल्याचं ओळखलं. नबूला धीर देत ते म्हणाले,

"नबू धीरानं घे. मन घट्ट कर. मुलींना आधी वाचव. उद्या मिळेल त्या बोटीनं आधी गोव्याला पोचा. मी इस्पितळात दाखल होतो. मी बरा होईन नबू. नक्कीच बरा होईन. तुझी पुण्याई मला वाचवेल. रडू नकोस. समज काही कमी

जास्त झालंच तर मुलींना गाणं शिकवणं सोडू नकोस. आपल्या दोन मुली...''

बोलता बोलता नारायणरावांची शुद्ध हरपली. डॉक्टरांची इंजेक्शनं निरूपयोगीच होती त्यानंतर!

नबू, अंजनी, बुची, आजी साऱ्यांचा आक्रोश ऐकण्यापलिकडे नारायणराव पोहोचले.

''नबू ऐक आमचं! धीर धर. घरात प्लेगची लागण झालीय. एक माणूस दगावलाय. आपण हे घर सोडून लवकर इथून जायला हवं. मुलं लहान आहेत.''

वामनबाबा, रामबाबा, परोपरीनं नबूला समजावत होते. पण नबूला काहीच समजत नव्हतं. रडणाऱ्या मुली, घाबरलेली आई सभोताली सुरू झालेलं मृत्यूचं तांडव याचं भानच तिला उरलेलं नव्हतं. भकासपणे ती भिंतीला टेकून बसलेली होती. नारायणरावांची आठवण प्रत्येकक्षणी सर्वांना दुःखात लोटत होती.

नारायणरावांच्या पाठोपाठ छोटा बाबू प्लेगची शिकार ठरला. या बाबूला आई किंवा आजीपेक्षा बुचीचं वेड जास्त होतं. ताप आल्यापासून तो बुचीच्या मांडीवरून हलला नाही. बुचीही रात्रंदिवस त्याला मांडीवर घेऊन बसली होती. तापानं निश्चेट झालेल्या अवस्थेत बाबूनं प्राण सोडला. अजून त्याला धड पाऊलं टाकता येत नव्हती. धड बोलता येत नव्हतं. अंजनी, बुचीचा लाडका बाबू. डोळ्यांदेखत काळानं त्याच्यावर झडप घातली होती. बुची दुःखानं वेडीपिशी झाली होती. ते सर्व बघून अंजनी हादरून गेली होती. सर्वांनी गोव्याला जाणं आवश्यक होतं. धीर गोळा करून सारे निघण्याचा विचार करत होते. तोंवर बुचीनं अंथरूण धरलं. बाबू आजारी असताना बुचीनंच त्याला अंगावर घेऊन सेवा केली होती. त्याचा परिणाम त्या रोगानं बुचीवर आपला पगडा बसवला. बघता बघता बुची आडवी झाली. आणि बघता बघता जगातून निघूनही गेली. सारं घरदार दुःखात बुडून गेलं.

घरांत पाठोपाठ तीन मृत्यू झाले होते. बुची गेल्यानंतर मात्र वामनबाबांनी मन कठोर करून नवीवाडीच्या बिऱ्हाडाला कुलूप लावलं आणि सर्वांना घेऊन गोवा गाठला. मालप्याला घरांत एका कोपऱ्यांत आजीनं अंथरूण पसरलं होतं. मालप्याचे सारे सोयरे एक एक करत भेटून गेले.

''नबू, बाये हा कुलदेवताचा कोप बरं? तुम्ही माणसं गाव विसरता. देव-धर्म विसरता. मग कधीतरी आपली अशी आठवण तो करून देतो. आठवण करून बघ. नबू, कधी कांही मागणं केलं होतंस? ते द्यायचं राहून गेलंय?''

गावची जाणती माणसं आठवण करून देत. पण नबूला कांही आठवत नव्हतं. सुन्न, बधीर झालेली नबू एक टक नजरेनं समोरची भिंत बघत असे. खेडेगांवामधल्या भिंतीवर अनेक भयाण सावल्यांची प्रतिबिंबे तिला दिसायची.

कधी नारायण, कधी बुची तर कधी छोटा बाबू. कुणाकुणाचं दुःख करावं हे तिलाच समजत नव्हतं. आपल्या आईच्या भयाण रुपाकडे बघून अंजनी गारठून गेली होती. अंगावरचे सारे अलंकार आईनं उतरवले होते. तिचं गोरंपान कपाळ मोकळं झालं. सुताची साधी साडी ती नेसत होती आणि डोळ्यांतून वाहाणाऱ्या अश्रूंना खळ नव्हता.

नारायण आणि नबूनं अपार कष्ट करून संसार उभा केला होता. कधी चुकूनही कुणाचं वाईट चिंतलं नव्हतं. मग देवानं अशी अवकृपा का करावी? हे नबूला समजत नव्हतं.

यापूर्वी गोव्यात आलं की अंजनी आणि बुची सोबतीनं सारं गांव हुंदडून येत असत. गांवची सारी माणसं किती कौतुक करत! चिंचेनं लगडलेली झाडं, किंवा मांडवावरच्या जुईच्या कळ्या पाहून अंजनीला भडभडून येई. या सर्व गोष्टींचा बुचीला केवढा सोस होता! सर्व चांगल्या गोष्टींचं वेड बुचीला होतं. नारायणबाबांनी- सुद्धा जे जे चांगलं तेच मुलींना दिलं.

"असं चांगल्यावर प्रेम करणारी माणसं... देव त्यांनाच का नेत असावा?

आनंदानं भरून गेलेलं आपलं घर...देवानं अशी त्याची दैना का करावी?

माणसं अशी बघता बघता नाहीशी कशी होतात?

जर कांहीच खरं नाही... तर मग असा जीव तरी का गुंतवायचा?

यानंतर त्या घरांत कशा रहाणार आहोत आपण? बुचीशिवाय? बाबूशिवाय? बाबांशिवाय?"

परसदारातल्या फणसालगतच्या एका दगडावर बसलेली अंजनी विचारांत हरवून गेली होती. वामन आजोबा तिच्याजवळ आले.

"आजोबा"

आजोबांना मिठी मारून अंजनी रडत होती. आजोबांनाही रडू आवरत नव्हतं. त्यांच्यावर मुलासारखं प्रेम करणारा जावई गेला. माणकासारखी नात आणि वंशाचा दिवा असणारा बाबू गेला आणि ते दुःख सोसायला तो म्हातारा जीव जगला होता.

किती उमेदीनं मालप्याहून मुंबईत बिऱ्हाड थाटलं होतं! त्यासाठी कष्ट सोसले होते. गरीबीचे चटके सहन केले होते. घराचं गरतीपण जपलं होतं. समाजात मान मिळवला होता. गरीबीची खंत बाळगली नव्हती. देवधर्म कुलाचार सारं जपलं होतं. पण नियतीनं नेमकी त्याच घराची दुर्दशा करून टाकली होती. वामनबाबा खचून गेले होते. रामबाबा माणसांत असून नसल्यासारखा वागत होते. नबू सुन्न झाली होती. जो तो आपल्या दुःखांत बुडून गेला होता. छोट्या अंजनीच्या मनावर जो आघात झाला होता. तिकडे कुणाचंही लक्ष नव्हतं.

आजवर वामनराव दुःखात इतके बुडून गेले होते की त्यांचं अंजनीकडे लक्षच नव्हतं. आज तिन्हीसांजेच्या वेळी एकटी परसदारी बसलेली अंजनी बघून वामनराव चरकले. 'सारी मोठी माणसं बोलून आपआपलं दुःख व्यक्त करत होती. पण दोन भावंडांचं आणि पित्याचं छत्र हरवलेली ती पोर...ती मनात काय विचार करत असेल?'

या विचारानं वामनराव कासावीस झाले. अंजनी त्यांच्या कुशीत शिरून मनसोक्त रडत होती. तिला शांत करताना आजोबाही रडत होते. थोड्या वेळानं त्यांनी अंजनीला शांत केलं. तिला आपल्यासमोर बसवत ते म्हणाले,

"अंजनी, बाय नीट ऐक. मी काय सांगतो ते. बेटा फार मोठा कोप झालाय कुलदेवाचा. मर्जी त्याची, काही चुकलं असेल आपलं. पण तूंच बघ, तुझी आजीतर यानंतर उभारी धरणं कठीण आहे. तिनं गरीबी सोसलीय. पण असलं दुःख कधीच बघितलेलं नाही. रामबाबा तर आता मुंबईत परत यायला तयारच नाही. "

"का आजोबा?"

"तो म्हणतोय, त्या घरांत जायचं बळ त्याला नाही. "

ते ऐकून अंजनी रडू लागली. तिला थोपटत आजोबा डोळे पुसत म्हणाले,

"बाय, तसं तर बळ सर्वांचंच हरवलंय. पण आता जो धीर धरला पाहिजे. तो तू आणि मी! खरं ना? अंजनी, खरं तर मीसुद्धा खूप थकून गेलोय. मालपेकर घराण्याचं नांव वर काढण्यासाठी मुंबईत गेलो. संगीताचा ध्यासही होताच. जरा कुठं मुळं जमिनीत रुजतात न रुजतात तोंवर हे आक्रित घडलं. नारायणानं फार स्वप्न बाळगली होती. बुचीवर फार मोठी आशा लागून राहिली होती. छोटा बाबूतर वंशाचा दिवा होता. पण पत्याच्या बंगल्यासारखं सारंच विस्कटून गेलं. संपलं सगळं; पण बाय, असं हात पाय गाळून काय होणार? आज ना उद्या परत मुंबईत जावं लागणारच. माझ्या म्हाताऱ्या खांद्यावर सारा बोझा मी घेईन. पण माझ्या हाताना तू आधार द्यायला हवास. आता नबूला तू सावर. तू घराचा भार घे. आजी आणि रामबाबांना थोडे दिवस इथे राहू दे. आता मुंबईतली रोगाची लागण संपलीय असं ऐकलंय. मी चौकशी करतो. आपण जाऊ तिघेच!

समजतंय ना बाय? मी काय म्हणतोय ते? तुझं लहान वय, पण आता तुझ्यावरच माझी सारी भिस्त आहे. धीरानं उभी रहा. राहशील ना? इथं किती दिवस राहणार आपण? आज ना उद्या मुंबईला जावं लागणारच. मग लवकरच निघू. काय करणार बाय? ज्ञानोबा म्हणतो, 'जे पावे ते निवांत साहून जावे' चल माझी बाय. डोळे पुस"

आजोबा नातीच्या आधाराने उभे रहात होते. वृंदावनाजवळची पणती मंद तेवत होती.

बोटीची तिकिटं मिळाली तशी निघण्याची तयारी सुरू झाली. सारे सोयरे भेटायला येऊ लागले. साऱ्यांचीच मने दुःखानं गलबलून गेली होती. एवढ्या मोठ्या कुटुंबामधे फक्त तिघे परत निघाले होते. धाय मोकलून रडणाऱ्या अंजनीला जवळ घेऊन आजोबा म्हणाले,

"अं हं. रडायचं नाही. मन घट्ट कर. "

त्या दिवसापासून अंजनीचं बालपण संपलं होतं आणि वसंत ऋतूही पार कोमेजून गेला होता.

नवीवाडीच्या घरचं कुलूप काढताना सर्वांचा जीव कासावीस झाला होता. नबू आलेली समजतांच तिच्या बहिणी तिला भेटण्यासाठी धावल्या होत्या. ज्या घरांत बुची नाही, बाबा नाहीत, छोट्या बाबूचं हसणं नाही. रोज दृष्ट काढणारी आजी नाही कीं शाळेत पोहोचवणारे राम आजोबा नाहीत...त्या घरांत...कसं रहायचं? पण अंजनी घट्ट मनानं उभी राहिली.

श्रीमतीच्या मदतीनं तिनं सारं घर साफ करून घेतलं. घरावर आलेली मृत्यूची कळा नाहीशी करण्याचा प्रयत्न ती करत होती. घरांत जागोजागी आठवणीच आठवणी होत्या. त्या आठवणींचं काय करायचं? प्रत्येक क्षणी मन कातरून टाकणाऱ्या अनेक वस्तू त्या घरात होत्या. त्या वस्तूंचं काय करायचं?

कधीही न भेटणाऱ्या माणसांच्या फक्त आठवणीवरच कसं जगायचं?

पण अंजनी प्रयत्नांनी मन घट्ट करत होती.

गोव्याहून परत आलेली नबूबाई पार बदलून गेली होती. अंगावरची रेशमी वस्त्रं, अलंकार सर्व तिनं गुंडाळून ठेवलं होतं. कुणाशी एक अक्षरही न बोलता चुपचाप ती नित्यकर्म उरकत होती. तिच्या बहिणी, नातेवाईक, शेजारी सारेजण धीर देत होते. नबूची विरक्त मूर्ती बघून, सर्वजण डोळ्यांत पाणी भरत होते.

साऱ्या मुंबईवर संकटाची एक प्रचंड लाट येऊन गेली होती. झोपडी झोपडीतून, घराघरांतून माणसं दगावली होती. वादळ तडाख्यानं माणसं, घरं कोलमडली होती. हळू हळू माणसं सावरत होती. नित्याचे व्यवहार सुरू झाले होते.

अंजनीला भेटायला हिरा, सुरंगा आणि नागली आल्या. त्या दिवशी मात्र बुचीच्या आठवणीनं सर्वांच्या मनाचा बांध फुटला. त्या चौघींपेक्षा बुची लहान होती. पण शाळेत ती त्यांच्यापेक्षा बुद्धिमान ठरली होती.

सहा महिन्यापूर्वी गणपतीत झालेल्या जलशांत तिचं केवढं कौतुक झालं

होतं. रूप गुणांची खाण असणारी बुची...तिची अनेक रुपं आठवून त्या चौघी शोक करत होत्या. त्या चौघीत हिरा कणखर होती. सुरंगा अत्यंत नाजूक प्रकृतीची तर अंजनी धीर गंभीर आणि कमालीची सहनशील, पण आज अंजनी आपल्या मैत्रिणींना बघून सैरभैर झाली. तिला मिठीत घेत हिरा म्हणाली,

"अंजनी, आपण चौघीजणी आपआपल्या घरांमधल्या मोठ्या मुली आहोत. आपल्या समाजांत घरच्या मोठ्या बाईला मग कर्त्या स्त्रीचा मान जातो. स्वतःच्या भावना बाजूला ठेवून, घराचा भार खांद्यावर घ्यावा लागतो. आम्हा तिघींवर तशी वेळ अजून आली नाही. पण आज ना उद्या येणार आहे. पण आजपासून तुला मात्र या घराची सारी जबाबदारी उचलावी लागणार आहे. कारण तुझ्यापेक्षा आईचं दुःख फार मोठं आहे खरं ना?"

"अंजनी, तुझ्या बाबांना तुला मोठी गायिका बनवायचं होतं. त्यांच्या जिवाला समाधान देण्यासाठी तरी तू आता गाण्यांत मन लाव. खूप मेहनत कर. नांव मिळव, तरच तू खरी..."

पण हे सांगणारी सुरंगा स्वतः मात्र रडत होती.

"बुचीचा आवाज किती गोड होता! परवा मला फादरबाबा भेटले होते. बुचीची आठवण काढून फार हळहळले, ते म्हणाले 'जाता जाता कमला आपला आवाज अंजनीला देऊन गेली असणार.' अंजनी ते खरंही असेल. या घराण्याचा आवाज बुची इथंच ठेवून गेली असेल. तिचा आवाज जाताना तिनं तुला दिला असेल. म्हणून सांगते, अंजनी, तू आता गाण्याकडे लक्ष दे."

नागली म्हणाली, अवघ्या पंधरा वर्षाच्या त्या किशोरी! पण परिस्थितीनं त्यांना केवढी समज आली होती! नुकत्याच वयात आल्या होत्या. चौघीही अत्यंत लावण्यसंपन्न होत्या. त्यांचे आवाज सुरेल होते. चौघींना उत्तम संस्कार होते. त्यांचा समाज एक होता. रीतीरिवाज एक होते. पण...

भवितव्य मात्र पूर्ण वेगवेगळी असणार होती. आणि ती कोणतीही असली तरी पुन्हा एक गोष्ट मात्र सर्वांच्या भवितव्यात सारखीच असणार होती. ती म्हणजे खडतर जीवन! ज्याचा पहिला धडा आज अंजनी गिरवत होती. नुकतेच तिनं आनंदानं पंख पसरले होतें तोंवर मन मिटून गेलं होतं. त्या लहान वयात एकच गोष्ट तिला प्रकर्षानं समजली होती,

'जीवनाची क्षणभंगूरता! अशाश्वती!

लहान वयांतच तिचं मन मिटून गेलं होतं.

आतल्या खोलीत नबूबाई गाढ झोपली होती. आज किती तरी दिवसांनी आईला शांत झोपलेली बघून अंजनीला बरं वाटलं. मालप्याहून परत आल्यापासून तिला एक गोष्ट करायची होती, ती म्हणजे बुची आणि बाबूच्या साऱ्या वस्तू

एका अलमारीत बंद करून ठेवायच्या होत्या. त्यांना बघून पुन्हा पुन्हा दुःख व्हायचं. वामन आजोबा खचून जायचे. आईचं दुःख वाहू लागायचं. अंजनीला नकळत फार मोठी समज आली होती. तिची सरिता मावशी तिच्या पाठीशी घट्ट उभी होती. म्हणून तर अंजनी धीरानं वागत होती.

आज श्रीमती, अंजनी आणि सरिता मावशी ते काम करत होत्या. बुचीचे कपडे, बाबूची खेळणी, नारायणरावांची पुस्तकं...एक एक करत...कपाटांत बंद करताना जणू मनांवर मणामणाचं वजन ती ठेवत होती. रडून रडून तिचा चेहरा लालबुंद झाला होता.

"कितें करतले बाय? नशिबाचो खेळ. "

श्रीमती पुन्हा पुन्हा नशिबाला दोष देत होती. घरदार सगी सोयरी नसलेली श्रीमती, त्या कुटुंबाचाच एक भाग बनली होती. श्रीमतीनं पाहिलं, दरवाजांत फादर ज्योबाबा उभे होते. आश्चर्यानं ती त्या उंच, गोऱ्या फादरना बघत होती. तोवर अंजनीचंही लक्ष गेलं,

"फादर!"

अंजनीच्या संयमाचा बांध कोसळला. ज्योबाबाच्या मिठीतली अंजनी धाय मोकलून रडत होती त्याच्या स्पर्शातून नारायणबाबांची ममता अंजनीला जाणवली. ती फादरना घट्ट बिलगली, तिला थोपटत थोपटत, ज्योबाबा स्वतःच रडत होता. ओठानं प्रार्थना पुटपुटत होता. श्रीमतीनं तत्परतेनं फादरसाठी खुर्ची आणली. बाहेरची गडबड ऐकून नबूबाई जागी झाली. बाहेरचे दृश्य बघून ती अवाक् झाली.

समोरच्या जाजमावर फादर अंजनी, सरितामावशी, नबूबाई, श्रीमती, वामनबाबा सारे बसले. कुणीच काही बोलत नव्हतं. त्या बैठकीमधली तंबोरे, तबला, पेटी, सारंगी, पखवाज ही वाद्ये बघून ज्यो बाबा मनातून समजला. रामबाबाला कोणत्या परंपरेबद्दल सांगताना अवघड वाटलं होतं, ते ध्यानी येऊन ज्योबाबा खिन्न झाला. घसा खाकरत तो म्हणाला,

"बाईसाहेब, एकाच वेळी तीन मृत्यू तुम्ही बघितलेत. फार भयानक. मोठं कठीण दुःख आहे. साऱ्या मुंबईनंच एक दुःखाचा फार मोठा तडाखा सोसला. तुमची बुची मोठं रत्न होतं. खूप समज होती त्या मुलीला! तिचा आवाज म्हणजे दैवी देणगी होती. मोठेपणी एक मोठी गायिका बनली असती. तुमचं नाव मोठं केलं असतं. "

ते ऐकून नबूबाई, अंजनी रडू लागल्या. फादर म्हणाले,

"बाईजी, जन्मभर हे दुःख बाळगावं लागणार तुम्हाला. पण या दुःखावर इलाजही नाही. ज्याचं त्याचं ते ओझं आहे. पण बाई, माणूस जातो म्हणजे

त्याचं शरीर फक्त जातं. पण माणूस म्हणजे त्याचं शरीर नव्हे. तर त्याच्या ज्या आत्म्यानं हे शरीर धारण केलेलं असतं ना, तो आत्मा म्हणजे माणसाचं खरं रूप, आणि तो तर परमेश्वराप्रत जातो. तुमचा बाबू, बुची, नारायणराव हे सर्व त्या परमरूपात विलीन झालेत म्हणून बाई त्यांच्या मरण्याचा शोक करू नका. परमेश्वराच्या रूपात तुम्ही त्यांना पाहू शकाल, आणि बुचीचा आवाज...तोच आवाज या अंजनीजवळ आहे. नाद हा एकच असतो ना बाईजी? त्या एकाच नादाचे मग अनेक निनाद निघतात...कधी बुचीच्या गळ्यांतून तर कधी...अंजनीच्या म्हणून सांगतो बाईसाहेब दुःख करू नका. जे गाणं शिकवायचं ते या अंजनीला शिकवा. दोघींचेही नाद तिच्या कंठातून निघतील. बाईजी तुमच्या कृष्णाची मुरली इतकी मधुर कशी याचा मी नेहमी विचार करतो. मला असं वाटतं, की आधीच मुरली किती गोड...पण त्या गोड नादात, प्रत्यक्ष परमेश्वराचा श्वास मिसळून गेल्यानंतर जादू भरते. तसंच बाई, अंजनीच्या मूळच्या गोड आवाजांत यानंतर जर बुचीचा आवाज मिसळला तर तो आवाज आणि परमेश्वराची मुरली यात फरक रहाणारच नाही. ''

ज्योबाबाचे शब्द ऐकताच, एका आवेगातच नबूबाई उठली...आणि त्यांच्या पायावर माथा टेकवला,

''तसंच होवो फादर, तसंच होवो. ''

ती पुटपुटत होती.

''गॉड ब्लेस यू माय चाईल्ड''

फादर आशीर्वाद देत होते.

अंजनी उठली. आणि कपाटातून एक वही तिनं फादरसमोर उघडली, ती बुचीची वही होती. त्यामधल्या एका पानाला एक गुलाबाचं फूल चिकटवलं होतं. त्याखाली बुचीनं लिहीलं होतं,

'फादर बाबा, तुमची आठवण!'

ते बघून फादर गहिवरून गेले. हा तोच गुलाब होता, जो शाळेचा निरोप घेताना ज्योबाबानं प्रत्येक मुलीला दिला होता. गुलाब सुकला होता, पण आठवणी ताज्या होत्या. फादरनी अंजनीला विचारलं,

''अंजू, तुला नर्मदा आठवते?''

''हो, माझी मैत्रिणच होती. नमू. ''

''अंजू, नर्मदापण या साथीतच गेली. मला समजलं तसा मी धावलो. नमूला लागण झाली होती. पण इस्पितळात दाखल केलं असतं तर वाचली असती. ''

''मग?''

“मी घरच्यांना परोपरीनं समजावलं. पण त्यांनी ऐकलं नाही. त्यांचा अशा उपचारांवर विश्वास नव्हता. त्या साथीला ते देवाचा कोप मानत होते. माझ्या डोळ्यांदेखत नर्मदानं प्राण सोडला अंजू”

फादर ज्योचे डोळे भरून आले. लाल अलवणामधली, सुकलेली नर्मदा... आणि बुचीच्या वहीतला सुकलेला गुलाब...अकाली सुकलेले... अकाली गळून पडलेले दोन गुलाब!

तळव्यानं डोळ्यातलं पाणी पुसत फादर उठले. ते म्हणाले,

“रामबाबा दिसत नाही?”

“त्यांनी फार मनाला लावून घेतलंय. गोव्यांतच राहिलेत. ”

“असं? मला पत्ता दे बरं? इथं इतकं काम पडलं असताना ते गोव्यांत काय करताहेत? मी बोलावून घेतो त्यांना”

फादरना रामबाबाची आठवण आली. त्यांचा पत्ता लिहून घेऊन फादर गेले.

फादर भेटून गेल्यानंतर नबूबाईला धीर आला. अंजनीचं गाणं बंद झालं होतं. नजिरखाँची काहीच वार्ता नव्हती. काय करावं हे अंजनीला आणि नबूबाईला समजत नव्हतं. सामान आवरताना, अंजनीला तिच्या पुस्तकामधलं वासुदेवानं दिलेलं मोरपीस सापडलं. एका पहाटे ते पीस देणारा...आणि रोज नाचत टिपऱ्या वाजवत येणारा वासुदेव अलिकडे येत नव्हता.

‘कुठं गेला असेल?

गांवी? की...?

तो विचार अंजनीने मनांतून झटकून टाकला. बुची गेली...पण गुलाब मागे ठेवून गेली.

वासुदेव हरवला...पण...त्यानं दिलेलं पीस मागे उरलं होतं.

खाँसाहेबांनी शिकवलेले आलाप, ताना तिच्या जवळ होत्या. पण सारं कसं थिजून गेलं होतं. एखाद्या निश्चल चित्रासारखं.

“राधाराणी, गाणं मनापासून शिक हं का! कृष्णाला गाणं खूप आवडतं. ”

वासुदेव म्हणाला होता. तसंच बाबा, राम आजोबा, आजी, खाँसाहेब, फादर सर्वजणच म्हणाले होते. पण गाणं कसं शिकणार? कोण शिकवणार?

या विचारानं अंजनी खिन्न झाली. तिला खाँसाहेबांची खूप आठवण येत होती.

त्या भयानक झंझावातानं सैरभैर झालेली नबूबाई आता हळूहळू सावरत होती. तिच्या गिरगांवमधल्या बहिणी तिला धीर देत होत्या. नबूबाईवर कोसळलेला दुःखाचा पर्वतखंड बघून आणि तिच्या चेहऱ्यावर आलेली भयाण कळा बघून सर्वांना हळहळ वाटत होती. साऱ्या घरांत सुन्न शांतता भरून राहिली होती.

बाहेरच्या ओसरीवर पोटाशी पाय घेऊन वामनकाका बसलेले असायचे. खालमानेनं श्रीमती घरची कामं उरकत असायची; आणि पंख मिटलेल्या चिमणीसारखी अंजनी घरभर उगीचच फिरत असायची. घरभर आठवणीच आठवणी पसरल्या होत्या.

नारायणरावांनी स्वतःच्या हातांनी लिहून काढलेली तानांची वही, त्यांनी आणलेल्या कॉडलिव्हरच्या बाटल्या, बुचीच्या अनेक वस्तू, छोट्या बाबूची खेळणी...सारं बघताना अंजनीच्या पोटात खड्डा पडायचा. गवसणीतला तंबोरा काढून उगीचच तारांवरून बोटं फिरवत ती बसून रहायची. शेजारची बुचीची रिकामी जागा बघून तिचा कंठ दाटून यायचा.

त्या दिवशीही तिनं असाच तंबोरा छेडला. त्याच्या नादानं सारं घर थरथरून गेलं. नबूबाईसुद्धा! अंजनीच्या हातून छेडलेल्या तंबोऱ्याचा आवाज ऐकून नबूबाई दचकली. यानंतर जीवनाशी सारा संघर्ष तिला एकटीनं करायचा होता. नोकरी करून, इमाने इतबारे पगार नबूच्या हाती देणारे, मुलींसाठी ओव्हरटाईम करणारे नारायणराव आज या जगात नव्हते. मुलींनी नावलौकिक कमवावा असं त्यांना वाटायचं. पण देवानं सारं वेगळंच घडवून आणलं होतं. स्वतःच्या वैधव्यदशेचं दुःख बाळगतच नबूबाईला समोरच्या भीषण परिस्थितीशी सामना करायचा होता. कंठातला आवाज दुःखानं थिजून गेला होता. तरी तिला घर उभं ठेवण्यासाठी गायचं होतं. पुढचे सारे दिवस धैर्याने पार पाडायचे होते. स्वतःचं चरित्र जपून स्वाभिमानानं जगायचं होतं. गरीबीसमोर ती वाकणार नव्हती. आवाजातलं सारं कसब गोळा करून तिला पुन्हा बैठका करणं भाग होतं. दुःख करायला वेळच कुठं होता?

नबूबाई निश्चयानं उठली. एवढसं तोंड करून अंजनी तंबोरा छेडत होती. नबूबाई म्हणाली,

"बाय, खाँसाहेबांनी शिकवलेल्या यमनची सुरुवात कर."

अंजनीला एक शब्द आठवेना कीं एक सूर! बैठकीवर बसून नबूनं तंबोरा जुळवला. तिनं स्वतः सुरुवात केली.

येरी आयी पियाबिन
सखी कल न परत मोहे-
घडी पलछिन बिन
जबसे पियां परदेस गये मोरे
रतियां कटत रहे तारे गिनगिन
येरी आयी पियाबिन...

आईच्या आवाजांत आवाज मिसळून, भान हरपून अंजनी गाऊ लागली. खाँसाहेबांनी शिकवलेल्या ताना, पलटे, गळ्यामधून निघू लागले. आज बुचीच्या जागेवर नबूबाई बसली होती. अंजनीची लाडकी बुची. तिच्या सर्व जागा अंजनीच्या नकळत अंजनी घेत होती. फादर म्हणाले ते खरंच होतं!

बुची कुठं हरवलीच नव्हती.

ती तर प्रत्येक तानेसोबत होती.

अंजनीच्या प्रत्येक आलापात बुची होतीच!

मग गेलं ते काय होतं?

ती तर एक सावली होतीं, झरझरत निघून गेलेली.

पण सावली म्हणजे माणूस नव्हे.

माणूस!

माणसाचं जगणं, मरणं विरह...या सर्वांपलिकडे असणारा आदिम स्वर म्हणजे बुची!

तो स्वर तर अनादि काळापासून निनादत आहे. तो स्वर...जोंवर आहे तोंवर बुची असणारच होती. त्या स्वरांवर प्रेम करणारे नारायणरावही असणार होतेच.

तो स्वर जपण्यासाठी जीव ओतून अंजनी गात होती. तिचं दुःख हलकं होत होतं.

बाहेरच्या ओसरीवर बसलेले वामनराव खांद्यावरच्या पंचानं डोळे टिपत होते. श्रीमतीनं देवासमोरची समई प्रज्ज्वलित केली होती.

जवळ जवळ वर्षभरानं नजिरखाँ आपल्या कुटुंबासह हैद्राबादहून मुंबईला परतले होते. मुंबईत प्लेगची साथ पसरली तेंव्हा सर्व कुटुंबाला घेऊन दूर हैद्राबादला कांही काळ रहाण्याचा निर्णय त्यांनी घेतला. पण त्यापूर्वीच नजिरखाँचा मुलगा मुबारक प्लेगची शिकार ठरला. निदान बाकी सर्वांना वाचवण्यासाठी नजिरखाँनी मुंबई सोडून हैद्राबाद गाठलं. एकुलत्या एका मुलाच्या मृत्यूचं भयानक दुःख नजिरखाँ गेले वर्षभर सोसत होते. ते दुःख कधीच न मिटणारं होतं. मन घट्ट करून नजिरखाँ पुन्हा भेंडीबाजारच्या घरी परतले. रोजची दिनचर्या सुरू करायला हवी होती. तोंवर त्यांना बुची, नारायण, बाबूच्या मृत्यूची घटना समजली व पुन्हा एक मोठा धक्का बसला. भेंडी बाजारमधल्या घराची सारी रयाच निघून गेली होती.

नबूबाईला भेटायला जाणं आवश्यक होतं. पण पायांत मणामणाच्या बेड्या पडल्यासारखी पाऊलं जडशीळ झाली होती. मन घट्ट करून खाँसाब नवी

वाडीतल्या नबूबाईच्या घरी पोहोचले; पण दरवाजातच त्यांची पाऊलं थबकली. आतमधल्या बैठकीवर बसलेली अंजनी नबूबाईच्या आवाजांत आवाज मिसळून गात होती. त्याच ताना, त्याचं आलापी, तेंच सूर, जे नजिरखाँनी एक वर्षापूर्वी बुची आणि अंजनीला शिकवले होते. कांहीच फरक नव्हता, उलट आवाज अधिक धारदार आणि स्वच्छ बनला होता. दरवाजाच्या आंत पोहोचलेल्या नजिरखाँकडे दोघींचही लक्ष नव्हतं. भान हरपून मायलेकी गात होत्या. ते ऐकून नजिरखाँचे अश्रू त्यांच्या गालावरून ओघळू लागले. पायाखाली पुन्हा जमीन आल्याची जाणीव झाली. भरलेल्या आवाजात त्यांनी हाक मारली,

"चेडवा"

खाँसाहेबांना बघताच तंबोरा खाली ठेवून अंजनी त्यांच्याकडे झेपावली. त्यांच्या मिठीत अंजनी मनसोक्त रडत होती. नबूबाई, वामनबाबा डोळे टिपत होते. कितीतरी वेळ चौघांचे अश्रू वाहात होते. शोकावेग आवरून खाँसाहेब गहिवरल्या आवाजात म्हणाले,

"बाईजी, माझं दुःख एक कलावंत म्हणून तुम्ही अधिक चांगलं समजू शकाल. जे संगीतधन माझ्या गुरूंनी मला दिलं ते आपल्या पुढच्या वारसाला द्यावं असंच कुणालाही वाटतं. मीसुद्धा मुबारककडे माझ्या संगीत घराण्याचा वारस म्हणूनच बघत होतो. त्याच्यावर भरपूर मेहनत घेत होतो. आणि तोसुद्धा मन लावून साधना करत होता. पण दुर्दैवानं त्याच्यावरच काळानं घाला घातला. या तुमच्या घरातून बुचीसारखं रत्न हरपलं आणि आमच्या घरून मुबारक.

गेलं वर्ष मी हैद्राबादमध्ये कशा मनस्थितीत काढली ते सांगू शकणार नाही. पायाखालची जमीनच दुभंगावी अशा धक्क्यांत मी गेले वर्षभर होतो. मुबारक तर गेला. पोटचा मुलगा गेला. तसाच पट्टशिष्य गेला. हे दुःख कमी होतं म्हणूनच की काय मुंबईत आल्यानंतर बुची गेल्याचं कळलं. नारायण, बाबू...तीन मृत्यू! कसे सोसले असतील तुम्ही, याची मी कल्पना करू शकत नाही. अल्लाची मर्जी! बाईजी फार मोठी पडझड झाली. उभं घर पत्त्याच्या बंगल्यासारखं कोसळलं तरी माणसं त्यांतून सुद्धा उरलेल्या चीजवस्तू गोळा करून पुन्हा कुठंतरी आडोसा शोधून खोपटं उभं करतात. अल्लाची कृपा इतकीच की आज अंजनी आपल्याजवळ आहे. तुम्ही वर्षभर मेहनत घेऊन, तिचा आवाज तयार केलात. यानंतरचं कसब माझं! मुबारक, बुची दोघांचं गाणं आता अंजनी गाईल. आणि स्वाभाविकच भेंडीबाजार घराण्याचं उत्तरादायित्व यानंतर अंजनीकडे जाईल. तीच एकमेव वारस असेल आमची हं! आता घरी अमान आहे. पण सध्या तरी त्याचं वय लहान आणि शरारत करण्याचं आहे. बाईजी दुःख करायला आता वेळच नाही, जे गेलं त्यापेक्षा जे हाती आहे तेच लाखमोलाचं!"

बोलता बोलता खाँसाहेब भावविवश झाले, नबूबाई डोळे टिपू लागली. अंजनी स्वतःला सावरत, त्या दोघांना फक्त पहात होती. कुठं तरी एक दृढनिश्चय तिच्या मनाशी त्याच वेळी पक्का झाला होता.

जवळ जवळ एक वर्षानं अंजनी नजिरखाँसमोर पुन्हा तालमीसाठी बसली होती. मागच्या त्या वर्षात दोन्ही कुटुंबात प्रचंड उलथापालथ झाली होती. त्या उद्ध्वस्त, भयाण अवस्थेनंतर पुन्हा नवीन कांही रूजवणं किती अवघड होतं. खाँसाब घडवत होते, त्यापैकी दोन स्वरशिल्प तर भंगून गेली होती. तिसरी अंजनी! त्यांच्यासमोर बसली होती. तिच्या हाताची बोटं यांत्रिकपणे तंबोऱ्याच्या तारा छेडत होती. अंजनीची मनस्थिती खाँसाब जाणून होते. किती घायाळ झाली होती ती! लहान वयांत मृत्यूचं भयानक तांडव तिनं बघितलं होतं! आपण एक शब्द जरी बोललो तरी तिच्या अश्रूंचा बांध कोसळेल.

खाँसाहेबांनी डोळे मिटून षड्ज लावला. हिमालयासारखा स्थिर असणारा आपला स्वर आज कंप पावतो आहे, हे त्यांना जाणवलं. ते थांबले, त्यांनी दीर्घ श्वास घेतला आणि मंद्र निषादावरून पुन्हा षड्जावर आले. स्थिर झाले. आपल्या स्वरांची स्पंदनं त्यांना आता जाणवू लागली. त्या आपल्या सुरांची शक्ति पुन्हा परत आल्याचा विश्वास आला. ती शक्तिच त्यांच्या आवडत्या चेडवाला निराशेच्या गर्तेमधून बाहेर काढणार होती. खाँसाहेबांचा आवाज तंबोऱ्याच्या तारांप्रमाणे झंकारून उठला,

खाँसाहेबांचा धीरगंभीर षड्ज कानावर पडला आणि अंजनीनं त्यांच्या सुरांत केव्हा सूर मिळवला ते तिचं तिलाच समजलं नाही. एक वर्षापूर्वी शिकवलेला यमनचा ख्याल खाँसाहेबांनी सुरू केला.

'भज हरीनाम तू मोरे मनवा'

अंजनीनं ख्यालाची स्थायी पूर्ण केली. आणि ती व्यवस्थितपणे आलाप घेऊ लागली, तिची ती सुरेली बढत ऐकून खाँसाहेबांचं मन समाधानानं भरून गेलं.

'आपण लावलेलं रोप परिस्थितीच्या झळांनी जळून गेलेलं नाही तर शाबूत आहे बस्स, त्यावर थोडी शिंपण केली कीं ते पुन्हा तरारून फुलेल'

खाँसाहेब विचार करत होते.

रियाज संपला. तंबोरा खाली ठेवून खाँसाहेब नबूबाईला म्हणाले,

''बाईजी, माझ्या या नाजूक रोपाला तुम्ही किती चांगलं जपलंत. सगळी दुःख पचवून तुम्ही हिचा रियाज घेतला. म्हणून तर हिचं गाणं जसंच्या तसं

राहिलं. फार मोठं काम केलंत बाईजी. फार मोठं ! कसे आभार मानू मी तुमचे! आज चेडवाचं गाणं ऐकून धीर आला. जगावं असं वाटू लागलंय. निदान कांही नवीन घडवू शकेन. ''

खाँसाहेबांचे शब्द ऐकून नबूबाईचं मन समाधानानं भरून गेलं. कितीतरी दिवसांनी! गुरूची ठेव गुरूकडे पोहोचली होती.

त्यानंतर नियमितपणे अंजनीला गाणं शिकवण्यासाठी खाँसाहेब येत होते. गुरूशिष्या अपार मेहनत घेत होते. मधल्या काळांत अंजनीचं भेंडीबाजारमधल्या नजिरखाँच्या घरी येणं जाण अधूनमधून होत असे. त्यांच्या एकत्र कुटुंबात सारेजण किती आनंदांत रहात होते. त्या घरच्या स्त्रियांनासुद्धा अंजनीचा लळा लागला होता. सर्वजण अंजनीला खूप प्रेमानं वागवत. नजिरखाँ आपली सारी कला अंजनीत ओतत होते. आपल्या घराण्याची अमूल्य ठेव म्हणूनच सर्वजण अंजनीकडे बघत असत. नजिरखाँची मुलगी भोलिया, अंजनीची चांगली मैत्रिण बनली होती.

पुष्कळ दिवसांत भोलियाची गांठभेट झाली नव्हती म्हणून एक दिवस अंजनी तिला भेटायला गेली. घरांत अखंड सुरू असणारं गाणं ऐकून ऐकून भोलीयानं आत्मसात केलं होतं. बरेचसे राग आणि बंदिशी तिला परिचित झाल्या होत्या. आवाजही सुरेल होता.

''भोलिया, आत्ता कुठे माझा यमन आणि भैरवी सुरू आहे. पण तुला तर कितीतरी राग माहिती आहेत. अनेक बंदिशी पाठ आहेत. म्हणून दाखव ना! कांहीतरी गाऊन दाखव!''

अंजनी भोलियाला म्हणाली, भोलियानं गवसणीतून तंबोरा बाहेर काढला. तिच्या अब्बाजाननी नुकताच बांधलेला देस रागामधला ख्याल सुरू केला.

'हम पत राखी जो'

देस रागाची मुलायम आळवणी करणारे सूर, आणि बंदिशीमधले भक्तीमय शब्द तशांत भोलियाचा गोड आवाज!

अंजनी भारावून ऐकत होती. किती सुंदर रीतीनं भोलिया शब्दांचे उच्चार करत होती. प्रत्येक शब्दामधून भक्तिभाव व्यक्त होत होता. आणि गोऱ्यापान भोलियाचा नाजूक चेहरा...गाताना, कमळासारखा फुलला होता. किती सुंदर दिसत होती भोलिया!

खरं तर ती नजिरखाँसाहेबांची मुलगी. पण म्हणूनच त्यांच्या खानदानी मुस्लिम घराण्याच्या रिवाजाप्रमाणे ती बैठकीचं गाणं गाऊ शकत नव्हती. केवळ

मुलीचा जन्म म्हणून...भोलियाचं गाणं तिच्यापुरतं, तिच्या गळ्यांतच बंदिस्त रहाणार होतं. आपल्या बरोबरच भोलियाला पण खरोखर गाण्याची तालीम मिळाली तर भोलियाच नसती कां भेंडीबाजार घराण्याची वारस बनली?

भोलिया गात असलेला देस रागाचा तो बंदिस्त ख्याल ऐकताना अंजनीच्या मनात असे विचार येत होते. मंत्रमुग्ध होऊन ती गाणं ऐकत असतानांच तिला बाहेरच्या रस्त्यावर मुलांचा आरडाओरडा, भांडणाचे आवाज ऐकू आले. ती आणि भोलिया लगबगीनं दरवाजापाशी गेल्या. समोरचं दृश्य बघून अंजनी थक्क झाली. अमाननं पलिकडल्या मोहोल्ल्यामधल्या मुलांचा भलामोठा पतंग काटला होता. आणि विजयी वीरासारखा जल्लोष करत तो नाचत होता. दरवाज्यात उभ्या असणाऱ्या भोलिया आणि अंजनीकडे बघून तो जरा वरमला. आणि पतंग सावरत त्या दोघींना बाजूला सारत तो घरात शिरला. अमानअली नजिरखाँचा पुतण्या होता. मुबारक तर आज या जगात नव्हता. केवळ ऐकून ऐकून आत्मसात केलेलं गाणं, पण किती सुंदर गात होती भोलिया! केवळ एक मुलगी म्हणून भोलिया सर्वांसमोर गाऊ शकत नव्हती. पण अमान? अमान अली तर मुलगा होता. आता तो काही लहान मुलगा नव्हता. आपल्या काकांचं दुःख समजून घेऊन खरं तर त्यानंच आता गाण्याकडे लक्ष द्यायला हवं होतं. वारसा चालवायचा होता. पण त्याचा हूडपणा तर संपत नव्हता. अंजनीला चीड आली. हात पाय धुवून बैठकीच्या खोलीत आलेल्या अमानअलीला ती म्हणाली,

"अमान, अरे तू आता बच्चा राहिला नाहीस. घरात अखंड गाणं सुरू आहे. उत्तरेतून आलेली ही नवीन मुले खाँसाहेबांनी थोडं तरी शिकवावं म्हणून धडपडत आहेत. मी दिवस रात्रीची तालीम करतेय. आणि तू? तू मात्र असा पतंग उडवत दिवस घालवतो आहेस. ते काही नाही, उद्यापासून खेळणं कमी आणि गाण्याकडे लक्ष द्यायचं. ऐकलंस ना?"

"हां, दिदी, मी गाणं शिकेन. मन लावून शिकेन. "

अमान खालमानेनं म्हणाला. खाँसाब समाधानानं ते दृश्य बघत होते.

सूर तालांच्या लहरीवर डोलत अंजनीचे दिवस भराभर पुढे सरत होते. उगवत्या सूर्याच्या साक्षीनं तिच्यासमोर संगीताचं नवीन दालन रोज खुलत होतं. मिंड, सूत, खटका, द्रुत अशा मानवी गळ्यांतून निघू शकणाऱ्या एकशे आठ क्रिया गुरुजींनी तिच्याकडून करवून घेतल्या होत्या. दमश्वास वाढत होता. आपल्यासारखीच विलंबित ख्यालाची संपूर्ण स्थायी ती गाऊ शकेल असा विश्वास नजिरखाँना आता आला होता. तिच्या स्वरांमध्ये तेज आलं होतं. ठुमरी, दादरा,

गझल गाताना, त्या शब्दांचा भाव सुरांमधून सहज व्यक्त होत होता.

पण प्रत्यक्ष गाण्यापेक्षा संगीत शास्त्राचं ज्ञानही तिला व्हावं म्हणून भातखंडेंबरोबर होणाऱ्या संगीत चर्चेला तें आठवणीनं अंजनीला नेत होते. संस्कृतचे ज्ञान तिला असल्याने संगीत शास्त्रांवरचे अनेक ग्रंथ तिनं वाचले होते. सतत साडेतीन वर्षे यमन आणि भैरवी या रागांची आळवणी करून अंजनीनं त्यांना प्रसन्न करून घेतलं होतं.

'पालन जग कृपाल'

भैरवीची ही बंदिश आणि तिचा विस्तार खाँसाहेबांना गाऊन दाखवून अंजनीनं तंबोरा खाली ठेवला. खाँसाहेबांचं मन प्रसन्न झालं, ते म्हणाले,

"चेडवा, तीव्र स्वरांचा यमन आणि कोमल स्वरांची भैरवी तुला पूर्णपणे वश झाली आहे. तुझ्या सुरेल गळ्याशी भेंडीबाजार घराण्याची मुष्किल गायकी पूर्णपणे एकरूप झाली आहे. अल्ला तेरी दुवां"

खाँसाहेब गहिवरून म्हणाले,

"चेडवा, आज मी तुझ्या जबाबदारीतून मुक्त झालो. "

ते ऐकून अंजनी चमकली. गोंधळून तिनं विचारलं,

"पण बाकीचे राग?"

खाँसाहेब हंसून म्हणाले,

"बेटी, तशी ही साधना जीवनभराची एक न संपणारी तपश्चर्याच आहे. चिंतनातूनच संगीत खऱ्या अर्थानं फुलतं. सात सुरांचे, सात रंग ज्या दिवशी समोर उलगडून उभे रहातील. तेंव्हा खऱ्या अर्थानं गाणं पूर्ण होतं. बेटी, मी तुला अशा तऱ्हेनं तालीम दिली आहे की इतर रागांचे फक्त चलत आणि वादी जरी सांगितले तरी ते कसे गायचे हे तुला आपोआप समजेल. त्याच्या बंदिशी तर मी सांगेनच. पण आता तुझा आणि माझाही खरा खडतर प्रवास संपला आहे. उद्यापासून आपण हेम, खेम, पटदीप, मोटकी तोडी, लक्ष्मी तोडी हे सारं सुरू करू. जे जे काही माझ्याजवळ आहे. ते सारं तुझ्या हवाली केलं की मी ऋणमुक्त होईन. "

"ऋण मुक्त?"

"हां बेटी, माझ्या गुरुंनी मला दिलेली ही विद्या मी तुला दिली आहे. संगीताची ही ज्योत पेटती ठेवण्याचा वसा माझ्या गुरुंनी मला दिला होता. तो वारसा मी तुझ्या हाती सोपवून गुरूऋणातून मुक्त झालो आहे. "

नजिरखाँच्या नजरेत समाधान दाटून आलं होतं. आजवरची अल्लड अंजनी ते ऐकून एकदम प्रौढ झाली. खाँसाहेबांनी केवढं मोठं ऋण तिच्या पदरात घातलं होतं. याची जाणीव तिला झाली. तिनं भक्तिभावानं त्यांना नमस्कार केला.

त्यानंतर मोगरीच्या फुलांची नाजूक पाकळी एक एक करत हळूवार रीतीनं उमलत जावी. अशा रीतीनं एक एक राग तिच्या गळ्यातून फुलत गेला. तिचं तिलाच त्या किमयेचं आश्चर्य वाटत होतं. आणि एके दिवशी नजिरखाँ नबूबाईंना म्हणाले,

"बाईजी, चेडवाच्या स्वतंत्र गाण्याची बैठक मी पुढच्या महिन्यांत शेठ त्रिभुवनदास मंगळदासांच्या बंगल्यावर ठरवतो आहे. "

"स्वतंत्र बैठक?"

अंजनी मनोमन थरथरून गेली. नबूबाईनं समाधानानं डोळे टिपत कुळदेवाला हात जोडून गाऱ्हाणं घातलं. रियाज पूर्ण झाला होता.

त्या काळी मुंबईत चंद्रावली बाई, जोहरबाई, बाबलीबाई, रेशमजान या सर्व गायिकांच्या नावाची खूप चर्चा होती. त्यांचे जाहीर जलसे होत. कुणीतरी धनवान बिदागी देऊन गायिकांना निमंत्रित करत असत आणि ते गाणं ऐकण्यासाठी मोठमोठ्या गवयांना आठवणीनं बोलावत. नजिरखाँना तर अशा जलशांची निमंत्रणे हमखास येत. त्यावेळी ते अंजनीला आपल्या बरोबर घेऊन जात. त्या सर्व मोठ्या गायिकांची गाणी ऐकून अंजनीचं गाणं अधिक समृध्द व्हावं हाच हेतू खाँसाहेबांचा असे. अंजनीही त्या प्रत्येक गायिकेचे उत्कृष्ट तेच नेमकं उचलत असे. चुन्नीबाईच्या बैठकीहून परत आल्यानंतर त्या गाण्याचा प्रभाव अंजनीच्या मनावर दीर्घकाळ होता. त्यानंतर कितीतरी दिवस तिच्या गाण्याचे सूर अंजनीच्या मनात रेंगाळत होते.

पण आज मुंबईच्या टाऊन हॉलमध्ये गोहरजानचं गाणं ऐकायला जाताना मात्र अंजनीचं मन उत्कंठतेने भरून गेलं होतं. गोहरजान!

त्या काळातील गायिकांमधलं एक जबरदस्त असं ते नाव होतं. ठुमरी, गजल, कव्वाली, दादरा, कजरी या सर्व गान प्रकारांवर त्यांची विलक्षण पकड होती. त्यांच्या जलशाची मुंबईत खूप वाहवा होती. आज योगायोगानं तो जलसा ऐकण्याची संधी चालून आली होती. गोहरजानंनी गाण्यासाठी बैठक घेतली मात्र...सर्वांचे श्वास रोखले गेले. त्या खुल्या पहाडी आवाजाला नाजूक हरकतींची लडिवाळ कुसर होती. त्यांच्या गझल आणि ठुमरीला शास्त्रीय गाण्याची बैठक होती. प्रत्येक शब्द आणि सूर स्वच्छ होता. हिंदी, उर्दू, पंजाबी भाषांवर विलक्षण प्रभुत्व होतं.

ठुमरी रंगत होती. ते सर्व शब्द, त्या शब्दांमधली आर्तता अंजनीच्या मनात आरपार घुसत होती. गोहरजानचं खानदानी व्यक्तिमत्त्व आणि उच्चवर्गीय रीतीरिवाज यांनी अंजनी भारावून गेली. स्टेजवर बसलेल्या गोहरजान या स्वतःच जणू

खट्याळ ठुमरी बनल्या होत्या. प्रेमाचा विरही भाव व्यक्त करणारी गझलच त्या क्षणी गोहरजानच्या रूपानं साकार झाली होती. नाजूक भाव व्यक्त करणाऱ्या गझला पूर्ण केल्यानंतर तेवढ्याच दमदार ताकदीनं बाई कव्वाली गाऊ लागल्या. त्यांचा खडा आवाज टिपेला लागला होता.

एका आवाजाची ती वेगवेगळी रुपं बघून अंजनी चकित झाली. तोवर बाईंनी दादरा सुरू केला, पल्लेदार तानांची आतिषबाजी सुरू झाली होती. विजेनं थरथरत खाली उतरावं, अशा गतीनं तानांची बरसात होत होती. उर्दू, पंजाबी, हिंदी सर्व भाषा त्या त्या ढंगानं गोहराबाई गात होत्या. जलसा पहाटेपर्यंत रंगला होता.

गाणं संपल्यानंतर अंजनीला घेऊन नजिरखाँ गोहरजानना भेटायला गेले. भरदार व्यक्तीमत्त्वाच्या त्या महान गायिकेसमोर अंजनी संकोचानं उभी होती. तिच्या अवतीभवती पर्वतासारख्या उत्तुंग व्यक्तिमत्त्वाचे बुजुर्ग गायक, वादक उभे होते.

त्यांच्यासमोर तर अंजनी आज एक छोटासा कण होती. धुळीचा एक कण!

पण खाँसाब जाणून होते की त्या धुळीच्या कणांतूनच उद्या सहस्त्र सूर्यकिरणे परावर्तित होणार आहेत. त्यांना आपल्या शिष्येबद्दल पूर्ण खात्री होती. जे जे उत्तम दिसत होतं. ते ते गोळा करून ते सर्व अंजनीसमोर ठेवत होते. त्याचा लाभ घेण्याइतकी अंजनी निश्चितच प्रगल्भ होती. हे नजिरखाँ जाणून होते.

गोहरजानच्या गाण्यानं ते स्वतः खूपच प्रभावित झाले होते. तसे चतुरस्त्र गाणे अंजनीचे व्हायला हवे असा ध्यास त्यांच्या मनाला लागला. ते गोहरजान बाईंना म्हणाले,

"बाईजी, आज कमाल केलीत तुम्ही! असं सुंदर गाणं या माझ्या शिष्येला ऐकायला मिळालं हे तिचं भाग्य!"

ते ऐकतांच चमकून गोहरजाननी पाहिलं.

नऊवारी साडी नेसलेली एक अतिशय रूपसंपन्न तरूणी त्यांच्यासमोर संकोचानं उभी होती. तिचं सौंदर्य, वागण्यामधली मर्यादशीलता, नम्रता बघून त्या थक्क झाल्या. अंजनीनं त्यांना वाकून नमस्कार केला.

"बाईजी, गेली आठ वर्षे या शिष्येवर परिश्रम घेतो आहे. भेंडीबाजार घराण्याची परंपरा चालू रहावी हीच धडपड सुरू आहे. आता विनंती एकच की, ज्या ज्या वेळी आपण मुंबईत याल तेंव्हा थोडी सवड काढून या मुलीला ठुमरी, गझल, दादरा गायला शिकवावं. तिला आपल्यासारखं चौफेर गाता यावं इतकीच माझी तळमळ! ती उर्दू, हिंदी, संस्कृत, मराठी शिकत आहे. इंग्रजीचंही तिला ज्ञान आहे. आम्ही तिघे बंधू तिला शिकवत आहोत. आपली गायकी पूर्ण भिन्न आहे. ते सारं आपण तिला शिकवावं की माझी विनंती!"

गोहरजान अंजनीकडे कौतुकानं बघत होत्या. किती कोवळं वय होत तिचं! नजिरखाँची खंडमेर गायकी, तिचा बाज, बाई जाणून होत्या. कमळाच्या पानांवर नाजूक दंवबिंदू असावा अशी ती नजिरखाँची नाजूक शिष्या गोहरबाईंना खूप आवडली. तिला शिकवण्याचं बाईंनी मान्य केलं नजिरखाँच मन समाधानानं भरून गेलं. चेडवाच्या गाण्यांवर आता गोहरजानचे संस्कार होणार होते.

मुंबईत आल्यानंतर गोहरजान आवर्जून अंजनीला बोलावून घेत असत. ठुमरी, गझल, कजरी, कव्वाली, दादरा गाण्याच्या वेगवेगळ्या पद्धती त्या सहजपणे उलगडून दाखवत. तसेच मधूनमधून काशिनाथ बुवा, सखारामबुवा, बोलीबक्ष घरी येऊन लावणीची तालीम देत.

चेडवाचं जाहीर गाणं करण्याचं नजिरखाँच्या मनानं घेतलं. तसे ते अधिक जागरूकपणे तिच्या गळ्यावर संस्कार करू लागले. सारंगीच्या साथीसाठी उस्ताद अझीमबक्श, लालखान, अब्दुल अझीझखान यांना नजिरखाँ बोलावून घेत. पतियाळाचे अब्दुल अझीझखान हे तर बीनवादक म्हणून जसे प्रसिद्ध होते तसेच त्यांची विचित्र वीणासुद्धा गाण्याला वेगळी रंगत चढवत असे. नरहरी मांजरेकर हे सुरुवातीपासून तबल्याची साथ देत होते. अंजनीच्या गोड स्वभावाने त्या सर्वच साथीदारांना तिच्याबद्दल एक वेगळी आत्मीयता वाटत असे. तिचं वागणं बोलणं याला एक खानदानी डौल असे. घरातले पवित्र वातावरण, तपस्विनी अशी तिची आई, घरांत अखंड निनादणारा सूर, तंबोरा, बीन, वीणा, सारंगी तबला यांच्या नादलहरींनी आता घर भरून गेलेले असे. एका बाजूने धीरगंभीर भासणारे ते तिघे बंधू...दुसऱ्या बाजूला वीरांगना अशी आई आणि त्यांच्या मधोमध स्वरांनी भारावलेली अंजनी...त्या घरांतल्या नादलहरींचा परिणाम अंजनीच्या व्यक्तिमत्त्वामधून आता स्पष्ट जाणवत होता. मूळच्या देखण्या रुपावर विद्येचं तेज आपली आभा पसरत होती. एवढी सात्त्विक वृत्ती चेहऱ्यावर नांदत होती.

नारायण, बुची, बाबू, आजी, आजोबा सारे कुटुंबपाश एक एक करत गळून पडले होते. नबूबाई आणि अंजनी या दोघींच्या कुटुंबात आता नजिरखाँ, छाजूखाँ, खदिम हुसेन, पंडित भातखंडे यांच्या बरोबर सारंगीवादक, बीनवादक, तबलावादक असे एक विशाल कुटुंब आता तयार झाले होते. कुणी रामपूरचे, कुणी गोव्याचे असा प्रांतभेद आता उरला नव्हता. मराठी, उर्दू, पंजाबी, हिंदी, कोंकणी या भाषांचा अडसरही मधे येत नव्हता. हिंदू किंवा मुस्लीम ह्या जातीच्या भिंती कधीच पार झाल्या होत्या.

केवळ संगीताच्या ध्यासानं वेड्या झालेल्या कलावंताचं ते एक विशाल कुटुंब बनलं होतं.

ज्याचा केंद्रबिंदू होती अंजनी!

पंडित भातखंडेसुद्धा नजिरखाँबरोबर वारंवार नवीवाडीत येत. संगीताच्या शास्त्रशुद्ध बैठकीची ते चर्चा करत. तेव्हा अंजनी ते सर्व मनापासून ऐकत असे.

एके दिवशी पंजाबचे प्रसिद्ध गायक गुल्लूखान यांचं गाणं मुंबईत होतं. त्यांच्या गाण्याचं वैशिष्ट्य हे होतं की ते अत्यंत द्रूत गतीच्या ताना घेत असत. मंद्र सप्तमात सुरू झालेली त्यांची तान इतक्या चपळाईनं तार सप्तमात पोचून पुन्हा समेवर येई. तेव्हा दुसरी तान सुरू झालेलीही असे. तानांचा अत्यंत जलदगतीचा तो अविष्कार व गाण्याचा आवाका ऐकणाऱ्याला थक्क करून ठेवत असे. विजेचं लसलसतं, आभाळांतून खाली उतरणं, नजरेला दिसतं न दिसतं ...तोवर अदृश्य होणं. ती वीज डोळ्यात किंवा कानांत साठवता येत नाही. फक्त कांहीतरी अद्भुत पाहिल्याचा एक अनुभव जसा येतो तसाच नाहीसा होतो. फक्त त्या अनुभवाचा न सांगता येणारा साक्षात्कार जाणवत रहातो.

गुल्लुखान यांचं गाणं असंच विलक्षण होतं. त्या तानांची नोटेशन्स कशी शोधायची? इतक्या जलद गतीच्या तानांना उतरून कसं घ्यायचं? पण ते सर्व उतरवून घेणं व शब्दबद्ध करणं हे पंडित भातखंडेच्या ग्रंथाच्या दृष्टीनं अत्यंत महत्वाचं होतं. त्यांनी ठरवलं की त्या बैठकीला अंजनीला घेऊन जायचं. हे अवघड काम पार पाडण्याइतकी अंजनी नक्कीच बुद्धिमान आहे; असा विश्वास पंडित भातखंडेना होता. गेली आठ वर्षे खाँसाहेबांनी अंजनीकडून पाच हजार नऊशे ताना घोटून घेतल्या होत्या. झोपेतसुद्धा अंजनीला साऱ्या तानांची बढत क्रमवारीने आठवली असती. एखादा गायक गातांना तो कोणत्या क्रमांकाची तान गातो आहे हे अंजनीला बरोबर समजत असे. म्हणूनच गुल्लूखानच्या तानांची सरगम उतरवून काढणे अंजनीला अवघड वाटत नव्हते.

बैठकीला जशी सुरुवात झाली तशी गुल्लूखानांच्या द्रुत गतीच्या तानांच्या सरीवर सरी श्रोत्यांवर कोसळू लागल्या. तानांची गतिमान फेक ऐकतांना श्रोते गुदमरून गेले होते. फक्त एक अंजनीच अशी होती की, जी तानांचे क्रमांक वहीवर टिपत होती. त्यामधला एकही क्रमांक चुकीचा नव्हता. घरी आल्यानंतर तिनं तानांच्या क्रमांकाप्रमाणे सरगम लिहून काढले आणि ती वही पंडित भातखंडेच्या समोर ठेवली. त्या छोट्याशा वहीत गुल्लूखानांचे सारे गाणेच अंजनीनं बंदिस्त करून आणलं होतं. ही किमया फक्त तीच करू शकत होती. तिच्या बुद्धिमत्तेच्या कौतुकानं पंडितजींचं मन भरून गेलं. ते गंभीरपणानं नजिरखाँना म्हणाले,

"खाँसाब, चेडवा म्हणजे एक अद्भुत रसायन आहे. तुम्ही तिला शिकवतांना कांहीच हातचं राखून ठेवलं नाहीत. तुमचा सारा आत्मा तिच्यात उतरला आहे. या मुलीसमोर कुणीही बुजूर्ग गायक यानंतर टिकाव धरेल असं मला वाटत नाही. लवकरच आपण तिच्या गाण्याची जाहीर बैठक ठरवू. "

नजिरखाँन समाधानानं ते ऐकत होते. ते म्हणाले,

"खरं आहे. आपलं म्हणणं. वेगवेगळ्या गवयांची गाणी तिनं ऐकली आहेत. यमन आणि भैरवी तिनं पूर्ण आत्मसात केले आहेत. अनेक राग ती आता गाऊ शकते. कोणता राग केव्हा गावा याची समज तिला आता आली आहे. साऱ्या ताना, पलटे तिला मुखोद्गत आहेत. शब्द, ताल, लय यामध्ये ती पक्की आहे. आता फक्त एक कसर बाकी राहिली आहे.

"कसर? कोणती?"

"अजुनी तिचा वैष्णव संप्रदायाशी परिचय झालेला नाही. त्यांची गायकी संपूर्ण वेगळी आहे. मुंबईत देवकीनंदन महाराज, गोकुळदासमहाराज, जीवनलाल महाराजांचे डेरे आहेत. चेडवानं त्यांचं गाणं ऐकायला हवं. "

ते ऐकताच पंडित भातखंडे एकदम उत्साहानं म्हणाले,

"अरे, ते तर एकदम सोपं काम आहे. जीवनलाल महाराज, गोकुळदास महाराजांकडे माझं जाणं येणं आहे. चांगला स्नेहही आहे. आपण जाऊ अंजनीला घेऊन! त्यांना अतिशय आनंद वाटेल. त्यांचा शिष्य संप्रदाय मोठा आहे. साक्षात भक्ती आणि वैराग्याचं दर्शन तिथं गेल्यानंतर घडतं. आपण जरुर जाऊ.

त्याकाळी भारतीय संगीतावर वैष्णव संप्रदायाच्या गायकीचा खूप प्रभाव होता. उत्तरेतील कामवन, कंकरोल, गोकुळ, मथुरा, वृंदावन अशा अनेक जागी या वैष्णवचार्याच्या मूळ पीठाची गादी असे. हा संप्रदाय अखंड भक्तीमार्गाने परमेश्वराप्रत पोहोचण्याचा सन्मार्ग आपल्या भक्तजनांना दाखवत असे. हे सारे सांप्रदायिक भगवान श्रीकृष्णाचे उपासक असत. कृष्णपूजा, कृष्ण आराधना, कृष्ण उपासना करतांना ती अत्यंत भक्तिपूर्वक करण्याची प्रथा असे. त्यामुळे अखंड कृष्णनामाचा घोष मठात चालत असे आणि या भक्तीने नाम घेण्याच्या प्रक्रियेतूनच मग वैष्णवसंप्रदायाची खास अशी भजनशैली निर्माण झाली होती. कृष्णस्तुतीपर किंवा कृष्ण प्राप्तीसाठी कृष्णाची आळवणी करणारी गीतं पीठांमधून गायली जात असत.

प्रत्येक वैष्णव पीठाचे एक प्रमुख आचार्य असत. त्यांनी संन्यस्त वृत्तीनं भक्तिमार्गाचा प्रसार करण्याचं व्रत घेतलेलं असे. जरी संन्यासी असले तरी हे सर्व आचार्य संगीताचे अत्यंत जाणकार असत. ते स्वतः उत्तम गायक, वादक असत. जरी त्यांची मूळ पीठं उत्तरेत होती तरी त्यांचं मुंबईत येणं जाणं असे. मोठमोठ्या गवयांशी त्यांची घनिष्ट मैत्री असे. नामांकित गवयांना ते आपल्या स्थानी आमंत्रण करत असत. आणि मोठ्या आवडीनं त्यांचं गाणं ऐकत. त्यांवर चर्चा करत. कधी कधी तर अनेक गवयांना निमंत्रित करून त्यांना एकच राग गायला सांगत. वेगवेगळ्या घराण्याचं प्रतिनिधीत्व करणारे ते संगीतकार तो

एकच राग वेगवेगळ्या पद्धतीनं सादर करत! एकाच रागाची अनेक विलोभनीय रुपं ऐकतांना बैठकीला आगळाच रंग चढे. केवळ साहित्यातच नव्हे तर वेगवेगळ्या कलांचा रसास्वाद अशा पीठांमधून मनसोक्त घेतला जाई. वैष्णव संप्रदायाच्या सर्व वैष्णव मंदिरातून संगीताचा अखंड सूर निनादत असे.

'ॐ नमो भगवते वासुदेवाय' ही एकच धून वेगवेगळ्या रीतीनं प्रत्येक वैष्णवपीठातून गुंजत असे. देवकीनंदन आचार्य घनश्याम लालजी महाराज, बालकृष्ण लालजी महाराज हे सारे आचार्य संगीततज्ज्ञ होते.

अंजनीला हे सारं जग अपरिचित होतं. तिनं हे पीठाधीश पहायला हवेत. त्यांची गायकी अंजनीनं ऐकायला हवी इतकंच नव्हे तर तिनं तिथं गायला हवं. तिच्या गाण्यावर वैष्णवाचार्यांचे संस्कार व्हायला हवेत. त्या जाणकारांच्या पसंतीचं शिक्कामोर्तबही तिच्या गाण्यांवर होणं जरूरीचं आहे असं पंडित भातखंडेंना मनापासून वाटू लागलं. त्यांना बीन आणि सतारीचे धडे खुद्द जीवनलाल महाराजांनी दिले होते. म्हणून पंडित भातखंडे अंजनीला घेऊन जीवनलाल महाराजांकडे गेले व तिचं गाणं त्यांना ऐकवलं. जीवनलाल महाराजांनी तिच्या गाण्याची मुक्त कंठाने तारिफ केली. तेव्हा पंडितजींना समाधान वाटलं. जीवनलाल महाराजांप्रमाणेच अंजनीचं गोकुळदास महाराजांकडेही जाणं येणं सुरू झालं. त्यांच्या जवळ गेल्यानंतर तिला संगीताचं एक वेगळं महाद्वारच जणू खुलं झालं.

चांदवाडीत देवकीनंदन महाराजांचा डेरा होता. त्यांच्या दर्शनासाठी म्हणून अंजनी जेव्हा गेली. तेव्हा तिला एक अद्भुत असा अनुभव आला. वैष्णवाचार्य देवकीनंदन महाराज आपल्या आसनावर बसले होते. सभोवती भक्तगण होते. मुंबईत देवकीनंदन महाराज आले की भक्तगणांची एकच गर्दी उसळत असे. तशीच त्या दिवशीही होती. पीठाचे सेवक त्यांना रांगेत उभं करत होते. कुणी प्रसाद वाटत होते.

'राधेकृष्ण बोल मुखसे, मनवा
राधेकृष्ण बोल रे'

एका कोपऱ्यात टाळ मृदंगाच्या घोषांत भजन रंगलं होतं. धूप, फुलं, उदबत्तीच्या वासानं सारे वातावरण पवित्र बनले होते. इतक्यात अंजनी श्रीमतीच्या सोबत प्रवेशद्वारांत उभी राहिली. ती लावण्यसुंदर युवती बघून...क्षणभर शांतता पसरली. देवकीनंदन महराज डोळे मिटून ध्यानांत मग्न होते. हातातली जपमाळ पुढे सरकत होती.

अंजनीनं पूजा साहित्य समोरच्या चौरंगावर ठेवलं व स्त्रियांसाठी बसण्याची जी जागा होती तिथं जाऊन ती बसली. भगवी वस्त्रे, मानेवर रूळणारे शुभ्र केस, कपाळावर गंधाचा टिळा, गळ्यामध्ये रुद्राक्षाच्या माळा आणि चेहऱ्यावर

अपार तेज...अशा महाराजांना डोळे भरून अंजनी पहात होती. इतर सर्व आचार्यांपेक्षा यांचं वेगळेपण नेमकं कशात आहे? याचा विचार अंजनी करत होती.

तेवढ्यात देवकीनंदन महाराजांनी डोळे उघडले. सर्व स्त्रियांमध्ये उठून दिसणाऱ्या त्या युवतीकडे त्यांची नजर गेली. त्या नजरेमधून झिरपणारं वात्सल्य बघून अंजनी दचकली. जे वात्सल्य तिनं अनेकदा तिच्या बाबांच्या नजरेतून अनुभवलं होतं. आज तेच वात्सल्य पुन्हा तिच्यासमोर तिला दिसलं होतं. तिच्याही नकळत भारावलेल्या अवस्थेतच ती उठली आणि अश्रूंनी त्यांचे पाय भिजत होते. आज अनेक वर्षांनी जणू पुन्हा तिचे नारायणबाबाच तिला भेटले होते. महाराज म्हणाले,

"बेटी ये रिश्ता तो आजका नही । ये तो जनम जनमका रिश्ता है । तू तो मेरी बेटी है ।"

त्या दिवसापासून अंजनीला पित्याचं हरवलेलं छत्र पुन्हा परत लाभलं होतं. आजवर नजिरखाँ, छाजूखाँ, कादिम हुसेन, पंडित भातखंडे यांचा पितृतुल्य असा आधार तिला होता. पण आता देवकीनंदन महाराजांच्या रुपानं तिला साक्षात पिताच भेटला होता.

"बाबा, तुमच्यामुळं मला जगण्याचं बळ आलं आहे. मी संगीत शिकावं, मोठी गायिका बनावं ही बाबांची तीव्र इच्छा होती. आता मी थोडं फार गाऊ लागलेय. पण माझं गाणं ऐकायला आज बाबा नाहीत. आता तुम्ही भेटलात. जेव्हा कधी मुंबईत याला तेव्हा रोज मी माझं गाणं तुम्हाला ऐकवत जाईन. "

त्या दिवसापासून अंजनीचं आणि देवकीनंदन महाराजांचं अतुट नातं जुळलं. तिचं गाणं ऐकतांना महाराजांना परम संतोष होत असे. तिथं हजेरी लावणाऱ्या अनेक गायकांची गाणी ऐकत ऐकत अंजनीचं गाणं वेगवेगळे संस्कार घेत फुलत होतं.

नजिरखाँच्या इच्छेप्रमाणे वैष्णव संप्रदायाची गायनी शैलीही अंजनीनं आत्मसात केली होती.

चेडवाची पहिली बैठक लवकरच व्हावी हे नजिरखाँनी मनावर घेतलं आणि ते बैठक ठरवण्यासाठी बोलणी करू लागले. अंजनीची तालीमही जोरांत सुरू झाली. सारंगी, तबला यांच्या साथीनं वेगवेगळ्या रागांमधल्या चिजा, बंदिशी, ख्यालांचा रियाझ अखंड सुरू झाला. लहान मुलाला परिक्षेला जाताना जी भीती मनात असते. तसेच काहीसे दडपण अंजनीच्या मनावर येत चाललं.

एके दिवशी सकाळी श्रीमती अंजनीचे केस विचरत होती. काळेभोर, दाट, लांबसडक केस अंजनीच्या पाठीवर रुळत होते. यौवनांत पदार्पण केलेली अंजनी, अतिशय देखणी दिसू लागली होती. गेली आठ वर्ष तिला फक्त गाण्याचाच ध्यास लागून राहिला होता. खांद्यावरचा तंबोरा, बैठकीची जागा आणि खाँसाहेब

जे शिकवत होते ते राग, रागिण्या... या पलिकडे तिचा बाहेरच्या जगाशी कांही संबंधच उरलेला नव्हता. बाहेरच्या जगात ऋतुचक्र बदलत होत, समाज बदलत होता. पण अंजनीच्या सभोवती मात्र ठुमरी, गझल ख्यालांचे कोमल तीव्र स्वर, वेगवेगळ्या रागांची आवर्तनं यांनी फेर धरला होता. सप्तसुरांचं एक सुरेख रिंगण तिच्या सभोवती तयार झालं होतं. त्यांच्या मधोमध तंबोऱ्याच्या तारांच्या झंकारांत अंजनी बसलेली होती. रूपसंपन्न यौवना! अंजनी!... पण तिला मात्र या बदलत्या ऋतुंचं भानच नव्हतं.

"चेडवा आयनेमें मूँह मत देखना."

बस्स! एकदांच खाँसाबनी सांगितलं होतं. संगीताची साधना करताना, मन एकाग्र हवं असेल तर मग मनात कोणत्याही इतर विकारांना थारा असता कामा नये. सौंदर्याचा अहंकार एकदा मनात निर्माण झाला, तर स्वरांवर प्रेम करण्यापेक्षा मग माणूस स्वतःवरच प्रेम करू लागतो हे खाँसाब जाणून होते. त्यांच्या आवडत्या शिष्येनं विकारात वाहून जाऊ नये, आत्मकेंद्रित होऊ नये...म्हणून एकदाच खाँसाबनी अंजनीला फटकारलं होतं. खाँसाहेब असं का म्हणत आहेत हे अंजनीनं मान वर करून कधी विचारलं नव्हतं. उलट त्या दिवसापासून तिनं आरशासमोर उभं रहाणं बंद केलं. श्रीमती किंवा नबूबाई तिच्या केसांचा अंबाडा बांधून देत असत.

श्रीमतीसमोर बसून केस बांधून घेणारी आपली मुलगी बघून नबूबाईचें डोळे भरून आले. तिच्याच वयाच्या नबूबाईच्या बहिणीच्या मुली, समाजातल्या इतर मुलींनी गाणं केव्हाच सोडून दिलं होतं. पेश्वाद घालून थोडसं नृत्य गाणं शिकून झालं की घरच्या मोठ्या मुलीला बैठकीत गावं लागे. कुणा धनवानाचा आश्रय घेऊन, घराचा भार उचलावा लागे. स्वतःची मुलंबाळं, भावांचे संसार चालविण्यासाठी रात्र रात्रभर उभ्यानं अदा करून लावणी, ठुमरीनं रसिकांची मनं रिझवावी लागत. पूर्वी गोव्यांत पालखीतल्या कुलदेवाला रिझवण्यासाठी...तर आता घरी येणाऱ्या यजमानांना देव मानून त्यांना रिझवण्यासाठी गाणं रंगवावं लागत असे. नबूबाईच्या नशिबानं नारायणरावासारखा सुविद्य जोडीदार मिळाला. त्यापूर्वी तिच्या घरी वामनबाबा व आईनं नेटका संसार मांडला होता. आपल्या घराचा कधी बाजार मांडला नव्हता. कलेला धंदेवाईक स्वरूप येऊ दिलं नव्हतं. उलट त्या घराला सुरेख संस्कार दिले होते. एक वळण होतं. शिक्षण होतं. मुख्य, चारित्र्य हाच स्त्रीचा खरा अलंकार, हे घरच्या सर्व स्त्रियांनी मनोमन समजून घेतलं होतं. नारायणरावांच्या निधनानंतर गेली आठ वर्षे नबूबाईनं खडतर कष्ट काढले होते. अंजनीचं गाणं सुरू रहावं, म्हणून वेळप्रसंगी घरची चीज वस्तू विकली होती. रात्र रात्रभर गाण्याच्या बैठका केल्या होत्या. नबूबाईनं साधं वागणं आणि भारदस्त गाणं...चेहऱ्यावर

वैधव्यानं आलेलं तेज, सात्त्विक वृत्ती यामुळे बघणाऱ्याच्या मनात आदरयुक्त भीती निर्माण होत असे. नजिरखाँ, छाजूखाँ, खादिम हुसेन, नरहरी मांजरेकर, सतारवादक या सर्व कलावंतांच्या सतत वावरामुळे घराला नकळतच सुरक्षितपणा आला होता. नजिरखाँ तर नबूबाईचा आधार होते. तिच्या मुलींत त्यांनी आपले प्राण ओतले होते. गोहरजान, चुन्नीबाई, गुल्लुखान व इतर गायकांपेक्षा आपली शिष्या वरचढ ठरली पाहिजे, भेंडीबाजार घराण्याचं नांव सर्वत्र व्हावं...यासाठी खाँसाहेब रात्रंदिवस प्रयत्न करत होते.

नबूबाई विचार करत होती.

खाँसाहेबांच्या ऋणातून आपण कशा मुक्त होणार आहोत? कोणतीही बिदागी न घेता, इतकी वर्षे, तिघा भावांनी नवीवाडीच्या घराचा उंबरठा झिजवला...याची परतफेड पैशानं थोडीच होणार? आणि खाँसाहेब हे पैशासाठी थोडंच करत होते? परमेश्वरानं त्यांचा कुटुंब कबिला सुखात ठेवला होता. विलायतखाँचा व्यापार जोरांत सुरू झाला होता. भेंडीबाजार मधल्या त्यांच्या घरी अनेक शागीर्द केवळ हुक्का चिलीम भरत, गाण्यासाठी त्यांच्या आश्रयाने रहात होते. अशा खानदानी गुरुचे उपकार जर परत फेडायचे असतील. तर त्यांच्या इच्छेप्रमाणे अंजनीनं त्यांच्या घराण्याचा नावलौकिक कायम सांभाळला पाहिजे. गुरूने सारे धन शिष्येच्या ओटीत घातलं होतं.

श्रीमती, अंजनीच्या केसांत मोगरीचा गजरा बांधत होती. किती सुंदर होती अंजनी! कानांतल्या मोत्याच्या कुडीचं तेज तिच्या गालांवर उतरलं होतं. नाजूक जिवणी, टोकदार हनुवटी, गोरा रंग...एखाद्या देखण्या शिल्पासारखी ही आपली लेक...आजवर आपण हिला बाहेरचं जग दाखवलं नाही. आपल्या फाटक्या पदराआड हा दिवा आपण तेवत ठेवला. संकटांच्या वादळवाऱ्यानं तो विझू दिला नाही. आता यानंतर मात्र तिचं रक्षण करणं कुळदेवाच्याच हाती आहे.

उद्या एकदा हिची एक जाहीर बैठक होईल. गाण्याची कीर्ती सर्वत्र पसरेल... त्यापेक्षा तिच्या सौंदर्याचा लौकीक पसरेल. या मुंबईत धनाढ्य मारवाडी, पारसी, भाटीया व्यापाऱ्यांना तोटा नाही. राजे नबाबांच्या हवेल्या आहेत. त्या सर्वांना गाण्यांत रस नसतो. त्यांचं लक्ष, त्यांचे षौक फार वेगळे असतात. आपल्या या नाजूक पाखराला यानंतर कशा जपणार आहोत आपण? इतक्या मेहनतीनं तयार झालेला गळा... कुणा एखाद्याची खाजगी मालमत्ता म्हणून पैशानं तोलायची? कीं तिचं गाणं फुलवणारा, कुणी रसिक, उमदा जोडीदार तिच्यासाठी शोधायचा? काय असेल हिचं भवितव्य?

या विचारांनी, चिंतेनं नबूबाई व्याकूळ झाली. बराच वेळ एकाच जागी बसून राहिलेल्या आईकडे अंजनीचं लक्ष गेलं. ती कोणत्या काळजीत आहे हे

अंजनीच्या ध्यानी आलं. हलक्या पावलांनी ती आईजवळ येऊन बसली,

"कसला विचार करतेस ग आई?"

"काही नाही ग! उगीच बसलेय. "

अंजनी हंसून म्हणाली,

"तू सांगितलं नाहीस तरी मला समजतं, तू माझ्या बैठकीचा विचार करतेस ना? खरं सांग?

"केवळ तेवढाच नाही बाय. खाँसाहेबांचापण विचार करतेय. किती अपेक्षा आहे त्यांना तुझ्यापासून? तेवढे यश मिळेल ना बाय? केवढी मेहनत घेतलीय त्यांनी. "

"आणि तूं थोडे का कष्ट काढलेस? स्वतःसाठी कधी काही घेतलं नाहीस. पण माझ्यासाठी मात्र सर्व चांगलं ते ते आणून समोर ठेवलंस. माझा खुराक, औषधं सारा खर्च तू एकटीनं कसा ओढून नेलास ते तूच जाणे! खाँसाहेब म्हणतात गाण्यांतून स्वर्गीय आनंद मिळतो. ते तरी मला अजून समजलं नाही. पण इतकं मात्र समजतं की तुझ्या आणि खाँसाहेबांच्या श्रमाचं योग्य चीज व्हावं. खाँसाहेबांना खूप समाधान मला देता यावं आणि तुला यानंतर भरपूर सुख आणि आराम! माझी चिंता करू नकोस. आई, आजीनं आणि तू जे संस्कार दिलेत मला. ते मी कसे विसरेन? कला आणि घराणं यांना कमीपणा येईल असं मी कधी वागणार नाही. बैठकीचं ठरवून खाँसाहेब आता येतीलच. पण माझा हट्ट ते लोक मान्य करतील ना?"

"हट्ट?"

"होय आई, मी खाँसाहेबांना निक्षून सांगितलंय कीं मी उभं राहून गाणं गाणार नाही. कलावंत एक स्त्री म्हणून तिनं उभ्यानं गायचं ही कुठली गं परंपरा? मला हा फरक मान्य नाही. आता तूच सांग, खाँसाहेबांची भोलिया किती सुंदर गाते? आणि अमानला गाण्यात रस नाही, तरी खाँसाब त्यानं गाणे शिकावं म्हणून प्रयत्न करतात आणि भोलियाचा गळा मात्र बुरख्याआड! कारण काय? तर ती मुलगी आणि मुलींनी गाऊ नये ही परंपरा. मुलींनी उभ्यानं गावं ही परंपरा."

"पण बाय, हे कसं बदलणार?"

"का नाही बदलणार? आपण बदलायचा हट्ट धरायचा जर त्या मंडळींनी माझी अट मानली नाही, तर माझी बैठक होणार नाही"

अंजनी म्हणाली,

"पण चेडवा, तशी वेळ येणारच नाही. त्या मंडळींनी तुला आसनाचा मान दिला आहे. जिंकलंस तू."

नजिरखाँ आत येता येता म्हणाले.

"खरं?"

अंजनीनं आनंदानं विचारलं, तिच्या विजयाची पहिली मुहूर्तमेढ रोवली होती. साऱ्यांचे चेहरे आनंदाने उजळून गेले.

दोन हत्तीजवळ शेठ त्रिभुवनदास मंगलदास रहात असत. शेठ त्रिभुवनदास हे मुंबईच्या धनाढ्य वर्तुळामधलं फार मोठं प्रस्थ होतं. मुंबईत स्थायिक झालेली जी धनाढ्य, मारवाडी, गुजराती, पारसी कुटुंबे होती, ती सर्व कुटुंबे अतिशय सालस वृत्तीची असत अगदी प्रामाणिकपणे आपला व्यापार उद्योगधंदा करून जो पैसा मिळेल, त्याचा बराचसा भाग समाजाला द्यावा या भावनेनं ही सर्व माणसे अनेक सार्वजनिक संस्थांना आधार देत असत, देवधर्म, पूजापाठ, यात्रांमध्ये त्यांची कुटुंबे दंग असत, घरांत माणसांचा अखंड राबता असे. ठिकठिकाणी अन्नछत्रे उघडून मोठ्या प्रमाणांत अन्नदान केलं जात असे, कीर्तनं, प्रवचनं सर्वांसाठी खुली असत.

त्याखेरीज या सर्व माणसांना एक विशेष षौक असे तो म्हणजे गाणं ऐकणं. तो काळच असा होता कीं मोठमोठे संस्थानिक मुंबईत येत, ते जास्ती करून गाण्याच्या छंदापायी! संस्थानिक व धनाढ्य रसिक यांना गाण्याचा जो षौक होता त्याच्यामुळेच तर उत्तर दक्षिणेमधले अनेक जाणकार कलावंत मुंबईत डेरेदाखल झाले होते.

त्याकाळी तिकीटे लावून गाण्याचे जलसे करण्याची पद्धत नव्हती. मोठे बंगले अगर हवेल्या यांच्या परिसरात, गाण्याच्या बैठकीसाठी खास मोठे दिवाणखाने बांधलेले असत व तिथेच मग जुन्या नव्या कलावंतांचे गाणे, घरचा यजमान आयोजित करीत असे. रसिक, स्नेही यांना निमंत्रित करून सर्वजण एकत्रितपणे गाण्याचा आनंद लुटत असत. असे एकमेकांच्या घरी गाणे ऐकण्याच्या निमित्ताने जाणे येणे घडत असे. गाठी भेटी होत असत व सतत वेगवेगळ्या घराण्याची गायकी कानावर पडत असे. अशा बैठकीतून समाजाच्या सांस्कृतिक वृत्तीचे दर्शन घडत असे, आणि माणसांच्या सांस्कृतिक जीवनाचा व उच्च अभिरुचीचाच तो एक मेळावा भरत असे.

शेठ त्रिभुवनदास नजिरखाँचे चहाते होते. भेंडीबाजार घराण्याची गायकी त्यांना विशेष प्रिय होती, नजिरखाँ व त्यांचे बंधू यांचे या निमित्ताने अगदी जिव्हाळ्याचे संबंध जडलेले होते. हे बंधू, ज्या पद्धतीने आपली शिष्या तयार करत होते, ते त्यांचे परिश्रम गेली आठ वर्षे शेठ त्रिभुवनदास बघत होते.

कोणत्याही बिदागीची अपेक्षा न ठेवता, केवळ एक चांगली गायिका निर्माण करण्यासाठी हे तीन बंधू वेळ काळाची पर्वा न करता राबत होते. त्याचं शेठ त्रिभुवनदासांना अपार कौतुक होतं. मुंबईमधल्या इतर अनेक गायक कलाकारांपेक्षा त्रिभुवनदासना या एकाच गोष्टीमुळे नजिरखाँ जास्ती प्रिय होते. नजिरखाँचा मुलगा मुबारक आज हयात नव्हता. अमानअलीनं नुकतंच गाण्याकडे मन वळवलं होतं. आज उद्या तो पण मोठा गायक निश्चित होणार होता ...पण या मधल्या काळांत... निराश न होता, त्या तिघा बंधूंनी अंजनीला घराण्याची गायकी देऊन, वारसा जपण्याचा जो प्रयत्न चालवला होता, त्याने नजिरखाँबद्दलचा आदरभाव त्रिभुवनदास शेठजींच्या मनांत दुणावला होता. वारंवार ते अंजनीच्या प्रगतीची चौकशी करत.

त्या दिवशी सकाळीच नजिरखाँ त्रिभुवनदास शेठजींना भेटायला आले, याचं त्यांना थोडं आश्चर्यच वाटलं, कारण यावेळी ते एकतर अंजनीला तालीम देत किंवा काब्राजी क्लबांत गाणं शिकवायला जात असतात हे शेठजींना माहिती होतं. आज नजिरखाँ खूप आनंदांत आहेत हे न सांगताही शेठजींच्या ध्यानी आलं. नजिरखाँ स्नेहभावानं त्रिभुवन शेठजींचा हात हाती घेऊन म्हणाले,

"शेठजी, आज मी एका फार मोठ्या जबाबदारीतून मुक्त झालो आहे."

"म्हणजे?"

"आपण जाणताच शेठजी, की गेली दहा वर्षे मी अंजनीला तालीम देतो आहे. खरं तर तिनं गाणं पूर्णपणे आत्मसात केलंय असं मी म्हणू शकत नाही. कारण संगीताचा हा महासागर पोहून पैलतीर गाठण्याचं साहस कुणामध्ये असणं शक्यच नाही. माझंही नाही. पण मला ज्या पद्धतीनं तिला घडवायचं होतं. तेवढी तयारी आता तिची झाली आहे. संपूर्ण संगीतशास्त्रांत यमन आणि भैरवी, हे दोन राग म्हणजे सर्व रागांचे शहेनशहा! या दोन रागांमधले कोमल व तीव्र स्वर हे ज्याच्या गळ्याने लीलया पेरलेले आहेत... तो गायक इतर कोणतेही राग सहज पेश करू शकतो. फक्त साडेतीन वर्षे अंजनी यमन व भैरवीला प्रसन्न करते आहे. जवळ जवळ पाच हजार ताना तिनं घोटल्या आहेत आणि एकशे आठ पलटे ती सहज घेऊ शकते. शिवाय आमच्या घराण्याच्या पद्धतीची खंडमेर गायकी, ताना, मात्रा, आलाप, मिंड, गमक सारं तिच्या आता सुरांतून प्रभावी रीतीने व्यक्त होत आहे. सुभानल्ला! जे जे मी तिला दिलं. त्याचं त्या मुलीनं सोनं करून टाकलं. भाग्य माझं!"

त्रिभुवनशेठ भारावून नजिरखाँना बघत होते. आनंद, अभिमान, समाधान आणि कृतार्थ भाव यांच्या चेहऱ्यावर व्यक्त झाले होते.

त्याचवेळी पंडित भातखंडे तिथं आले.

"आजची सकाळ भाग्याचीच आहे. दोन महान व्यक्तिंची पाऊले आज माझ्या घराला लागली."

भातखंड्यांचे मनापासून स्वागत करत त्रिभुवनशेठ म्हणाले, नोकराने सरबताचे पेले, मिठाई, फळे यांची तबके आणून ठेवली. त्रिभुवन शेठजी म्हणाले,

"आज आमचे खाँसाहेब खूष आहेत. त्यांच्या शिष्येच्या प्रगतीनं, त्यांना खूप आनंद वाटतोय. तेच आम्ही बोलत होतो."

"कोण अंजनी ना? अरे कमालकी चीज आहे यांची शिष्या म्हणजे..."

पं. भातखंडे कौतुकानं सांगू लागले. अंजनीबद्दल किती बोलू आणि किती नको, असं त्यांना झालं होतं. ते म्हणाले,

"काय सांगावं शेठजी? लावणी, ठुमरी, दादरा, गझल हे तर ती गातेच, पण शुद्ध शास्त्रीय संगीताचा दळदार आवाज तिनं तयार केला आहे. एक दिवस आळस नाही कीं कामचुकारपणा केला नाही. उर्दू, हिंदी, संस्कृत, गुजराती, मराठी साऱ्या भाषा ती शिकली आहे. इतकंच नाही तर मिशनरी शाळेत शिक्षण घेतलंय, गोहरजान, चुन्ना, वैष्णवसंप्रदाय या सर्वांच्या गायकीचा तिनं अभ्यास केलाय, उच्चार, भाव, शब्दफेक, ताल, लय यांत ती कुठेच कमी पडणार नाही. खरंच खाँसाहेब, आपण प्राण ओतले आहेत तिच्यामधये... आणि एक उत्कृष्ट जिवंत शिल्प उभं केलंत. खाँसाहेब मला वाटतं आता अंजनीला जाहीर बैठका करण्याची परवानगी आपण द्यावी."

"तोच विचार माझ्या मनात घोळतोय म्हणून मी शेठजींकडे आलो आहे. बरं झालं पंडितजी, आपणही आज आलात. तुम्ही सांगा, कुठं कधी ठरवावी बैठक?"

"अरे, हा काय प्रश्न झाला?"

त्रिभुवनशेठ उत्साहानं म्हणाले,

"अरे, आम्ही तर उतावीळ आहोत तिला ऐकायला. आमच्याकडेच करू आपण तिची पहिली बैठक आपण मोठ्या थाटाने तिला रसिकांसमोर पेश करू साऱ्या मुंबईला आमंत्रण देऊ."

त्रिभुवनशेठच्या उत्साहाला उधाण आलं. तो मनापासून कलेवर प्रेम करणारा राजा माणूस होता. तिथं कौतुकाची, पैशाची ददात नव्हती, त्यांचा उत्साह बघून खाँसाहेब व पंडितजींना समाधान वाटलं.

"पंडितजी, पण चिडियानं मला एका धर्म संकटात टाकलंय."

नजिरखाँ चिंतेच्या सुरांत म्हणाले,

"चिंता? कोणती? इतकी आज्ञाधारक तुमची शिष्या, ती तुम्हाला कोणती चिंता करायला लावेल?"

"पंडितजी, तिचा हट्ट जगावेगळा आहे. तिने पेश्वाद घालून घेतला नाही. नाचाचं अगदी थोडं ज्ञान तिनं सुरुवातीला घेतलं खरं, पण वयाच्या आठव्या वर्षापासून ती फक्त गाणं शिकतेय ते आजवर... हे तर खरं? तिचं म्हणणं असं की बैठकीत ती उभ्यानं गाणार नाही, कलावंत हा जेव्हा कला पेश करत असतो, तेव्हा तो साक्षात परमेश्वराची पूजा बांधत असतो, तो पुजारी असतो आणि श्रोते हे त्या पूजेचे साक्षीदार असतात. संगीताचे विराट महाद्वार उघडे करून कलावंत श्रोत्यांना एका अपूर्वाचे दर्शन घडवत असतो. म्हणून त्या कलावंताला आसनाचा मान असायला हवा. तो कलावंत कोणत्या जातीत जन्माला आला आहे. याचा विचार न होता तो फक्त कलाकार आहे याचा विचार आधी व्हायला हवा. त्याला मान मिळायला हवा, तो त्यावेळी सुरांना आळवत असतो. श्रोत्यांना नाही. आता सांगा पंडितजी, हा हट्ट जगावेगळा नव्हे? कोण मान्य करेल हा हट्ट? तिचं म्हणणं किती जणांना समजू शकेल?"

"खाँसाहेब, तुमची चिडिया एक अजब रसायन आहे. आजवर कुठल्याही कलावंत स्त्रीनं हा हट्ट केला नाही आणि नावलौकिक मिळण्याच्या आधीच ती ठामपणे हे मागणं करतेय, याचा अर्थच असा की तिला पूर्णपणे आत्मविश्वास आलेला आहे. एक स्त्री म्हणून, एक कलावंत म्हणून, तिचा स्वाभिमान पूर्णपणे जागा आहे. आणि हा सारा तिच्या झालेला वाचनाचा परिणाम आहे. परमेश्वरा, तुझी लीला अगाध आहे. कुणाच्या चित्तवृत्तीत काय पेरलं जाईल हे तो जगन्नियंतांच जाणे."

हे बोलणं ऐकणारे त्रिभुवनशेठ मात्र चमकून सुन्न झाले. आजवर ही गोष्ट त्यांच्या ध्यानी कधी आलीच नव्हती. रात्रभर अदा करून, उभ्याने ठुमरी, दादरा, कव्वाली पेश करणाऱ्या अनेक कलावंत स्त्रियांच्या बैठकी आठवून ...आज त्यांना अपराधी वाटत होतं. लोडाला टेकून बसत वाहवा करणारे श्रीमंत श्रोते त्यांना आठवत होते. ते भारावून म्हणाले,

"खाँसाहेब, आम्ही पैशाच्या धुंदीतच आजवर वावरत होतो. पण तुमच्या चिडीयाच्या जगावेगळ्या हट्टानं, डोळ्यावरची धुंदी खाडकन् उतरून गेली. कलावंतांचा आम्ही बिदागी देऊन मान सन्मान करतो हे खोटं ... तो तर आमचाच मान सन्मान आम्ही वाढवत असतो खरं तर ... लोकांनी आमची वाहवा करावी म्हणून बिदागीच्या रकमा वाढवून, आमचंच प्रदर्शन आम्ही मांडत असतो, कलावंताचा खरा मान म्हणजे आसन देणं. पूर्वीचे राजे-महाराजे सुद्धा येणाऱ्या अतिथिला चौरंगावर बसवून आधी त्याचे पाय पूजत असत आणि आम्ही मात्र या वेगळ्या परंपरांच्या दुष्ट चक्रांत वावरतोय."

"परंपरा! हाच शब्द नेमका तिला आवडत नाही." नजिरखाँ भारावून म्हणाले,

"खाँसाहेब आता ती आठ वर्षाची धाकटी अंजनी नाही. तर वाचनानं परिपक्व झालेली ती युवती आहे. वा! खाँसाहेब आज खूप दिवसांनी एक चांगला विचार ऐकला. धन्य वाटलं." पंडित भातखंडे मनापासून म्हणाले. नजिरखाँ म्हणाले,

"पण पंडितजी, हा हट्ट मान्य कोण करणार?"

"का? आम्ही करू."

त्रिभुवनशेठ तत्काळ म्हणाले,

"शेठजी, तुम्ही मान्य कराल... पण... समाज." चिंता नजिरखाँची पाठ सोडत नव्हती.

"समाज! खाँसाहेब, समाजरीती, विचार, समाजाचं जगणं हे नेहमी बदलत असतं. नवा विचार, कुणीतरी मांडणं आवश्यक असतं. आरंभी कुणीतरी एकटाच ते काम करत असतो, नंतर तो विचार पचवणारे शेकडो, हजारो निर्माण होतात. त्यालाच आपण नवा समाज म्हणतो." पंडित भातखंडे म्हणाले,

"तसं कशाला? अंजनीची पहिली बैठक आमच्याकडेच ठेवू. सर्वांना झाडून आमंत्रणं पाठवू. त्या बैठकीत अंजनी आसनावर बसून गाणं पेश करेल."

त्रिभुवनशेठजीनी कार्यक्रम ठरवून टाकला.

"आणि शेठजी, बैठकीला मी चिंतामणशास्त्रींना पाचारण करतो. गाणं सुरू होण्याआधी अंजनीचा परिचय मी स्वत: करून देईन... नंतर शास्त्रीबुवा तिला आसनाचा मान देण्यामागचा अर्थ समजावून देतील नंतर नजिरखाँसाब तिचा प्रत्येक राग, त्याचे स्वर गाण्याआधी समजावून देतील. चिंतामणशास्त्री व त्रिभुवनशेठनी आसनाचा मान मान्य केल्यानं ती नवी परंपरा आपोआप पचनी पडेल."

पंडित भातखंडेनी नजिरखाँचे काम अगदीच सोपे करून टाकले. चिंतेचा भार माथ्यावरून उतरल्याने नजिरखाँना हलकं वाटलं. ते म्हणाले,

"आज फार मोठं काम केलंत आपण माझं."

"खाँसाब, अहो आपण कोण? कर्ता सवरता तर तो आहे, अंजनीच्या रुपाने नवा विचार समाजात निर्माण होणं हे तर त्यानेच ठरवलेली गोष्ट आहे. श्रीहरी ... श्रीहरी ..."

पं. भातखंडे हात जोडून पुटपुटत होते.

त्रिभुवन शेठजींच्या घरचा सारा वृत्तांत नजिरखाँनी कौतुकानं नबूबाईला सांगितला. आधी तिचा विश्वासच बसत नव्हता. कारण याच परंपरेत नबूबाई वाढलेली होती. ती परंपरा कधी बदलू शकेल यावर तिचा विश्वास नव्हता. पण प्रत्यक्ष खाँसाहेब सांगत होते. चिंतामणशास्त्री येणार होते. पंडित भातखंडेंचा पाठिंबा होता आणि त्रिभुवनशेठनी मान्यता दिली होती. नबूबाई थक्क होऊन लेकीला

बघत होती. तिची लेक तिलाच वेगळी वाटत होती.

अंजनी मात्र खाली मान घालून गालातल्या गालात हसत होती. नजिरखाँ म्हणाले,

"चिडीयाँ, हा हट्ट तर मान्य झाला पण आता लाड नाहीत हं! यानंतर भरपूर रियाज हवा. सारंगी न तबल्याच्या साथीची सवय व्हायला हवी. मी अजिमबक्ष व रघुनाथ भाऊंना निरोप धाडलाय. तबल्यासाठी नरहरी मांजरेकर येईल. रियाज वेगळा आणि बैठक वेगळी."

त्या दिवसापासून अंजनीची तयारी जोराने सुरू झाली. जाणकार सारंगिये अजिमबक्ष व रघुनाथ चाळीस भाऊ यांना नजिरखाँनी निरोप धाडले. नबूबाईच्या घराण्यावर मनापासून प्रेम करणाऱ्या नरहरी मांजरेकरांनी तबल्याची साथ आनंदाने मान्य केली. ही सर्व जुळवाजुळव करणाऱ्या नजिरखाँना आता क्षणभराची उसंत नव्हती. त्यांच्या पाऊलात बारा हतींचं बळ संचारलं होतं.

आजवर अंजनीची तालीम सुरू असताना डग्ग्याची साथ नजिरखाँ स्वत:च देत असत. पण तालीम वेगळी आणि बैठकीचा अनुभव वेगळा! तालीम करताना, फक्त गुरुशिष्य त्या तालमीचे साक्षी असतात, बैठकीत मात्र हजारो नजरांच्या साक्षीनं गाणं सादर होत असतं. त्या सर्वांच्या हृदयात उतरायचं तर सुरांभोवती सारंगीची लडिवाळ महिरप आणि तबल्याची व्यवस्थित साथ हवी. त्या तिघांसोबत अंजनीची तालीम नेटाने सुरू झाली.

"बेटी, तानपुरा आणि सारंगीच्या सुरांत असा सूर मिसळला जावा कीं ऐकणाऱ्याला त्यांना वेगवेगळं करणं कठीण पडावं. शास्त्रीय संगीताला खरी साथ सारंगीचीच शोभून दिसते. आणि तबला लयीत गाण्यासाठी उपयोगी पडतो."

अजिमबक्ष, रघुनाथभाऊ, नरहरीबुवा आणि अंजनी, चौघेजण एकमेकांच्या सुरांना मनापासून साथ देऊ लागले. रियाझ अखंड सुरू झाला. सारे सूर जुळून आले होते.

नबूबाईच्या साऱ्या बहिणी गिरगांव भागातच रहात होत्या. अंजनीची पहिली बैठक शेठ त्रिभुवनदासांच्या हॉलमध्ये ठरल्याचे वृत्त ऐकून सर्वांनाच आनंद झाला. रोज कुणी ना कुणी तरी घरी येऊन अभिनंदन करून जात होते. कुणाचा आधार न घेता नबूबाईनं मुलीचं शिक्षण पूर्ण केलं याचा सर्वांना अभिमान होता व अंजनीच्या उज्ज्वल भविष्याबद्दल सर्व नातेवाईकांना पूर्ण विश्वास होता. सुरंगाचे मामा विनायकराव यांनी नबूबाईला बहिण मानलं होतं. अंजनी त्यांना मामा म्हणत असे. बैठक ठरल्यापासून कुणी न सांगतांच विनायक मामा घरी हवं नको ते आपणहून बघू लागले,

"नबू, किते जाय तें माका सांग हं. चेड्वाक् कायच कमी जाऊ जाय ना,

हांव असा मंगो? तू भिऊ नाका.''

असं ते वारंवार बजावत होते.

बैठकीच्या दोन दिवस आधीच खाँसाहेबांनी रियाज थांबवला. ते दोन दिवस अंजनी गाण्याचं चिंतन करत होती. घरातल्या घरांत शांत वृत्तीने फिरत होती. नबूबाई खूप गंभीर झाली होती. मूळदेवाची मनापासून आळवणी करत होती.

त्या दिवशी सकाळी अंजनीनं स्नान करून मनोभावे पूजा केली. तिची मावसबहीण सरिता मुद्दाम तिच्या मदतीला आली होती. तिने अंजनीचे केस सुंदर रीतीने बांधून दिले. त्यावर मोगरीच्या कळ्यांची नाजूक वेणी माळली. नारायण बाबांनी नबूबाईसाठी आणलेला गर्भरेशमी जांभळ्या रंगाचा शालू आज अंजनी नेसली होती. तिच्या कपाळावर चंद्रकोर रेखताना सरिता नकळत म्हणाली,

''बाय, किती सुंदर दिसतेस ग! स्वर्गातली अप्सरा लाजेल.''

अंजनी लाजली, ती म्हणाली,

''अग बाई, तिथं सुंदर दिसण्याचा उपयोग नाही. गाणं चांगलं व्हायला हवं''

आईला नमस्कार करताना तिनं विचारलं,

''आई, खाँसाहेबांच्या साऱ्या अपेक्षांना मी पुरी पडेन ना गं?''

मन भरून आल्याने नबूबाईला बोलता आलं नाही. आपल्या पतीची तिला विलक्षण आठवण येत होती. आज तिची लेक सन्मानानं बैठकीवर बसून गाणार होती. हे सर्व तिच्या पूर्वजांच्या पुण्याईचं फळ होतं. लाकडी पेटीमधले मोत्याचे अलंकार ती अंजनीच्या अंगावर चढवत होती. त्याच वेळी मखमली जाड कपडे आणि दागिन्यांनी अवघडून गाऊ न शकलेली बुची नबूबाईला आठवत होती. मोजकेच चार अलंकार, जे कधीपासून त्या लाकडी पेटीतल्या मखमलीवर विसावले होते ते आज अंजनीच्या अंगावर चढले होते.

खाँसाहेबांची बग्गी थांबल्याचा आवाज झाला. पण आज अंजनी नेहमीप्रमाणे धावत पुढे गेली नाही. खाँसाहेब आणि छज्जूखाँ उत्सुकतेनं आत आले.

गौरीच्या मुखवट्याप्रमाणे सुंदर दिसणारी आपली चिडीयाँ बघून, त्या दोघांचा नजरेवर विश्वासच बसेना,

''माशाल्ला! बेटी तू तो हुस्न की परी लगती हो! चौदहवी का चाँद!''

ते थक्क होऊन अंजनीला बघत होते. आठ वर्षाची कोवळी चिडीयाँ आता एका देखण्या युवतीच्या रूपांत समोर उभी होती. मधली वर्षे, कशी निघून गेली याचा त्यांना पत्ताच नव्हता. छज्जूखाँ म्हणाले,

''भाईजान, कली जब खिलती थी तब हमे होशही नही था! आज जब ये

फूल बनके सामने खडी है तो होश उड गया!सुभानल्ला!''

''बेटी, इतकी सुंदर गा, की लोकांना तुझं रुप न आठवता गाणं आठवत राहील.''

नजिरखाँ तिला आशीर्वाद देत म्हणाले.

त्रिभुवनशेठनी खरोखरच आख्या मुंबईला आमंत्रण दिल्याप्रमाणे रसिक हॉलमध्ये जमले होते. सारे जाणकार, गवयी, त्यांचा शिष्यवृंद त्याच जोडीने मशहूर गायिका, नजिरखाँचे, नबूबाईचे चाहते, त्रिभुवनदासांचा गुजराथचा मित्रपरिवार यांनी हॉल गच्च भरून गेला होता. उत्सुकतेनं सर्वजण नव्या गायिकेची प्रतीक्षा करत होते. सारंगी जुळवली जात होती. तबल्याचा ठेका अजमावला जात होता. उंच पण छोट्या व्यासपीटावर मधोमध रेशमी शाल व लोड ठेवून एक आसन सजले होते. बाजूला अजिमबक्ष, रघुनाथभाऊ, नरहरीबुवा वाद्य जुळवून तयार होते.

पंडित भातखंडेंनी अंजनीचा परिचय करून दिला. गेली दहा वर्षे तिने केलेली कठोर तालीम वर्णन करून सांगितली. त्रिभुवनशेठनी नजिरखाँ आणि त्यांच्या बंधूंना सन्मान केला. साथीदारांना अत्तर गुलाब आणि पानाचे विडे देऊन आदर व्यक्त केला.

त्यानंतर चिंतामणशास्त्री बोलायला उभे राहिले तसे सर्व सभागृहांत आश्चर्याची लहर पसरली. शुभ्र धोतर, बाराबंदी, रुंद काठाचे उपरणे, झिरमिळ्यांची लाल पगडी ल्यालेले चिंतामणशास्त्री, त्यांचे भारदस्त व्यक्तिमत्त्व...चेहऱ्यावर प्रगटणारा सात्त्विक भाव, विद्येचा ठसा उमटावा असा कपाळावर उमटवलेला चंदनाचा टिळा. चिंतामणशास्त्रींच्या बद्दल सर्वांना आदर होताच. आता शास्त्रीबुवा काय सांगणार याविषयी सर्वांच्या मनांत उत्सुकता निर्माण झाली. अस्खलित शब्दांत ते बोलू लागले,

''रसिक बंधू आणि जाणकार कलावंत. संगीताच्या मैफिलीत शास्त्रीबुवांचं काय काम? हा प्रश्न तुमच्या मनात निर्माण झालेला मला स्पष्टपणे जाणवतो आहे. तर मला आजच्या या नव्या रीतीनं सादर होणाऱ्या बैठकीबद्दल काही सांगायचं आहे.

आजच्या व्यासपीठाकडे आपण जरा लक्ष देऊन पहाल, तर एक वेगळेपणा नक्कीच दिसेल. मधोमध ठेवलेल्या आसनावर कोण बसणार हा प्रश्न मनात येणार! मित्र हो त्या आसनावर आजची गायिका बसणार आहे. हा मान आपण सर्वजण तिला देणार आहोत. आजवर आपण हे कधी केलं नाही. आपण टेकून बसत होता आणि कलावती स्त्री रात्र रात्रभर उभी राहून गाताना ऐकत

होता. पण हा एक फार मोठा उपमर्द आपल्या हातून होत होता. कलाकारापेक्षा श्रोता श्रेष्ठ ही परंपरा आपण पाळत होतो. ''

सारा हॉल शांततेनं भरून गेला. घसा खांकरून शास्त्रीबुवा पुढं बोलू लागले,

''कलाकार आपली कला पेश करतो, म्हणजे नेमकं काय करतो? याचा आपण नीट विचार करू. आपली कला सादर करणारा कलाकार हा एक अननूभूत अशा दिव्य आनंदाप्रत आपल्याला नेत असतो. परमेश्वराच्या एका रुपाचा साक्षात्कार तो आपल्याला घडवत असतो. तो स्वतः नम्र असतो. विनयी असतो. कलेचा उपासक असतो. त्याने किती खडतर तपश्चर्या केलेली असते हे आत्ताच पंडितजींनी सांगितलं आहे. त्याच्याजवळ जो ज्ञानाचा खजिना आहे तो खजिना कलाकार श्रोत्यांपुढे मुक्तहस्ताने उधळणार असतो. भक्तिभावानं त्यानं सुरांची आळवणी केलेली असते. सूर प्रसन्न करून घेतलेले असतात. आणि त्याच्या परिश्रमानं तो आपल्याला अत्युच्च आनंद अनुभवायला देणार असतो. असा कलावंत म्हणजे परमेश्वराचा दूत असतो. या दूतानं उभं रहायचं आणि श्रोत्यांनी बसून तो आनंद उपभोगायचा यांत त्या कलावंताचा आपण किती उपमर्द करतो याचा आपण विचार करावा. अतिथी देवोभव असं आपण मानतो. म्हणूनच सभागृहांत येणाऱ्या अतिथी कलाकाराला आपण प्रथम आसन देणं उचित नव्हे का?

दुसरी गोष्ट कलावंताला जात नसते. तिथं स्त्री-पुरुष हा भेद नसतो. तिथं फक्त एक कलेचा पुजारी आणि त्याचा भक्तिभाव इतकंच खरं असतं...

तर रसिकहो आज इथं येणाऱ्या या नव्या गायिकेचं आपण स्वागत करू. ''

शास्त्रीबुवांच्या अस्खलित भाषेचा ओघ वाहात होता. वळणावळणानं आणि उदाहरणं देत देत त्यांनी कलाकाराची महती श्रोत्यांना पटवून दिली. बघता बघता श्रोत्यांच्या मनातले किल्मिष दूर झाले आणि...शुक्राची चांदणी उगवावी तशी, अंजनी नाजूक पाऊलं टाकत व्यासपीठावर आली. तिने नम्रपणे सर्वांना वाकून नमस्कार केला आणि आसनस्थ झाली. त्या सौंदर्यखनीला बघून श्रोते टाळी वाजवणं विसरून गेले. नजिरखाँ कपाळावरचा घाम टिपत होते आणि अनेक कलावती डोळे टिपत होत्या. त्यांच्या समोरचं दृश्य त्या बघत असूनही विश्वास ठेवणं जड जात होतं; पण खरोखरच आज परंपरा बदलली होती आणि ते काम या अठरा वर्षाच्या चिमुरडीनं करून दाखवलं होतं.

तंबोरा हाती धरून अंजनीनं समोर नजर टाकली आणि ती क्षणभर भेदरली. साऱ्याजणांच्या नजरा तिच्यावर खिळल्या होत्या. तिनं डोळे मिटून गुरुंना वंदन केलं. तिला इतकं सुंदर गायचं होतं की त्यापुढे सौंदर्य फिकं पडावं. तिला

लाभलेलं सौंदर्य ही परमेश्वराची देणगी होती. पण तिनं प्रसन्न करून घेतलेले सूर हे मात्र तिचे होते. त्या सुरांचा आनंद, त्या क्षणापासून तिला, सर्वांना द्यायचा होता. श्रोत्यांना व श्रोत्यांपेक्षा गुरूजींना समाधान द्यायचं होतं. तिनं मन एकाग्र केलं. नाजूक बोटांनी तंबोऱ्याच्या तारांना स्पर्श केला. दीर्घ श्वास घेऊन षड्ज भरला. त्या पहिल्याच षड्जाने रसिकांवर मोहिनी पडली. विलंबित त्रितालातला ख्याल तिनं सुरू केला. तालाच्या एका मात्रेत अस्ताई, अंतऱ्याचे सूर गुंफत ती समेवर कधी पोहोचली ते तिलाच समजले नाही.

तिचा घोटीव, दळदार, स्वच्छ पण मृदू आवाज. सुरांना गोंजारत, लडिवाळपणे, अचूकपणे समेवर येणं. श्रोत्यांनी भारावून 'वाहवा' केली.

दचकून तिनं डोळे उघडून बावरून खाँसाहेबांकडे बघितलं. मान हलवून त्यांनी पसंतीची पावती दिली. तसा तिचा आत्मविश्वास जागा झाला. विश्वासानं ती यमन गात होती.

'सुमरन करू मै तोरा...

तू साहिब मोरा.

सारंगीची सुरेख संगत, तबल्याची दमदार साथ... प्रत्येक आलाप पेश करताना तिनं केलेली रचनात्मकता, तिचा विचार, स्वच्छ उच्चार... चेहऱ्यावर व्यक्त होणारे भाव...

सारी सभा चकित होऊन ती दिव्य प्रभावळ बघत होती. ऐकत होती.

चढत्या क्रमांकाने खंडमेर पद्धतीने विलंपत करून जेंव्हा तिनं तार षडज लावला तेव्हा सारंगी व तंबोरा यापासून तिचा वेगळा सूर शोधणं अवघड बनलं होतं. तारांच्या झंकारांत ती पूर्ण एकरूप झाली होती.

संपूर्ण सभागृह एका दिव्य आनंदाच्या प्रत्ययकारी अनुभवात बुडून गेलं होतं.

थोडी लय वाढवून बोलताना, गमकेच्या ताना घेत ती अचूक समेवर पोहोचत होती. तार सप्तकाच्या पंचमावर जाऊन, तानांच्या लडी गुंडाळत ती पुन्हा षड्जावर स्थिरावली आणि तिने यमनाची सांगता केली.

रागाचा बादशहा यमन, तिने प्रसन्न करून घेतला, त्याचप्रमाणे श्रोत्यांना पण!

पिलू रागातली ठुमरी, खमाजचा दादरा गाऊन झाल्यानंतर मीराबाईचं भजन तिनं सुरू केलं. त्या भजनामधल्या भक्तिरसांमधून श्रोत्यांना तिनं पार गोकुळात नेऊन कृष्णदर्शन घडवलं. तो आर्त स्वर ऐकताना प्रत्येकजणाच्या मनाची व्याकूळ अवस्था झाली होती. आणि शेवटी अध्यात्मिक भाव व शरणागत अवस्था व्यक्त करणाऱ्या भैरवीने सारे सभागृह बेभान होऊन गेले होते.

'वाहवा' हा शब्द अपुरा पडत होता.

भैरवी संपवून तंबोरा खाली ठेवून अंजनीनं पुन्हा एकदा नम्रपणे सर्वांना नमस्कार केला. सारे सभागृह टाळ्यांच्या आवाजाने भरून गेले. नजिरखाँना भावनावेग आवरणे कठीण झाले होते. त्यांचं अभिनंदन करत होते, एका दिव्य अनुभवांत भिजलेले श्रोते. ते चूपचाप न बोलता...सभागृहातून बाहेर पडत होते. तेव्हा पहाटेचे तीन वाजले होते.

खाँसाहेबांना नमस्कार करण्यासाठी वाकलेल्या अंजनीला काय सांगावं, कसं आणि कोणत्या शब्दांत तिचं कौतुक करावं हे पंडित भातखंडेंना, त्रिभुवनशेठना समजत नव्हतं,

"जिंकलंस तू चेडवा"

प्रेमभरानंच तिच्या माथ्यावर हात ठेवत खाँसाहेब म्हणाले. नबूबाई डोळे टिपत होती.

दुसरे दिवशी नजिरखाँ व बंधू, नबूबाईच्या घरी गेले. नबूबाईनं स्वागताचा जंगी बेत ठेवला होता. खाँसाहेबांच्या पायाशी अंजनीनं बिदागीदाखल मिळालेला बटवा ठेवला. तो तिला परत करून नजिरखाँ म्हणाले,

"ही तर चेडवाची पहिली बिदागी. तिच्यावर फक्त तिचाच हक्क आहे. "

अंजनी मात्र खूष नव्हती. ती म्हणाली,

"खाँसाब, यमनच्या खूप जागा घ्यायच्या राहून गेल्या ना?"

"बेटी, कलावंताला नेहमी आपलं अपूर्णत्व असंच जाणवायला हवं. तरच एक दिवस तो पूर्णत्व गांठू शकेल. आणि ही तर पहिली बैठक आहे, और बहोत आगे जाना है। आता लवकरच दुसरी बैठक घ्यायची नाही. थोडी विश्रांती...थोडं चिंतन! पण अल्ला कसम बेटी, मै खूष हूँ।"

खाँसाहेबांना वाटणारं समाधान बघून अंजनीला खूप बरं वाटलं.

राष्ट्रपतींनी केलेला सन्मान स्वीकारून, अंजनी मुंबईत परतली तेव्हापासून मनांत लपलेला भूतकाळ जणू फडा काढून समोर उभा ठाकला होता. बिळांत बराच काळ निवांत पडून असणारा नाग, मधूनच कधी बिळाबाहेर यावा आणि बाहेरची थंड हवा अंगाला लागतांच फडा काढून डोलू लागावा तसा अंजनीनं मनांत गाडून टाकलेल्या साऱ्या आठवणी अलिकडे तिच्यासमोर उभ्या ठाकल्या होत्या. विसरु म्हटलं तरी त्या विसरणं शक्य नव्हतं.

दिल्लीच्या दरबार हॉलमधल्या टाळ्यांचा कडकडाट ऐकून आल्यापासून ते अलिकडचे सगळे दिवस... शरीराने ती मातृछायांत वावरत होती. मुलगा, सून,

नातवंडं... चाहते यांच्याशी बोलत होती. सत्कार स्वीकारत होती... पण... मन मात्र सदैव आठवणींत गुंतलेलं होतं.

त्रिभुवनदास हॉलमध्ये झालेली पहिली बैठक त्यानंतर हॉलभर गुंजलेला टाळ्यांचा आवाज... आणि नुकताच दिल्ली दरबारांत ऐकलेला टाळ्यांचा कडकडाट हे दोन्ही ऐकणारी अंजनी... तीच होती. बदललं होतं ते शरीर...बदलली होती ती मानसिक अवस्था... जीवनाकडे बघायची दृष्टी... परिस्थिती आणि कुटुंब व्यवस्था...

नजिरखाँ, नबूबाई, वसनजी, सुरंगा, हिरा, नरहरीमामा, विनायकमामा, सरितामावशी, श्रीमती... सारे मोहरे काळाआड झाले होते. आता बाबा, सुनबाई, नातवंडे आणि अंजनी... असा परिवार बनला होता. वसनजी गेला. जाहीर बैठका बंद झाल्या. घरची परिस्थिती उतरत उतरत आता पार खालावली होती. जे थोडं हाती होतं... ते कुठवर पुरणार? याची खंत कुटुंबीय करत असत... पण... अंजनीनं मात्र सारा भार परमेश्वरावर सोपवला होता. निश्चिंत चित्तानं... ती मानसपूजेत रमून गेलेली असे. मात्र मनाची ती एकाग्रता अलिकडे होत नव्हती. एका उंचीवर पोचलेलं मन... आता पुन्हा भूतकाळाकडे ओढ घेत होतं.

खिडकीलगतच्या आरामखुर्चीत बसून, जपमाळ हाती घेऊन केव्हाची अंजनी बसली होती.

पण कानांत मात्र त्रिभुवनदास हॉलमधल्या टाळ्यांचा आवाज अजुनही गुंजत होता. तो त्रिभुवनदास हॉल जिथं अंजनीची पहिली बैठक झाली होती.

"माई, रात्र व्हायला आली, चलताय ना? आज कितीतरी वेळ अशा आरामखुर्चीत बसूनच आहांत? डॉक्टर म्हणतात की असं जास्ती वेळ बसायचं नाही. "

सूनबाईनं माईच्या अंगावर शाल घालत म्हटलं, तशी अंजनी दचकली.

'माई'? हे माई नांव जसं चिकटलं. तेंव्हापासून अल्लड अंजनी एकदम प्रौढ बनली होती. आई, खाँसाहेबांची लाडकी अंजनी रसिकांनी डोक्यावर उचलून धरलेली बाईजी, कुणाची आई, कुणाची सरस्वती माता, कुणाची मीराबाई...

नुकतीच राष्ट्रपतींनी सन्मानित केलेली

'बाई, अंजनीबाई मालपेकर'

घरातला मुलगा, सून, गीता या सर्वांची माई, वेगवेगळी नांव रुपं...वेगवेगळी परिस्थिती, बदलतं वयोमान...

आजची माई...

सत्तरी गाठलेली, पण ताठ...पूर्वीप्रमाणेच नम्र शालीन...पण स्वाभिमानी...अंजनी...

दरबार हॉल मधला टाळ्यांचा आवाज ऐकून मन जें भूतकाळात पोहोचलं होतं ते त्याच आठवणींनी भरून गेलं होतं. तिथून आल्यापासून घरी भेटायला येणाऱ्या माणसांची रीघ लागली होती. पत्रकारांनी प्रश्न विचारून विचारून भूतकाळ जागा केला होता. सत्कार करण्यासाठी अनेक संस्थांची माणसं रोज येऊन भेटत होती. खरं तर अशा सत्कार समारंभांना जाणंच ती विसरली होती. गाण्याची शेवटची बैठक मुंबईच्या टाऊन हॉलमध्ये तिनं स्वतःच तिच्या चाहत्यांसाठी आयोजित केली त्यावेळी त्या सर्वांना मनसोक्त गाणं ऐकवून तृप्त केलं आणि तंबोरा जो खाली ठेवला तो ठेवला. त्यानंतर गाण्याची बैठक अशी कधी केली नाही. मोठ-मोठी निमंत्रणं नाकारली. जाहीर बैठकीचा गान संन्यास घेतला खरा...पण गाणं जे रक्तप्रवाहांत पूर्ण भिनलेलं होतं...ते गाणं आणि परमेश्वरानं जन्मतःच दिलेली दैवदत्त देणगी असा तिचा सुरेल गळा...यांच्याशी फारकत कशी घेणार?

आत्मा आणि परमात्मा हे जसे एकरूप... जीव आणि शिव जसे अभेद्य तसेच अंजनी आणि सूर... अंजनी आणि संगीत हे वेगळे राहूच शकत नव्हते.

वेगळं झालं ते फक्त जाहीर रीतीनं, बिदागी घेऊन गाणं! जो सूर... तिच्या आत्म्याचा सूर होता, त्याचा शोध घेण्यासाठी अंतर्मुख व्हावं लागतं, त्याखेरीज तो सूर हाती कसा लागणार? तो सूर शोधण्यासाठी मग बाहेरच्या जगापासून आत अगदी आतला एकांत पत्करावा लागतो.

एक सूर्यफूल असतं. ज्याला सदा प्रकाशाचा ध्यास असतो; पण एके दिवशी अचानक त्याला समजून येतं की खरा प्रकाश तर त्याच्या अंतरंगात आहे. त्यावेळी आपसूकच त्याचा शोध अंतरंगापासून नव्याने सुरू होतो. अंजनीची स्थिती अशीच होती.

त्या आत्मशोधासाठी तिनं एकांत पत्करला होता. विरक्ती स्वीकारली होती. साधी, संन्यस्तवृत्ती अंगीकारली होती. स्वतःवर कांही नियम घालून घेतले होते. मुखातून फक्त परमेश्वराचं नांव घेतलं जात होते. आणि तासन् तास मानसपूजेत ती मग्न रहात होती. केवढी शांतचित्त झाली होती ती! चित्तवृत्ती प्रसन्न बनली होती. जे कुणी प्रेमानं काही शिकायला येत, त्यांना प्रेमानं गाणं शिकवत होती, गाण्यावर चर्चा करत होती. गाणं सोडून ती कुठं जगत होती? गाणं तिला सोडून जाणं कधीही शक्य नव्हतं हे अंजनी जाणून होती.

मग या सर्व प्रश्नांना उत्तर काय द्यायचं?

कसं समजावून द्यायचं या प्रश्नाचं उत्तर?

"बाईजी तुम्ही गाणं का सोडलं?"

समोर बसलेले पत्रकार, मुलाखत घेण्यासाठी पेन कागद सरसावून बसले होते. अंजनी विचार करत होती...त्या गाण्याचा...जे त्रिभुवनदास हॉल मधल्या पहिल्या बैठकीनंतर फुलतच गेलं. उत्तरेपासून ते साऱ्या दक्षिण भारतापर्यंत तिच्या गाण्याचा लौकीक पसरला. त्या गाण्यानं तिचं जीवन संपन्न बनलं. अनुभवांनी संपन्न!

प्रतिष्ठेने संपन्न!

आणि वैभवसंपन्नही!

ते जीवन अंजनीला आठवत होतं.

पहिल्या बैठकीनंतर अंजनीचा नांवलौकीक सर्वत्र पसरला. तिचं गाणं ऐकणारे तिची ती अविस्मरणीय अशी बैठक कधीच विसरू शकणार नव्हते. नजिरखाँनी एक अनमोल रत्न, संगीतशास्त्राला नजर केलं होतं. त्या रत्नाला पैलू पाडण्यांत कुठेही कसूर ठेवली नव्हती, याबद्दल सर्वांचं एकमत झालं होतं. वेगवेगळे राजे, नबाब, धनाढ्य माणसांकडून बैठकीसाठी निमंत्रण घेऊन त्याची माणसे नवीवाडीत नित्य येत होती. आपल्या पहिल्यांच बैठकीला मिळालेला हा प्रतिसाद बघून अंजनीही अचंबित झाली होती. पण या यशानं ती हुरळूनही गेली नव्हती. तिच्या जीवननौकेची दोन्ही वल्ही नबूबाई आणि खाँसाहेब यांच्या हाती सोपवून, अंजनी पुन्हा नव्या रागांचे धडे घेण्यात मग्न होती. तिला माहिती होतं कीं ज्या कलेला तिनं वाहून घेतलं होतं, ती संगीतकला ही जीवनभर चालणारी एक साधना होती. एका बैठकीनं रसिक फार तर तृप्त होतील पण साधकानं तृप्त होता कामा नये. तिच्या गुरुजींनीच हा मंत्र तिला दिलेला होता.

पहिल्या बैठकीनंतर अंजनीवर स्तुतीचा वर्षाव झाला खरा...पण त्यानेच ती मनोमन अस्वस्थही झाली. ही अस्वस्थता नेमकी कशामुळे आली आहे हे तिचं तिलाही समजत नव्हतं आजवर तिनं चुन्नीबाई, छमियाबाई, गोहरजान अशा अनेक गायिकांना गाताना ऐकलं होतं. पण त्यावेळी अंजनी एक श्रोता म्हणून हजर असे. पण जेव्हा गायिका म्हणून ती स्वतः आसनावर बसली, तेव्हा एक वेगळीच जाणीव तिला झाली कीं जे श्रोते गाणं ऐकण्यासाठी म्हणून तिथं आले होते त्यांचं लक्ष गाण्यापेक्षा तिच्या सौंदर्यावरच अधिक खिळलं होतं. तारुण्यानं निथळणारी अशी ती नवयौवना व रुपसंपन्न गायिका बघून अनेकांचं देहभान हरपून गेलं व स्वतःच्या मनांवर संयम ठेवणं त्यापैकी अनेकांना कठीण जात होतं. त्यांच्या नजरेचे विखार अंजनीपर्यंत पोचत होते. हा अनुभव वेगळा होता आणि अस्वस्थही करणारा...

आजवर तिनं दिवसरात्रीची, कष्टांची तमा न बाळगता फक्त गाण्यावर मन केंद्रित केलं होतं. आपल्या फुलणाऱ्या रुपाची, सुडौल होत चाललेल्या शरीराची, तारुण्याची तिला जाणीवच नव्हती. पितृवत गुरु व आईच्या उबदार छत्राखाली ती सुखरुप वाढली होती. बाहेरच्या जगाचा काहीच अनुभव तिला नव्हता. म्हणून पहिल्या बैठकीत तिनं पाहिलेल्या अधाशी नजरा तिला अस्वस्थ करत होत्या. त्या बैठकीत बुजुर्ग होते, रसिकही होते. तसेच केवळ तिचं सौंदर्य निरखण्यात आनंद मानणारे नतद्रष्टही होते. ही माणसं गाणं ऐकायला येतात, की नजरेची तहान भागवायला? अंजनीच्या मनामधली अस्वस्थता नबूबाईनं ओळखली. ती म्हणाली,

"बाय, आपण जेव्हा एकदा बैठकीचं निमंत्रण स्वीकारतो, तेव्हा त्या बैठकीला जे श्रोते येणार ते सर्व आपल्याला हवे तसेच थोडे असणार? त्यात बरी व वाईट वृत्तीची माणसं असणारच. आणि त्याची सवयही आपोआप होत जाते. बाय, आजवर तू या घरात सुखरुप होतीस. या बैठकीच्या निमित्तानं जगासमोर प्रथमच आलीस. पिलाला पंख फुटले कीं ते आभाळात प्रथमच झेप घेतं, तो एकच क्षण... काळजीचा असतो. नंतर मात्र आपोआपच त्याला समजायला लागतं, कीं आभाळभर भरारी मारूनही घरट्यात सुखरुप कसं परतावं आणि त्याच्या पंखात आपोआपच उडण्याची शक्तीही येते. त्या पिलाला कोण जपतं सांग? तो परमेश्वरच त्याला दिशा दाखवतो. आणि शक्तीही देतो. तोच परमेश्वर तुझा सांभाळ करेल. पूर्वजांची पुण्याई आणि कुळदेवाची कृपा तुझं रक्षण करतील बाय. आपल्या सभोवती असणारे दुष्ट ग्रह... परमेश्वरच त्यांना आपोआप दूर ठेवेल. काळजी करू नकोस. "

आईनं घातलेल्या समजुतीनं अंजनीला धीर आला. पण तरीही आपलं मन अस्वस्थ का? कुणामुळे? याचा शोध ती घेत होती.

त्या पहिल्या बैठकीत प्रथमच अंजनीनं त्याला पाहिलं होतं. तिथं जमलेल्या सर्व निमंत्रितांपेक्षा तो तरूण वेगळाच होता. गोरा रंग, उंचापुरा आणि देखण्या चेहऱ्याचा तो तरुण किती मन लावून तिचं गाणं ऐकत होता! योग्य ठिकाणी दाद देत होता. गाण्याची त्याला चांगली समज होती. बैठक संपल्यानंतर अंजनी-भोवती चाहत्यांनी एकच गर्दी केली होती. पण तो मात्र अदबीनं एका बाजूला उभा होता. एक शब्दही न बोलता केवळ नजरेनं पसंतीची पावती त्यानं दिली होती.

त्या साऱ्या जनसमुहात त्याच्या वेगळेपणानेच अंजनीच्या तो ध्यानांत राहिला होता.

'कोण असेल तो?'

पुन्हा पुन्हा अंजनी स्वतःला प्रश्न करत होती. तशीच अस्वस्थही होत होती.

हा अनुभव तिला नवीनच होता.

जीवघेणा! अस्वस्थही करणारा!

कधी नव्हे ते आरशात आपलं रूप

पहाण्याचा मोह तिला होत होता प्रथमच!

अंजनीचा रियाज सुरूच होता. पहिल्या बैठकीच्या यशानं ती हुरळून गेली नाही खाँसाहेबांच्या घराण्याचा वारसा पुढं न्यायचा... तर पल्ला खूप दूर होता व ते कुणी न सांगता अंजनी जाणून होती.

"चेडवा, बाहेरच्या बैठकीची खूप आमंत्रणं आली आहेत. कोल्हापूर, बडोदा, पालनपूर, काशीहून जीवनलाल महाराजांचं आणि मुंबईतली तर अनेक... आता तू सांग... यानंतर प्रथम कुठं बैठक ठरवायची?"

नजिरखाँनी अंजनीला प्रश्न केला.

"मी? मी काय सांगणार?"

संकोचून तिनं विचारलं.

"मग मी सांगू? प्रथम कोल्हापूरचं निमंत्रण घेऊ."

नबूबाई उत्साहानं म्हणाली,

"कोल्हापूर? ते का?

अंजनीनं विचारलं,

"बाय, तुझ्या आजीची खूप इच्छा होती की एकदा कोल्हापूरच्या महालक्ष्मीचं दर्शन करावं. नेहमी बोलून दाखवायची. पण त्यावेळी शक्यच नव्हतं. आता मुंबईबाहेर प्रथमच जायचं तर आधी कोल्हापूरला जाऊ आणि बाय, एकदा गोव्याला जाऊन मूळ देवाची पूजाही करायला हवी बरं!"

नबूबाईचा उत्साह बघून अंजनीला खूप बरं वाटलं. बाबा, बुची गेल्यापासून ती नेहमी उदास रहायची. वैधव्यदशा संयमानं पाळायची. जे तिचं उसनं अवसान होतं ते केवळ आपल्याला उभं करण्यासाठी हे अंजनी जाणून होती. आपण कमावत्या झालो की या थकलेल्या आईला अगदी सुखात ठेवायचं. तिचा प्रत्येक शब्द फुलासारखा झेलायचा आणि ज्या खाँसाहेबांनी आपल्यासाठी अथक परिश्रम घेतले. त्यांच्या पायाशी सारे मानसन्मान ठेवायचे... हे अंजनीनं मनाशी नक्की ठरवलं होतं. कितीतरी दिवसांनी आज नबूबाईनं हौसेनं कांही मागितलं होतं, म्हणून मग कोल्हापूरच्या देवल क्लबचं निमंत्रण नजिरखाँनी व अंजनीनं नक्की केलं.

मुंबईबाहेरची पहिली बैठक. ती सुद्धा करवीर संस्थानांत असणाऱ्या देवल

क्लब मध्ये. त्यासाठी खाँसाहेब खास मेहनत घेऊन अंजनीची तयारी करवून घेत होते. नरहरी मांजरेकर आणि सारंगिये गोविंदरामजी, अजिमबक्ष, नबूबाई यांच्या बरोबर अंजनी कोल्हापूरच्या मैफिलीसाठी म्हणून जेव्हा निघाली, तेंव्हा तिचं मन उत्सुकतेनं भरून गेलं होतं. आजवर गोवा आणि मुंबई इतकंच तिचं जग होतं. बाहेरचं जग ती प्रथमच पहाणार होती.

नबूबाईच्या इच्छेप्रमाणे अंजनी प्रथम अंबाबाईच्या दर्शनाला गेली. काळ्याभोर ताशीव दगडांमध्ये कोरीव काम केलेल्या अंबाबाईच्या मंदिराच्या महाद्वारांत ती उभी होती. भव्य महाद्वार, कोरीव दगडी खांबांचा गरुड मंडप. बाजूचा काशिमनकर्णिकाचा तलाव, उंच गोपुरे पहाताना तिचं भान हरपून गेलं. मंदिराच्या पायऱ्या चढताना, तिची पाऊलं अचानक थबकली. सकाळच्या प्रहरी राजगायक देवीची आळवणी करत होता,

''भाग मोरे जागे, तेरो दरशन पायो
मन अति दुलसायो...

कोवळ्या पण घोटीव आवाजाचा राजगायक भक्तीभावानं महालक्ष्मीची स्वरपूजा बांधत होता. मंदिरात पाऊल ठेवताच अंजनीचं मन प्रसन्न झालं. कपाळावर हळद कुंकवाचा मळवट भरलेली महालक्ष्मीची मूर्ती बघताक्षणी उग्ररुपी भासत होती. कधी दुर्गा, कधी काली, कधी महिषासूर मर्दिनी, तर कधी शांतवृत्तीची पार्वती.

शेकडो वर्षांचा अभिषेक व मंत्रोच्चारांनी त्या काळ्या फत्तरामधल्या मूर्तीला देवत्व प्राप्त झालं होतं. त्या मूर्तीभोवती तेजाची आभा पसरली होती.

डोळे भरून अंजनी ते पवित्र रूप नजरेत सांठवत होती,

''नैननकी प्यास बुझी
आनंदकी तरंग उठी
जीवन सफल भयो
भाग मेरो जागो, तेरे दरशन पाये...

राजगायकाचं गाणं आणि परमेश्वराची मूर्ती मनात साठवून अंजनीनं देवल-क्लब मधल्या बैठकीत गाण्यास सुरुवात केली. क्लबचा हॉल असा नव्हता. पण जी व्यवस्था केली होती ती अतिशय खानदानी होती. कोल्हापूर ही कलावंतांची नगरी. सारे गानप्रिय रसिक, बुजुर्ग बैठकीला हजर तर होतेच. पण प्रत्यक्ष राजर्षी शाहू छत्रपती अंजनीचं गाणं ऐकण्यासाठी आपल्या खास लवाजम्यासह जातीनं हजर होते. अंजनीचं मन प्रथम संकोचानं भरून गेलं. मनोमन तिनं देवीची करूणा भाकली. गुरुला प्रणाम केला आणि आकार लावला. त्या पहिल्या आकाराच्या स्वर झंकारानं रसिकांना त्या गाण्याचं अस्सल मोल समजलं. टप्पोऱ्या

मोत्यांचा एक देखणा कंठा त्यांच्यासमोर होता. त्यामधला एक एक राग हा एका एका मोत्यापेक्षा भारी होता... गाऊन झाल्यावर अंजनीनं नखरेल ठुमरी पेश केली,

"सांवरियाने मारा रे नजर भर के
अजि छोटा देवरियाने
मारा रे थरथरके..."

या खट्याळ ठुमरीनं बैठक रंगली तोंवर मीराबाईचं भजन सुरू झालं,

"बाला मै बैरागन हूँगी
जिन भेषा मोरे साहेब दीजै
सोही भेष धरुंगी..."

सारे रसिक त्या रसिल्या स्वरांत भिजून तृप्त होत होते. मोत्यासारखे स्वच्छ सूर, त्या सुरांना असणारी एक मुलायम किनार, प्रत्येक शब्दांचा स्पष्ट उच्चार, अर्थाप्रमाणे चेहऱ्यावर उमटणारे भाव, अत्यंत शालीन वर्तन, आणि डांळिबी रंगाच्या इंदोरी साडीमधून उठून दिसणारं...त्या गायिकेचं लावण्य पाहून...सारेजण भारावून गेले होते.

बैठक संपवून अंजनीनं तंबोरा खाली ठेवला आणि उभं राहून नम्रपणानं साऱ्या रसिकांना वाकून नमस्कार केला. साऱ्या रसिकांनी टाळ्यांच्या कडकडाटात पसंतीची पावती दिली. आयोजकांनी भरघोस बिदागी देऊन तिचा सन्मान केला. छत्रपतींना वाकून नमस्कार करण्यासाठी अंजनी गेली तेव्हा तो कलासक्त आणि उदार मनाचा राजा उठून उभा राहिला. दोन्ही हात जोडून नमस्कार करत मनमोकळ्या मनाने ते म्हणाले,

"फार सुख झालं बाई तुमचं गाणं ऐकून आमी मऱ्हाटमोळी रांगडी मानसं. आमची प्रजाबी तशी अडानीच. खानदानी गायकीपेक्षा, शिकार, हत्तींच्या रेड्यांच्या झुंजी, बैलगाड्यांच्या शर्यती यांत आमचं मन रमतं. पण आमची मानसं सुधरावी त्यांना चांगले षौक लागावे, त्येंनी शिकावं-सवरावं असं आमास्नी वाटतंया. आज आमच्या कोल्हापुरांत तुमी आलासा आणि कांही वेगळं ऐकवलसा. जीव लई भरून आला. पण आज धरनं तुमी आमच्या पावन्या. आमची धर्माची भन म्हना! अजूनी आट दीस ऱ्हावा. तुमचं एक गानं आमच्या राजदरबारांत होऊ द्या. समदे सरदार, मानकरी तुमचं गानं ऐकतील. चांगलं गानं कानांवर पडू द्या. समजू द्या समद्यास्नी कीं अस्सल गानं काय असतं! बाईजी लई थोर कलावंत होईसा. तुमचा सन्मान राजदरबारांत व्हायला होवा.

दिवानजी, बाईजींच्या रहाण्याची व्यवस्था पिवळ्या बंगल्यात करा. आजपास्नं बाई राजदरबारच्या पावन्या." छत्रपतींनी आज्ञा केली.

त्या उंच धिप्पाड छत्रपतींसमोर अंजनी संकोचानं उभी होती. त्यांच्या प्रेमळ वागण्यानं भारावून गेली होती. त्यानंतरचं राजदरबारामधलं तिचं गाणं अतिशय चांगलं रंगलं. आजूबाजूचे लहान मोठे संस्थानिक, राजदरबारचे सारे मानकरी, चिकाच्या पडद्याआड बसून गाणं ऐकणाऱ्या राजस्त्रिया आणि उंच आसनावर बसून मनमोकळी दाद देणारा भाबड्या मनाचा राजा छत्रपती... नकळत अंजनीचा सूर लागला होता. बैठक संपल्यानंतर एका खास आसनावर अंजनीला बसवलं गेलं. सेवेकऱ्यांनी चांदीची ताटं भरून नजराणे आणून अंजनीसमोर ठेवले. एका मखमली बटव्यात चांदीचे सुरती रुपये होते. सोन्याची, कलाकुसर केलेली महालक्ष्मीची मूर्ती एका तबकांत होती. हिऱ्यांची नथ आणि दोन रत्नजडित कंकणाच्या बाजूला नाजूक मोत्यांसभोवती हिऱ्यांची, रत्नांची महिरप बसवलेला सुरेख लप्फा एका तबकात होता. दुसऱ्या तबकात इंदोरी, चंदेरी, बनारसी शालूंच्या घड्या होत्या. त्या सर्व नजराण्यांचा अंजनीनं स्वीकार केला. वाकून नमस्कार करण्यासाठी ती उभी राहिली तेव्हा सारा दरबार उभा राहिला. छत्रपती तिला आशीर्वाद देत म्हणाले,

"बाई, आजपासनं हे भावाभनीचं नातं पक्कं झालं. कदीबी, कायबी संकट आलं, तर हा भाऊ पाठीशी उभा ऱ्हाईल. ज्या हातांत तंबोरा धरता, त्या हातांत ही रत्नकंकणं चढवा आणि ज्या गळ्यांतून ह्यो सुंदर आवाज निघतो, त्या गळ्यांत हा हिऱ्यांचा लप्फा या भावाची याद म्हनून घाला. बाईजी तुमच्या आवाजाम्होरं ह्ये हिरं मोती काय किमतीचे? म्हनून हा खास तंबोरा तुमच्यासाठी मिरजेहून बनवून आनलाय. आजपासून आमची भन ह्या तंबोऱ्यावर गाईल."

कारभाऱ्यांनी तो खास तंबोरा दरबारात हजर केला. तो बघून सारे अवाक् झाले. त्या तंबोऱ्यावर प्रत्येक खुंटीवर सोन्याची फुलं बसवली होती. भोपळ्यावर सोन्याच्या मुलाम्याची वेलबुट्टी रेखाटली होती. भारावून गेलेली अंजनी वाकून नमस्कार करत म्हणाली,

"फार कौतुक केलंत महाराज. या सगळ्या देणग्यांपेक्षा या दरबारानं मला एक भाऊ दिला. ही देणगी फार मोठी आहे. फार मोठी."

डोळ्यांतले अश्रू पुसत अंजनी म्हणाली.

जाताना तिला निरोप देण्यासाठी दिवाणजी, कारभारी स्टेशनवर तर आलेच होते. पण खुद्द महाराज सरकार आले होते. खास डब्यांत तिच्या प्रवासाची सोय केली होती. फळांच्या, मिठाईच्या करंड्या डब्यात आणून ठेवल्या होत्या. गाडी सुटण्याची वेळ झाली. फलाटावरची माणसं लहान होता होता... दिसेनाशी झाली... पण अंजनीच्या मनात मात्र त्या उदार मनाच्या, राजाची छबी मोठी मोठी होत गेली.

'या जगात इतकी चांगली माणसं आहेत?'

अंजनी नवलानं विचार करत होती.

गाडीच्या डब्याच्या कोपऱ्यांत ठेवलेला तंबोरा गाडीबरोबर डुलत होता. त्याच्या तारा कुणी न छेडतादेखील, अंजनीला मात्र त्यांतून साऱ्या रागांचा संमिश्र झंकार ऐकू येत होता. मन समाधानानं भरून गेलं होतं.

घरी आलेल्या खाँसाहेबांच्या चरणांवर अंजनीनं सुरती रुपयांनी भरलेला किनखापी मखमलीचा बटवा ठेवून त्यांच्या पायांवर माथा टेकवला. आज तिला कृतकृत्य वाटत होतं.

बैठकीच्या खोलीतल्या दोन कोपऱ्यांत दोन तंबोरे दिमाखांत उभे होते. एक गुरुजींनी आशीर्वाद म्हणून दिला होता.

तर... दुसरा... शिष्येनं सन्मानपूर्वक मिळवला होता. नजिरखाँ समाधानानं त्यांना बघत होते.

काशीहून जीवनलाल महाराजांचे निमंत्रण घेऊन, त्यांचा खास शिष्य वृंदावन हा नवीवाडीत पोहोचला. जीवनलाल महाराज हे वल्लभ संप्रदायातील महनीय पीठाधीश होते. काशी, मथुरा, वृंदावन, काक्रोली, बडोदा अशा अनेक ठिकाणी असणारी द्वारकाधीशांची मंदिरे ही गायन कलेची आगरं बनलेली होती. पुष्टिमार्गी वल्लभ संप्रदायाच्या उपासना पद्धतीत संगीताला अनन्यसाधारण असे महत्त्व होते. घनश्याम लालजी महाराज, गोकुलनाथ महाराज, देवकीनंदन महाराज, जीवनलालजी महाराज, कन्हैया लालजी महाराज, हे सारे पीठाधीश गायन वादन कलेत पारंगत होते. त्यांच्या पीठातून भक्तिपर संगीताची अखंड धून सुरू असे. परमेश्वराला प्राप्त करून घेण्यात भक्तिमार्ग हा सर्वात सोपा मार्ग होता व तो साक्षात भगवान श्रीकृष्णांनी अर्जुनाला भगवद्गीतेमधून विशद केला होता. त्या भक्तिमार्गाने परमेश्वराप्रत पोहोचण्याचा सर्वात उत्तम व सोपा मार्ग म्हणजे संगीत! या भक्तिपर संगीताचा अखंड पूर त्या पीठातून वाहात असे. पंडित भातखंडेसारख्या संगीताचार्यांनी जीवनलाल महाराजांच्या जवळ बीन आणि सतार यांचे शिक्षण घेतले होते. महाराज मुंबईत असले की अंजनीनं त्यांची सेवा करून त्यांची विशिष्ट विद्या संपादन करून घेतली होती. देवकीनंदन महाराज तर तिच्यावर मुलीप्रमाणे प्रेम करत होते. म्हणूनच काशीचे निमंत्रण येणे हे त्यांना खूप अपूर्वाईचे झाले. त्या निमंत्रणानं खाँसाहेबांना समाधान झालं. वैशाख महिन्यांत काशीत होणाऱ्या बुढवा मंगल कार्यक्रमाच्या निमंत्रणाचा स्वीकार त्यांनी आनंदानं केला. नबूबाईंना ते म्हणाले,

"बाईजी, या काशीच्या बैठकीनंतर चेडवाचं नांव साऱ्या उत्तरेत गाजेल. हा मला विश्वास आहे. बाई मी उत्तरेतून ही संगीताची कावड खांद्यावरून वाहून मी दक्षिणेत आलो. येताना जयपूर डागर घराण्याचे उस्ताद इनायत हुसेन खाँ याच्याकडे धृपद गायकी शिकलो. ब्रिजभाषा, संस्कृतचा अभ्यास करून, त्याही चिजा शिकून घेतल्या. मुंबईत पंडित भातखंडेंचा सहवास मिळाला. मी जे जे मिळवलं ते ते चेडवाला दिलं. माझ्या शिष्येचं गाणं परिपूर्ण असावं हीच एक तळमळ आहे माझी! आणि योगायोगानं उत्तरेतून आणलेल्या या संगीतधनाचा खजिना, माझी शिष्या आता पुन्हा उत्तरेतच घेऊन चालली आहे. हा सिलसिला असाच फार पूर्वीपासून चालू आहे म्हणून तर भारतीय संगीत हे अधिक सकस बनलं आहे. काशीच्या बैठकीनंतर चेडवाला इतर वैष्णव पीठांची निमंत्रणं येतील. आणि मला विश्वास आहे बाईजी, भेंडीबाजार घराण्याच्या दळदार धीरगंभीर गायकीवर यानंतर भक्तिरसाचा साजही आपसूकच चढेल. अल्ला फार कृपावंत आहे. म्हणून तर माझी चिडियाँ इतका नावलौकीक मिळवू शकली."

"पण खाँसाब अमानचं काय? शिकतोय ना?"

अंजनीनं विचारलं. खाँसाब हसून म्हणाले, "हां बेटी, जबसे भोलियाके साथ शादी हुई है तबसे आमचा नबाब अमान गाण्याकडे लक्ष देतो आहे. आता पतंग उडवण्याचं त्याचं वय मागं राहिलं. मनापासून रियाज करतोय. छज्जूखाँ, खादर त्याच्या पाठी आहेत. इतरही शागीर्द आहेत. हमारा जीवनही संगीत शिक्षा देनेके लियेही तो है। अपार शांती मिलती है मनको। बरं ते असूं दे. काशीच्या मैफलीची तयारी करायला सुरुवात करू. तिथं अनेक गायक गायिकांची हजेरी असणार. कोई कमी नही होनी चाहिये. पण बेटी, त्यापूर्वी मुंबईत दोन बैठका आहेत. एक तर शेठ गोवर्धनदास तेजपाल यांनी ठरवली आहे. आणि दुसरे निमंत्रण जयपूर महाराजांच्या वाळकेश्वर इथल्या हवेलीचे आहे. या दोन्ही बैठकींची तयारी करायला हवी. तुला कांही नवीन रागिण्या शिकवायच्या आहेत. रसिकांना नेहमी कांही नवीन, कांही वेगळं देता आलं पाहिजे. आणि आता यानंतर तू सुद्धा मी जें शिकवतो त्यातूनच वेगळं कांही शोधत रहाशील. नवीन जागा तुझ्या तुलाच सांपडतील. अशा जागा तुला शोधता आल्या तर मग ते तुझं स्वतःच असं वेगळं गाणं निर्माण होईल. बेटी या खडतर साधनेत चिंतनाला फार महत्त्व आहे. चल आज देस रागाचा नवा ख्याल आपण सुरू करू."

'हम पत राखी जो'

नजिरखाँ देस रागाची वेगवेगळी नजाकत उलगडून दाखवत होते.

शेठ गोवर्धनदास तेजपाल हे मुंबईचे धनाढ्य व्यापारी होते. त्यांच्या पेढीवर लाखो रुपयांची उलाढाल रोजची चालत असे. संगीताचा त्यांचा षौक फार जुना

होता. त्यांच्या वरळीच्या बंगल्याच्या बाजूलाच त्यांनी गाण्याच्या बैठकीसाठी स्वतंत्र असा प्रशस्त हॉल बांधून घेतला होता. मुंबईत असणाऱ्या अनेक खानदानी गायकांच्या बैठका तिथं वारंवार होत. त्यावेळी ते अगत्यानं सर्व रसिकांना निमंत्रणं पाठवत. मित्रांच्या, रसिकांच्या सहवासांत संगीताचा मनमुक्त आनंद घेणारे शेठ गोवर्धनदास आपल्या घरी हजेरी लावणाऱ्या कलावंतांना फार सन्मानानं वागवत, घसघशीत बिदागी देऊन कलावंतांची तें उत्तम संभावना करत. कलावंतानं संगीताची मनापासून साधना करायला हवी असेल, तर प्रथम त्याची आर्थिक बाजू भक्कम असणं आवश्यक आहे. हे शेठजी जाणून होते आणि परमेश्वरानं जे आपल्याला भरपूर द्रव्य दिलं आहे त्याचा चांगला विनियोग म्हणजे कलावंतांना आर्थिक सहाय्य करणं. ही त्यांची भावना होती. शिवाय जे कलावंत आपल्याला इतक्या उच्च प्रतीचा सात्त्विक आनंद देतात, त्या आनंदाचं मोल पैशानं कसं मोजता येईल? त्यांना आपण देऊ तेवढं कमीच आहे. असं शेठ गोवर्धनदासांना वाटायचं.

अंजनीची पहिली बैठक ऐकून त्यांचं मन प्रसन्न झालं होतं. त्यापूर्वी त्यांनी नजिरखाँचं गाणं ऐकलं होतं...आणि नबूबाईचंही. त्या दोघांनी अपार मेहनत घेऊन तयार केलेली अंजनी...तिचं गाणं, हा त्यांच्या कौतुकाचा विषय होता. म्हणूनच त्यांनी अंजनीची मैफल आज ठरवली होती. रसिकांच्या उपस्थितीनं हॉल खच्चून भरला होता. अंजनीनं हट्टानं गायिकेला आसनाचा सन्मान मिळवून दिला होता. तिचं गाणं हा अभिजात भारतीय संगीताचा एक आदर्श नमुना आहे. ती अत्यंत रुपसंपन्न आणि चारित्र्यवान गायिका आहे अशा अनेक चर्चा, संगीतशौकिनांत सुरू झाल्या होत्या, कोंडूशेटसारख्या धनवानांनी तिच्या लहानपणापासून अंजनीला अर्थसहाय्य केलं होतं. म्हणूनच अंजनीबद्दल सर्वांच्या मनांत कौतुकाची भावना होती. तिच्या आजच्या स्वतंत्र बैठकीला सारेजण आपलेपणानं हजर झाले होते.

अस्मानी रंगाची इंदूरी नऊवारी साडी नेसलेली अंजनी आज विलक्षण सुंदर दिसत होती. छत्रपतींनी दिलेली रत्नकंकणं तिनं राजहट्ट म्हणून होती चढवली होती. राजहंसीप्रमाणे उंच असणाऱ्या तिच्या गळ्यात रत्नजडित लप्फा दिमाखदारपणे चमकत होता. त्याच्या खालोखाल मोत्याची चार पदरी कंठी रुळत हाती. कानांतल्या हिऱ्यांच्या कुड्या दिव्यांच्या उजेडांत लखलखत होत्या. उंच अंबाड्यावरचा मोगरीचा वळेसर फुलून आला होता. त्यापेक्षाही तिचं रुप या साजशृंगारानं शतपटीनं खुललं होतं. श्रीमतीनं आज तिला मनापासून सजवलं होतं. जेव्हा तिनं व्यासपीठावर प्रवेश करून सर्व रसिकांना वाकून नमस्कार केला, त्यावेळी आपण स्वर्गलोकीची एक अप्सरा तर पहात नाही ना? असा संभ्रम रसिकांना झाला.

खाँसाहेब, नजिरखाँ, छाजूखाँ, खदिमहुसेन, अमानअली, विलायतखाँ, पंडित

भातखंडे, कोंडूशेट, त्रिभुवनदास शेठ, गोवर्धनदास या साऱ्या बुजूर्गांना वाकून नमस्कार करताना सहजच तिची नजर एका जागी क्षणभर स्थिरावली अन् ती थोडी दचकली, तोच तो तरुण युवक होता, ज्याला तिनं पहिल्या बैठकीच्या दिवशी पाहिलं होतं. ज्यानं तिचं गाणं मनापासून ऐकून न बोलता नजरेनं पसंतीची पावती दिली होती. आत्तासुद्धा तो भारावल्या नजरेनं तिला बघत होता. अंजनीची नजर खाली झुकली.

तिनं शांत चित्तानं तंबोरा हाती घेतला. स्थिर आसन घेतलं आणि षडज लावला. हेमराजनं खास बनवलेला तंबोरा झंकारू लागला. अंजनीची नाजूक बोटं त्या तारांवरून लीलया फिरत होती. तिच्या मधुर आलापांसोबत अजिमबक्षची सारंगी, नाजूकपणे साथ देत होती. नरहरी मांजरेकरांचा तबला दमदारपणे समेवर पोहोचत होता. त्या सर्व जुगलबंदीनं रसिक थरथरून गेले. सुरांचा आणि वाद्यांचा, शब्दांचा आणि अर्थाचा, भावनांचा आणि अदाकारीचा उत्कृष्ट संगम तिथं व्यक्त झाला होता. कमालीच्या श्रुतीमधुर अशा आवाजांत संथ सुंदर आलापी घेत अंजनीनं गुनकली आणि शुद्ध शाम रागांचे चार चार आवर्तनाचे ख्याल, संथ व जलद लयीत गाऊन पूर्ण केले. सारे श्रोते मंत्रमुग्ध झाले असतानाच अंजनीनं बागेश्री गायला सुरुवात केली,

'सखी मन लागे ना
बिरहा सहे ना...
मन लागेना...

त्यानंतरची अंजनीची ठुमरी आज अधिकच रंगली. त्यामधला दर्द आज अधिकच गहिरा झाला होता.

'सांवरिया चैन कहांसे पाऊ
अपना दुख किसे सुनाऊ...
चैन कहांसे पाऊ...

शेवटचं मीराबाईचं भजन ती गात होती.

'जोगियासे प्रीत किये दुख होय
सांवरियासे प्रीत किये दुख होय.'

स्पष्ट उच्चारांपाठोपाठ त्या शब्दांचे आर्त भाव चेहऱ्यावर अधिक स्पष्टपणे उमटले होते. गाणं संपलं, तेंव्हा अंजनी भानावर आली. सारे जण मुक्तकंठानं तिची तारीफ करत होते. नजिरखाँ व त्यांच्या बंधूंच्या चेहऱ्यावर समाधानाचं स्मित विलसत होतं. सर्वजण त्यांना बधाई देत होते. शेठ गोवर्धनदासनी चांदीच्या तबकातून बिदागी आणि मानसन्मान करणारा अहेर करून तिला मनापासून आशीर्वाद देत म्हटलं,

"वा. बेटी वा! आज तू अलौकिक गाणं ऐकवलंस मन प्रसन्न झालं. परमेश्वर तुला उदंड आयुष्य देवो. वा! खाँसाब वा! केवढा मोठा नजराणा तुम्ही आम्हाला दिलात याची कल्पना तुम्हाला नाही. दिवसभर पेढीवर उलाढाल करणाऱ्या आमच्या सारख्या माणसांच्या जीवनाला अशा अद्वितीय गाण्यानं जगण्याचं बळ येतं."

भारावलेल्या शेठ गोवर्धनदासनी स्वतःच्या गळ्यांत रुळणारा मोत्याचा कंठा, खाँसाहेबांच्या गळ्यात घातला. सर्वांनी टाळ्यांचा कडकडाट केला.

अंजनीनं पाहिलं. तो तरुण मात्र संकोचून दूर उभा होता. अंजनीच्या भोवतालची गर्दी थोडी कमी झाली. तेव्हा तो हळू हळू तिच्याजवळ आला आणि म्हणाला,

"ओळख करून द्यावी असा मी कुणीच नाही. तुमचा एक चहाता! फार सुंदर गाता तुम्ही. ही माझी छोटीशी भेट."

त्याच्या हातात एक मखमलीची पेटी होती. त्या बरोबर एक टपोरा गुलाबही होता. खाल मानेनं अंजनीनं त्या भेटीचा स्वीकार केला. ती काहीच बोलली नाही. तोच हसून म्हणाला,

"माझं नांव वसनजी! वसनजी वेद. यानंतर तुमच्या प्रत्येक बैठकीला हजर रहायचं मी ठरवलंय. चालेल ना?"

अंजनीच्या अस्फुट हसण्यातूनच त्याला संमत्ती मिळाली होती.

त्या रात्री घरी गेल्यानंतर अंजनीनं शाहू छत्रपतींच्या तंबोऱ्याशेजारी त्यानं भेट म्हणून दिलेली चांदीची वीणाधारी सरस्वतीची सुंदर मूर्ती ठेवली. त्या सुबक मूर्तीकडे बघताना अंजनीच्या मनांत वीणेचा मधुर झंकार निनादत होता. आपली सारी बिदागी खाँसाहेबांच्या पायाशी ठेवून, फक्त ती मूर्तीच तिनं स्वतःजवळ ठेवली होती.

या सुखद अनुभवानं अंजनी सुखावली होती. त्यानंतर स्वतःच्या गाण्यांवर ती अधिक मेहनत घेत होती. खाँसाहेब आता तिला टंकी, जयश्री, चैता या अनवट रागांची माहिती देत होते. ती सर्व जयपूर हवेलीच्या बैठकीची तयारी सुरू होती. अंजनी त्यांत रंगून गेली.

वरळी, हाजीअली, वाळकेश्वर या मुंबईच्या भागांत धनाढ्य श्रीमंतांच्या, राजे नबाबांच्या हवेल्या आता उठल्या होत्या. मलबार हिलवर श्रीमंत, पारसी, मारवाड्यांचे बंगले तयार होत होते. त्यामधली जयपूर हवेली ही वरळीच्या समुद्रकिनाऱ्या लगतची जयपूर स्टेटची प्रचंड वास्तू होती. प्रवेशद्वारापासून खूप आतमध्ये हवेलीचे पहिले दालन सुरू होई. प्रवेशद्वारापासून सुरू होणाऱ्या उंच झाडीने

हवेली झाकून गेल्याने चटकन् नजरेंत भरत नसे. संगमरवरी फरशीवर घातलेले उंची गालिचे. शिसवी लाकडात कोरीव काम केलेले उंची फर्निचर, छतावर लटकणारी मोठी मोठी झुंबरं आणि हवेलीभर धावपळ करणारे सेवक.

हा सारा श्रीमंती थाट बघून अंजनी दिपून गेली. तिचं गाणं रात्री होतं. पण तिला नेण्यासाठी दुपारीच हवेलीची बग्गी आली होती. आपले वाद्य, साथीदार यांना बग्गीत बसवून श्रीमतीच्या सोबतीनं अंजनी दुपारी हवेलीत पोचली. विश्रांतीसाठी तिची सोय हवेलीच्या बाजूच्या आऊट हाऊस मध्ये केली होती. उंच सुरूच्या झाडांच्या बनांत बंगलीवजा आऊट हाऊस, अंजनीच्या स्वागतासाठी सज्ज झालं होतं.

दुपारी चार वाजता महाराज तिची भेट घेण्यासाठी जातीनं हजर झाले. अत्यंत राजबिंडे व्यक्तिमत्त्व लाभलेले महाराज, अंजनीनं बैठकीच्या खोलीत प्रवेश करताच उठून उभे राहिले. उंच भरदार देहयष्टी लाभलेले महाराज अतिशय देखणे होते. वयानं तरुण होते. शालीनतेनं वाकून नमस्कार करणाऱ्या त्या लावण्यसंपन्न गायिकेला बघून, त्यांचा नजरेवर विश्वासच बसेना. आजवर त्यांनी राजस्थानी खानदानी सौंदर्याचे अनेक नमुने पाहिले होते. पण अस्सल मराठमोळं, साधं, निरागस असं सौंदर्य समोर उभं रहाताच, त्यांचं देहभान हरपून गेलं. गुलबक्षी रंगाची साधी नऊवारी साडी आणि प्रसाधन न करताही खुललेलं तिचं सौंदर्य हे सारं कल्पनेपेक्षा सुंदर होतं. एखादी सुंदर गझल समोर उभी रहावी...तशी ती यौवना समोर उभी होती.

"बाईसाहेब, आपल्या आदरातिथ्यांत कुठं कसूर तर नाही ना राहिली?"

आदबीनं वाकून त्यांनी विचारलं.

"छे. छे. आपले सेवक अतिशय तरबेज आहेत. त्यांनी कुठंही कसूर ठेवली नाही आदरातिथ्यांत. हवेलीमागचा समुद्र मनाला खूप आनंद देतोय. आमच्या गोव्याची आठवण आली."

तिचं बोलणं ऐकून महाराज प्रसन्न झाले. ते म्हणाले,

"बाईसाहेब, आपल्याला हवेली पसंत पडली यात सारं काही आलं. आपण खुशाल इथं आठ दिवस रहा. तो आम्ही आमचा सन्मान समजू. तिथं दूर मध्य भारतामधून आम्ही जे मुंबईत येतो ना, तो जिवाला चार दिवस विरंगुळा मिळावा म्हणून. तुमच्यासारख्या कलावंतांच्या सहवासात जीव कसा हलका होऊन जातो. तुम्हा लोकांजवळ कांहीतरी जादू असते खास !"

अंजनी दचकली. तिनं पाहिलं, महाराजांचं बोलणं, वागणं मिठ्ठास होतं. परदेश प्रवास व इंग्रजी शिक्षण यांचा प्रभाव त्यांच्या व्यक्तिमत्त्वांत होता. गोड बोलून आपलंसं करण्याची कला त्यांना अवगत होती. अंजनी सावधतेनं म्हणाली,

"महाराज, आपण माझं गाणं न ऐकताच बोलता आहात. शिवाय गाण्याची

बैठक कितीही उशीरा संपली तरी रात्री यजमानांच्या घरी न रहाता, घरी परतण्याची आमची प्रथा आहे.''

''बाईसाहेब, आपलं गाणं ऐकण्याआधीच, आपली कीर्ती आम्ही ऐकून आहोत आणि प्रत्यक्ष पहातही आहोत. आज आपली प्रथा मोडून आपण रात्री इथं रहावं ही आमची आज्ञा आहे.''

''आज्ञा?''

चढ्या आवाजात अंजनीनं विचारलं.

''माफ करा. चुकून तो शब्द तोंडातून निघाला विनंती आहे. रामसिंग...''

दरवानाला हाक मारून महाराज म्हणाले,

''रामसिंग, बाईजी या हवेलीच्या शाही मेहमान आहेत. आठ दिवस त्यांचा इथं मुक्काम राहील. जातीनं त्यांची व्यवस्था बघ. रसोय्याला समजावून सांग. कुठं कसूर होता कामा नये.''

ही मात्र आज्ञाच होती. ती आज्ञा करून महाराज नम्रतेनं अंजनीला म्हणाले,

''रात्री बैठकीत भेट होईलच.''

श्रीमती तो सारा प्रकार बघून चिंतातुर झाली, महाराज गेल्यानंतर ती म्हणाली,

''बाय, माका ह्येचं लक्षण सारके दिसना. पाड पडली ती बैठक. चल आपण आत्ताच इथून निघून जाऊ कशा?''

अंजनीही सचिंत होतीच. ती म्हणाली,

''मावशी, आपण निमंत्रण स्वीकारलंय आता असं पळून जायचं नाही. तू एकच काम कर. मघापासून मी बघतेय. या आऊट हाऊसच्या डाव्या बाजूनं नोकरांची ये जा चाललीय. तिथं नक्कीच एखादं छोटं गेट असणार. तू सहज म्हणून जाऊन ते गेट बघून ठेव. तिथून रस्ता किती दूर आहे. ते विचारून घे. रात्री आपण तिथून बाहेर पडू. आणि हे बघ. याबद्दल आपल्या साथीदारांना कांही सांगायचं नाही बरं. बैठकीवर त्याचा परिणाम होईल.''

''पण बाय...''

''अंहं मावशी. कांही काळजी करू नकोस. मूळवीर देवावर विश्वास ठेवायचा. त्यापेक्षा स्वतःवर.''

श्रीमतीनं मान हलवली खरी. पण चेहऱ्यावर चिंता स्पष्ट उमटली होती.

हवेलीचा दिवाणखाना उंची लोड, तक्के व रुजाम्यांनी सजला होता. प्रत्येक खांबावर मोगरीच्या माळा लटकत होत्या. अत्तर गुलाब लावून व हाताला

मोगरीचे गजरे बांधून, निवडक निमंत्रित आसनांवर बसले होते. अंजनीनं बैठकीत येताच सर्वांना वाकून नमस्कार केला. वाद्ये जुळवली जात असतानाच महाराज बैठकीत आले. सर्वांनी उभं राहून, त्यांना वाकून मुजरे केले. अंजनीनेही नमस्कार करून त्यांचं स्वागत केलं. शुभ्र सैलसर लखनवी झब्बा-सुरवार घातलेले महाराज अत्यंत देखणे दिसत होते. गळ्यातला शुभ्र मोत्यांचा कंठा त्यांना शोभून दिसत होता. लोडाला टेकून त्यांनी एकवार अंजनीकडे नजर टाकली. तिच्यावरून नजर दूर करणं त्यानंतर त्यांना जड जात होतं.

गर्भरेशमी हिरव्याकंच साडीवर, त्याच रंगाची चोळी तिनं परिधान केली होती. मोत्यांचे मोजकेच अलंकार तिला शोभून दिसत होते. मानेवर सैलसर अंबाडा घालून त्यावरचा मोगरीचा गजरा तिला शोभून दिसत होता. गाताना नाकातली हिऱ्याची नाजूक चमकी दिव्यांच्या प्रकाशात चमकत होती.

भीमपलास, तोडी हे दोन्ही राग तिनं ताकदीनं पेश केले. तिचं सुंदर गाणं आणि अनुपम लावण्य बघून सारे मंत्रमुग्ध झाले. सर्वांच्या मुखातून 'वहावा, बहोत खूब' असे प्रशंसोद्गार निघत होते.

अंजनीनं सादर केलेली नखरेल ठुमरी, नंतरचा दादरा ऐकताना माणसं घायाळ झाली होती. शेवटी तिनं आर्त स्वरांत भैरवीला सुरवात केली,

'श्याम रे घनश्याम
राखो लाज मोरी रे
श्याम घनश्याम'

गाताना नकळत तिच्या डोळ्यांत अश्रू जमले होते. यानंतरच्या संकटातून घनश्यामच तिला वाचवणार होता. बैठक संपतांच रीतीप्रमाणे मानसन्मान बिदागीची ताटं आली. नम्रपणाने अंजनीनं त्यांचा स्वीकार केला. निरोप घेताना महाराज म्हणाले,

"बाईसाहेब, आमची विनंती मान्य केलीय ना?"

त्यांच्या नजरेत अजिजी होती,

"जी महाराज"

नम्रतेनं अंजनी उत्तरली. बैठक संपल्यानंतर सारे साथीदार बग्गीतून जाताना महाराजांनी पाहिलं. ते समाधानानं हसले.

भल्या पहाटे आऊट हाऊसच्या डाव्या बाजूच्या खिडकीतून अंजनी व श्रीमती बागेत उतरल्या व छोट्या गेटमधून हवेलीकडे पाठमोऱ्या झाल्या. रस्त्यावरच्या बग्गीत बसून त्यांनी नवीवाडी केव्हा गाठली हे कुणालाच समजले नाही. बैठकीची सारी बिदागी हवेलीतच राहीली. त्याला तिनं स्पर्शही केला नव्हता.

हवेलीमधल्या विचित्र अनुभवांनी अंजनीचं मन उदास होऊन गेलं. नबूबाई पण चिंतातुर झाली. यापूर्वी तिनंही अशी बैठकीची गाणी केली होती. रात्री अपरात्री त्या निमित्तानं बाहेर जाणं होत असे पण असा प्रसंग मात्र तिच्यावर कधी आलाच नव्हता. कारण कुठेही जाताना तिच्या सोबत नारायणराव, वामनबाबा असत. त्यामुळे नबूबाई सुखरुप परत येत होती. त्या प्रसंगाचा श्रीमतीनं मात्र धसका घेतला. ती नबूबाईला म्हणाली,

"जाणा मंगो आक्का? त्ये दिसा बायचे नशिब बरे म्हणून मूळद्येवान् तिका राखला, ना ज्याला आमी कितें करतले आशील्ले?"

"खरे गो बाये. बायकांचो जलमच वाईट! त्यात आनी आमच्या जातीच्यो बायलांकडे पळोपाची नजरच वेगही. भटा बामनाचीच्यो बायलो पळे? घोषाच्या आधारान सुस्सेगाद जिणे जगता."

नबूबाई उदासपणे म्हणाली. श्रीमती हळू आवाजांत म्हणाली,

"त्येंच तुका सांगूक शोधता हांव. बायचे खातीर एक बरो मनीस पळे आता. पोर वयांत आली की आवय बापांक घोर लागता."

खरं तर अंजनीचं खुलतं रुप बघून नबूच्या मनातही असे विचार येत होतेच पण असा माणूस कुठं भेटणार? पैशासाठी पोरीला कुणा धनिक म्हाताऱ्याच्या गळ्यांत बांधायचं किंवा तिनं कुणा राजा महाराजांच्या हवेलीची शोभा वाढवायची. हे नबूला मंजूर नव्हतं. अशा स्त्रियांची म्हातारपणी होणारी वाताहत नबूबाई बघत होती. घरात वाढणाऱ्या अनौरस पोराबाळांच्या खस्ता काढत, गरीबीनं वाकलेल्या अनेक स्त्रिया तिच्या समाजात होत्या. ते जगणं, ते श्रीमंतीनं केलेलं त्यांच्या जीवनाचं विडंबन बघून नबूबाईचा जीव कळवळत असे. देवदयेनं तिचं घर सुखरुप जगलं होतं. नारायण वामनराव उदारमतवादी होते. आपल्या समाजामधल्या स्त्रियांची होत असणारी विटंबना बघून त्यांना चीड येत असे. त्यांनी अंजनीला मिशनरी स्कूलमध्ये दाखल केलं होतं. नवीन जगाची ओळख करून दिली होती. तशात खाँसाहेब तिला भेंडीबाजार घराण्याचा वारसा म्हणून बघत होते. पंडित भातखंडेनी तिला संस्कृत ग्रंथ वाचून समजावून दिला होता. घरांतलं वातावरण सात्त्विक होतं. उत्तम संस्कारानं अंजनीचं व्यक्तिमत्त्व संपन्न बनलेलं होतं. आणि स्वतः अंजनी मुळातच स्वभावानं निरिच्छ होती. या तरुण वयातसुद्धा तिच्या मनावरचा संयम फार दृढ होता. सोमवारचं व्रत ती श्रद्धेनं करत होती. शिवलीलामृतमधली महानंदा तिचा आदर्श होती. अशा मुलीला चांगला जोडीदार कुठं शोधायचा? कुंडीतलं एक रोप दुसऱ्या कुंडीत लावताना केवढी काळजी घ्यावी लागते! मग इथंतर एका कलासक्त मनाच्या मुलीचा प्रश्न होता. आपल्या मनातले विचार नबूबाईनं नजिरखाँना सांगितले. ते हसून म्हणाले,

"बाईजी शादी ब्याह तो अल्लाके घरकी देन होती है। वो ही होगा, जो मंजुरे खुदा होगा! चिंता करू नका बाईजी, योग्य वेळी योग्य माणूस अचूक भेटतो. सर्व त्याची मर्जी! हं चल चेडवा, बुढवा मंगलच्या तयारीला लागू."

तंबोरे जुळवले गेले. बिलासखानी तोडीचा ख्याल अंजनीनं सुरू केला.

'इतनी अरज सुनो मोरे सैय्या'

खाँसाहेब तिचा रियाज समाधानानं ऐकत होते. मधूनच नवीन जागा दाखवून देत होते. गुरु शिष्यांची समाधी लागली होती. घराच्या ओसरीवर ठेवलेल्या बाकावर बसलेला वसनजी तें सूर कानांत सांठवत होता. आत जाऊन, त्यांच्या समाधीचा भंग करावा असं त्याला वाटत नव्हतं.

'अब ना सतावो गिरधारी
इतनी अरज सुनो मोरी'

जलद गती मधला ख्याल रंगत होता. थोड्या वेळानं तालीम संपवून खाँसाहेब जायला निघाले. नेहमीच्या शिरस्त्याप्रमाणं अंजनीनं तंबोरा खाली ठेवून त्यांना नमस्कार केला आणि त्यांना पोहोचवण्यासाठी ती दरवाजापर्यंत आली. ती येताच वसनजी उठून उभा राहिला. नजिरखाँना नमस्कार करून म्हणाला,

"मी वसनजी वेद. बरेच दिवसांत यांची बैठक मुंबईत झाली नाही. म्हणून चौकशीला आलो. सर्व ठीक ना?"

त्यानं अंजनीला विचारलं. खालमानेनं अंजनीनं होकार दिला. खाँसाहेब आश्चर्यानं बघत होते. त्यांनी कांही प्रश्न विचारण्याआधीच अंजनी गडबडीनं म्हणाली,"खाँसाब, ती चांदीची सरस्वतीची मूर्ती आहे ना? ती यांनी दिली."

तिचा उडालेला गोंधळ, आरक्त झालेला चेहरा बघून खाँसाहेब गालातल्या गालात हंसून म्हणाले,

"ठीक आहे गं ठीक आहे बेटी. पण मेहमानांना घरात घेऊन जा. तुझी चौकशी करायला आले आहेत."

हसत हसत खाँसाब बग्गीत बसले,

"या अल्ला परवरदिगार. तुला तर सर्वांची काळजी आहे. या खुदा."

परमेश्वराला दुवा देत खाँसाब घरी परतले.

"या ना आत या."

बनारसी सिल्क सदरा, पांढराशुभ्र सैलसर पायजमा घालून बैठकीच्या खोलीत उभा असणारा तो देखणा तरुण बघून नबूबाई आश्चर्यानं थक्क झाली. त्याच्या कानामधली मोत्याची भिकबाळी, शर्टवर चमकणारी हिऱ्याची बटणं, बंद गळ्याच्या कोटाच्या खिशातून बाहेर आलेली घड्याळाची सोनेरी साखळी आणि डोकीवरची उंच काळी टोपी बघून नबूबाईने ओळखलं, की तो कुणा धनिक मारवाडी

घरामधला पुत्र होता. त्याचं वय अगदी कोवळं होतं.

''मी वसनजी वेद. यांच्या गाण्याचा चहाता.''

दोन हात जोडून नमस्कार करून तो म्हणाला.

''बसा ना. कुठं गाणं ठरवायचं आहे का?''

नबूबाईनं त्याला बैठकीवर बसवत म्हटलं. श्रीमतीनं लगबगीनं चहा फराळाचं समोर आणून ठेवलं. त्याचं खाणं आटोपताच अंजनी आत निघून गेली.

''बाईजी, मी खिमजी शेठचा नातू. आमच्या कापडगिरण्या आहेत. लाखो रुपयांची उलाढाल करणाऱ्या पेढ्या आहेत. जवाहिरांचा व्यापार आहे...''

यानंतर त्याला संकोचानं बोलता येईना.

''बोला ना, तुमचं काही काम आहे?''

नबूबाईनं विचारलं.

''काम...कसं सांगावं बाईजी. पण ते मीच सांगायला हवं हे पण खरंच! बाईजी, माझं या तुमच्या कन्येवर मन जडलंय. मला माहिती आहे बाई, की अप्सरेसारख्या सुंदर अशा या तुमच्या कन्येला खूप मोठ्या मागण्या येतील. त्या मानानं मी कुणीच नाही. पण इतकंच सांगतो की मी त्यांना फुलासारखं जपेन. काहीच कमी पडू देणार नाही. त्यांचं गाणं, त्यांचा रियाज सर्व चालूच राहील. गाणं हाच तर त्यांच्या सौंदर्याचा मानबिंदू आहे.''

''तुमचं लग्न झालंय?''

त्याला मध्येच थांबवून नबूनं विचारलं.

''होय झालंय?''

खाली मान घालून तो म्हणाला.

''तरी सुध्दा?''

नबूबाई आश्चर्यानं कांही बोलणार तोवर तोच म्हणाला,

''बाईजी आमच्या समाजात पाळण्यातच लग्नं लावली जातात. ज्या मुलांना स्वतःची स्वतः पाऊलंही टाकता येत नाहीत. त्या दोघांना तिसरेच कुणी लग्नबंधनांत बांधून ठेवतात. त्या बिचाऱ्यांना तर कशाचीही कल्पना नसते. जेव्हा समजण्याचं वय येतं, तेव्हा समजून काहीच उपयोग नसतो.''

नबूबाईला कसं समजावून सांगावं, हे त्याला समजेना.

''लग्न हे दोन मनांचं मिलन असाव लागतं. दोन भिन्न स्वभावाची, आवडी निवडीची, विचारसरणीची व्यक्तिमत्त्वं केवळ लग्नबंधनानं एकत्र जखडून रहातात. पण त्यात भावना, मन यांना मग जागाच उरत नाही.''

नबूबाई म्हणाली,

''हे पहा, तुमच्या संसारांत तुम्ही सुखी आहात की नाही हे मला माहिती

नाही. पण माझ्या मुलीनं मात्र कुणाच्या संसारात विघ्न आणावं हे मला पटत नाही. आणि दुसरी गोष्ट अशी की आम्ही बैठकीची गाणी करतो. गाण्याची बिदागी घेतो. त्यानंतरचं आमचं जगणं हे एखाद्या कुलीन घरच्या स्त्री सारखंच असतं. ही अशी नाती कधी सुखाची होत नाहीत. तुम्हाला तिचं गाणं आवडतं ना? मग बैठकीत ते ऐकत चला. लवकरच 'बुढवा मंगल' सोहोळ्यासाठी काशीला जातो आहोत. तिथं गाणं ऐकू शकता. पण तेवढंच! माझ्या मुलीच्या वाटणीला कोणतंही दुःख आलेलं मला सोसवणार नाही. फार कष्टानं वाढवलीय मी तिला.''

बैठकीच्या खोलीत सुन्न शांतता पसरली. थोड्या वेळानं तो निघून गेला. जाताना त्याची पाऊलं जड झाली होती.

आतल्या खोलीच्या खिडकीआडून अंजनी त्याला बघत होती.

काशीहून जीवनलाल महाराजांचं निमंत्रण आल्यापासून नजिरखाँना उसंत नव्हती. त्यांची शिष्या प्रथमच उत्तरेत चालली होती. नजिरखाँची शिष्या म्हणून तिच्याविषयी सर्वांच्या ज्या खास अपेक्षा असणार होत्या. त्या अंजनीकडून पूर्ण होतील. अशा रीतीनं तिच्याकडून मेहनत करवून घेताना नजिरखाँ खूपच चोखंदळ बनले होते. प्रत्येक सूर घासून पुसून लखलखीतपणे स्वच्छ लावून पारखला जात होता. खाँसाहेब बघत होते. अंजनी मनापासून मेहनत करत होती. पण पूर्वीपेक्षा ती अधिक गंभीर झाली होती. पूर्वीपेक्षा अधिक अंतर्मुख... अबोल.

त्याचं कारण ध्यानी येताच, त्यांचं त्यांना हसूं आलं. त्यांची चेडवा आता वयात आलेली एक पुरंध्री बनली होती. कलावंत असणारं तिचं मन या वयात भावूक होणं स्वाभाविक होतं. 'आयनेमें मूँह मत देखना' असं नजिरखाँनी सांगितल्यापासून, तिनं त्या आज्ञेचं पालन केलं होतं खरं... पण तिच्या मनाच्या आरशात नकळत कुणाचं तरी प्रतिबिंब पडणं शक्य होतं. ते कोण कसं टाळू शकणार?

परवा अंजनीची खास चौकशी करत आलेला तो युवक नजिरखाँना आठवला, आणि अंजनीनं गंभीर होणं त्यांच्या ध्यानी आलं. नबूबाई सुध्दा मनातून त्या युवकाचा विचार करत होत्या. तिला तो मनापासून आवडला होता. आपल्या फुलासारख्या नाजूक लेकीला तो जपेल, तिचं गाणं फुलवेल हे नबूबाईला त्याला बघताच समजलं होतं. किती संकोचानं व मर्यादेनं त्यानं त्याचं मन उकलून दाखवलं होतं. त्याचं खानदानी वागणं नबूबाईला आवडलं होतं. पण... त्याचं लग्न झालं होतं... एक परिवार होता त्याचा. आपल्या मुलीमुळे त्या परिवाराचं सुख नासून जावं हे नबूबाईला न पटणारं होतं. अंजनी ज्याच्या

नशिबात असेल, त्या पुरुषानं तिच्याशी विवाह करावा. धर्माच्या देवा ब्राम्हणाच्या साक्षीनं तें पवित्र बंधन, त्यानं स्वीकारावं ही नबूबाईची इच्छा होती. तसं नसेल, तर त्या नात्याला तिच्या वाढणाऱ्या वंशजांना काही अस्तित्वच असणार नव्हतं. त्यांची जी परवड भविष्यकाळात होईल, त्याची झळ अंजनी सोसू शकणार नव्हती.

नबूबाई अंजनीची मनस्थिती समजू शकत होती. पण सध्या तरी परमेश्वरावरच सर्व भार सोंपवून नबूबाई काशीला जाण्याच्या तयारीला लागली होती. जीवनलाल महाराज, गोकुलदास महाराज, देवकीनंदन महाराज हे सर्व अंजनीवर पितृवत् प्रेम करत होते. त्यांच्यासाठी भेटवस्तू म्हणून फळांच्या करंड्या, मिठाईचे डबे तिनं मागवले होते. काशीहूनच मथुरा, वृंदावनची यात्रा व्हायची होती. कामवनातले देवकीनंदन महाराज आजारी होते. त्यांना भेटायचं होतं. पालनपूर नेपाळ नरेशांची बैठकीची निमंत्रणे स्वीकारली होती. बडोदा महाराजांचे आग्रहाचे निमंत्रणही पोचले होते. श्रीमती, नबूबाई, नरहरी, अजिमबक्ष या सर्वांसह अंजनी काशीच्या प्रवासाला निघाली होती. पण का कोण जाणे! मुंबई सोडताना मन उगीचच उदास झालं होतं.

विस्तीर्ण अशा गंगेच्या काठावरचा सारा परिसर चांदण्यांत न्हाऊन निघाला होता. गंगेचं पात्र चांदीचं वर्ख लेवून झगमगत होतं. नदीकाठावरच्या हवेल्यांमधून पेटलेल्या दिव्यांचं प्रतिबिंब गंगेच्या पाण्यात उतरलं होतं. घाटाच्या पायऱ्या माणसांनी फुलून गेल्या होत्या. काशी विश्वेश्वर मंदिराच्या लगतच्या गंगेच्या पात्रात सजलेल्या नौकांची गर्दी झाली होती. फुलांनी, दिव्यांनी रंगीबेरंगी कपड्यांनी सजलेल्या नावांमधून येणारे गाण्याचे, वाद्यांचे सूर, घाटावर ऐकू येत होते.

काशी विश्वेश्वराचा पवित्र परिसर, चांदण्यानं निथळणारा गंगेचा कांठ, हवेतला गारवा आणि त्या हवेतून लहरत येणारे गाण्याचे सूर, हे सारं वातावरण भारावून टाकणारं होतं. काठावरच्या राजेरजवाड्यांच्या हवेल्यांमधून खास शाही स्वाऱ्या 'बुढवा मंगल' सोहोळ्यासाठी डेरेदाखल झाल्या होत्या. गाणं ऐकण्यासाठी आलेल्या रसिकांनी मिळेल त्या धर्मशाळेंत मुक्काम ठेवला होता.

पात्रामध्ये सजून उभी असणारी प्रत्येक नौका, ही एका एका गायिकेचं साम्राज्य होतं. गायन, नृत्य, वादनाचा हा रसिला कार्यक्रम संपेपर्यंत तिचा मुक्काम त्या नौकेतच असणार होता. येणाऱ्या रसिकांचं स्वागत करण्यासाठी खास नोकरवर्ग नेमलेला होता. पदन्यासाच्या ठेक्यावर, अदा करून ठुमऱ्या रंगत होत्या, कव्वालीच्या रांगडेपणाचा खास टिपेचा सूर काही नौकांमधून ऐकू येत होता.

स्वरांचं, सुरांचं आणि माणसांच्या रसिक मनाचं एक मनोहारी संमेलनच

तिथं साकारलं होतं. या गजबजाटापासून दूर अशा शांत नदीकिनाऱ्यावर चार मोठ्या नौका जोडून, एक विस्तीर्ण नौका तयार केली होती. पांढऱ्याशुभ्र बैठकींनी नौका सज्ज झाली होती. गंगेच्या लाटा चारी बाजूंनी नौकेला हेलकावे देत होत्या.

त्या शुभ्र परिसराच्या पार्श्वभूमीवर त्या नौकेतल्या खास आसनावर बसलेली अंजनी साक्षात गंगेप्रमाणे पवित्र आणि सुंदर दिसत होती. वैष्णव संप्रदायाचे अनेक पीठाधीश, त्यांचे शिष्य, शाही स्वाऱ्या, बुजूर्ग रसिक शांतचित्ताने जिवाचे कान करून ते गाणं ऐकत होते. कधी खानदानी गायकीचं अभिजात दर्शन घडवणारा एखादा ख्याल, तर कधी ठुमरी, गझल गाणारी अंजनी म्हणजे गंगेच्या पात्रांमधून अवतीर्ण झालेली एक स्वरदेवताच आहे असा विश्वास ऐकणाऱ्यांना वाटत होता,

'मारा जी भुलो ना मने ...
भुलो ना...
अब तुमबिन राता डर लागे मोहे
कुछ नही सुझे...दुखी जिया
मारा जी... भुलो ना मने'

अंजनीचं गाणं, श्रोत्यांमध्ये बसलेला वसनजी मनापासून ऐकत होता. कांही विसरू न शकल्यानेच, तर तो तिचं गाणं ऐकायला काशीच्या बुढवा मंगल सोहोळ्यांत आज हजर झाला होता. जीवनलाल महाराजांचा तो खास पाहूणा होता.

त्या एका बैठकीनंतर अंजनीचं नांव सर्वांच्या तोंडी झालं. 'बुढवा मंगल' साठी जमा झालेले सर्व रसिक तिच्या गाण्याची चर्चा करू लागले. त्यानंतरची काशीमधली तिची प्रत्येक बैठक रंगत गेली. काशीत येण्यापूर्वीच तिनं कामवनात जाऊन देवकीनंदन महाराजांनी भेट घेतली होती. आठ दिवस कामवनात राहून तिनं महाराजांना भरपूर गाणं ऐकवलं होतं. तिच्या संगीताच्या अद्भुत किमयेनंच जणू आजारी देवकीनंदन बरे होऊन तिच्या सोबतच काशीत डेरेदाखल झाले होते. कामवनात, त्यांच्या आश्रमात भक्तिमार्गाने परमेश्वराची आळवणी करणारी अनेक भजने, पदे, रचना ती ऐकत होती.

नजिरखाँच्या धीरगंभीर गायकीसोबतच गोहरजान, चुन्नाबाई अशा अनेक मातब्बर गायिकांचा व आता वैष्णव संप्रदायाच्या भक्तिरंगाच्या स्वरछटांचा अंजनीच्या गाण्यावर स्पष्ट ठसा उमटत होता.

'बुढवा मंगल च्या' समारंभाची सांगता होण्याच्या रात्री काशीघाटामध्ये जमा झालेल्या सर्व गायक, गायिका, नर्तक व वादक यांनी अंजनीच्या बैठकीला हजर रहाण्याचे ठरविले. त्या रात्री पात्रांमधल्या साऱ्या नावा रित्या होत्या. आणि नदीकिनाऱ्यावरच, थोडें दूर एकांत जागी घातलेल्या भव्य शामियानांत प्रचंड गर्दीत, दाटीवाटीने माणसे बसली होती. उंच व्यासपीठावर काळीभोर बनारसी

पैठणी नेसलेली अंजनी आसनस्थ झाली होती. सभोतालच्या गर्दीचं तिला भान नव्हतं, तंबोऱ्याच्या तारांच्या झंकारांतच तिच्या मनाचे झंकार उमटत होते.

'का हे को जगाये
हे रसिया...मोरे सैंया'

आजवर न जाग्या झालेल्या, न जाणवलेल्या अनेक भावना तिच्या मनांत जागून उठल्या होत्या. अर्धविकसित कमलपुष्पाप्रमाणे तिचं मन अलगद उमलत होतं. आजवर दोन्ही डोळ्यांना झापडं लावून लक्ष केंद्रित केलं होतं ते फक्त गाण्यांवर पण आतमधलं मन, त्या सर्व वातावरणांत आज फुलून आले होतं. चांदीनं चमचमणारं ते नदीचं विस्तीर्ण पात्र, हवेत गच्च दाटून भरलेला गारठा आणि समोरच्या श्रोत्यांमधून नजरेत अचूक भरणारा तो एकच श्रोता, जो फक्त तिच्या गाण्याच्या छंदापायी तिच्यापाठोपाठ मुंबईहून काशीला पोचला होता.

"बेटी, ये वसनजी, सेठ खिमजीभाई का पोता। बडा प्यारा और होनहार लडका है। गुनी है। संगीतको चहानेवाला है।"

जीवनलाल महाराजांनी कालच त्याची ओळख करून देताना म्हटलं होतं. त्यावेळी खाल मानेनेच त्याला अंजनीनं नमस्कार केला होता. वर पाहिलं आणि त्यानं ओळख दाखवली तर? महाराजांसमोर कांही व्यक्त होण्यापेक्षा न बोलणं ठीक असं वाटून तिनं फक्त नमस्कार करून, तो प्रसंग निभावून नेला होता. त्यानंतर अनेकदा समोरासमोर भेटी झाल्या होत्या. ओळख वाढली होती. आणि मनात एक काहूर दाटून आलं होतं. या नंतरचा सारा भार काशीविश्वेश्वरावर सोपवून, अंजनी बैठका रंगवत होती. गाण्याचे सारे भाव झरझर चेहऱ्यावर व्यक्त होत होते. आज अभोगी कानडामधले शब्द गाताना ती तन्मय झाली होती.

'नाद मुरलीधर गोपी मनहर
श्याम रुप सुंदर रटत राधे
निरखत छबी विलास
कुंजन करत रास
गत बुध विसारे'

तिचं शेवटचं मीरा भजन तर अधिकच आर्त बनलं होतं.

'मै तो गिरीधर के घर जाऊ
गिरीधर मारो साचो प्रीतम
देखत रुप लुभाऊं
जो पेहरावे वो ही पेहरु
जो दे सों ही खाऊं
मेरी उनकी प्रीत पुरानी

उन बल पल न रहावू
मै तो गिरीधर घर जाऊ'

मीरेची आर्त भक्ति रसिकांच्या काळजाचा ठाव घेत होती. डोळ्यांतून वाहणारे अश्रू पुसण्याचं भानही श्रोत्यांना उरलं नव्हतं. अंजनीच्या सुरांचीच ती किमया होती.

काशीघाटावरची शेवटची बैठक अभूतपूर्व अशी रंगली. ऐकणारे तारीफ करणं विसरूनच गेले होते. साऱ्या गुरुजनांनी मनःपूर्वक तिचं कौतुक केलं. मान सन्मान बिदागी स्वीकारता स्वीकारता अंजनी थकून गेली. या साऱ्या कौतुकावर कळस चढला होता. तो त्याच्या अस्तित्वाने. किती कौतुकानं तो तिचं यश बघत असायचा!

त्यानंतर मथूरा, वृंदावन, पशुपती, पालनपूर या सर्व प्रवासात देवकीनंदनमहाराज होते; तसाच तोही सोबत होता. परिचय वाढत होता. त्याच्या सहवासातूनच नबूबाईला त्याचं मन अधिक जवळून समजून आले होतं. अंजनीवर त्याचं प्रेम होतं व त्या प्रेमाची जबाबदारी त्याने आनंदानं स्वीकारण्याचं मान्य केलं होतं. नबूबाईच्या लाडक्या लेकीला खरोखरच योग्य साथीदार मिळाला होता. नबूबाई आता निश्चिंत झाली होती. अंजनी अगदी लहान होती, तेव्हापासून संसाराचा सारा गाडा नबूबाईनं एकटीनं ओढत आणला होता. आता तिच्या त्या थकल्या हातांना बळ देणारं कुणीतरी योग्य वेळी भेटलं होतं.

बडोदा दरबारच्या निमंत्रणाप्रमाणे अंजनीची बैठक राजदरबारांत आयोजित केली होती. अंजनी अतिशय आनंदी मन:स्थितीत होती. म्हणून प्रत्येक सूर मनापासून लागत होता. तिच्या मनामधला आनंद सुरांसोबत झिरपत झिरपत ऐकणाऱ्यांच्या मनात आनंदाच्या लहरी उमटवत होता.

बडोदा नरेशांचा मानसन्मान स्वीकारून तिनं त्यांचा निरोप घेतला. बडोदा स्टेशनवर तिला निरोप देण्यासाठी राजगृहामधले अधिकारी तर आले होतेच. पण रसिकवर्गही मोठ्या प्रमाणात जमला होता. पुढच्या बैठकींची निमंत्रणे येत होती.

खास अतिथींसाठी तयार करवून घेतलेला रेल्वेचा डबा अंजनीसाठी राखून ठेवला होता. त्या डब्यांत पाऊल ठेवताच, अंजनी आश्चर्याने थबकलीच, सारा डबा फुलांनी सजवलेला होता. तिच्यासाठी फळफळावळ, थंड पाणी, चहा कॉफीचे थर्मास सज्ज ठेवले होते. अंजनीला शाहू छत्रपतींची आठवण आली. किती मोठ्या मनाची होती ती माणसं! स्वतः राजवैभव उपभोगणाऱ्या माणसांना, कलावंतांचं केवढं अगत्य होतं! त्यांनी दिलेल्या भरघोस बिदागीपेक्षाही त्यामागचं त्याचं कलासक्त मन, त्यांचं प्रेम हे फार मोलाचं होतं.

त्या सर्व आठवणींनी अंजनीचे डोळे भरून आले, काशीचा सारा प्रवासच फार सुखद झाला होता. किती प्रेम मिळालं होतं तिला! वैष्णव संप्रदायाचे सारे

आचार्य, त्यांनी कौतुकानं तिला न्हाऊ घातलं होत; नेपाळ नरेशांनी उंची वस्त्र गालीचे, सोनं, चांदी देऊन तिचं स्वागत केलं होतं. पालनपूर महाराजांनी तिला 'छोटी मीराबाई' म्हणून राजगायिकेचा मान देऊ केला होता. तर बडोदा महाराजांनी तिला राखी बहीण मानून साडी चोळीचा मान तर दिलाच, पण केवळ राजस्त्रियांनाच असणारा, सोनसाखळी घालण्याचा मानही दिला होता. आणि रसिक जाणकारांनी तिच्यावर कौतुकाचा वर्षाव केला होता.

प्रवासात अंजनीला या साऱ्या घटना आठवत होत्या. हा सारा वृतांत गुरुजींना कधी एकदा सांगेन असं तिला झालं होतं. सारी बिदागी त्यांच्या चरणावर ठेवायची होती. आज कीर्ती, मानसन्मान, वैभवाच्या शिखरावर उभी असलेली अंजनी ही नजिरखांची कल्पनामूर्ती होती. हेच स्वप्न उराशी बाळगून त्यांनी इतकी वर्षे अपार मेहनत घेतली होती. गुरुचं स्वप्न शिष्येनं साकार केलं होतं.

बोगीच्या एका कोपऱ्यातल्या मोठ्या खोक्यात महाराजांनी भेट दिलेलं झुंबर व्यवस्थित ठेवलं होतं. ते प्रज्ज्वलित होण्याआधीच त्या झुंबरातून परावर्तित होणारे...अनेक रंग तिच्या मनांत विभ्रम करत होते तिच्या नाजूक पाऊलांना वेढून असलेल्या सोनसाखळीचे घुंगूर किणकिणतानांच, कुणाच्या तरी आठवणीनं तिचं मन व्याकूळ होत होतं. मुंबईला पोचण्याची घाई झाली होती. यानंतर तिच्या जीवनांत सुखच सुख असणार होतं. गुरुऋण, मातृऋणातून ती थोडी तरी मुक्त झाली होती.

यानंतरच खऱ्या अर्थानं जीवन सुरू होणार होतं, तिचं स्वतःचं जीवन!

मुंबईत परत आल्यापासून अंजनीचं मन आनंदानं भरून गेलं होतं. काशीच्या प्रवासानं तिला खूप वेगळे अनुभव दिले होते. तिनं कल्पना केल्यापेक्षाही हे जग खूप सुंदर होतं. त्या सुंदर जगात गंगाघाट होते, आश्रम होते तसेच वाडे आणि हवेल्या होत्या. आशीर्वाद देणारी आणि प्रेम करणारी माणसे होती. तिथं कलेची कदर करणारे गुणी लोक होते. आभाळांत झेप घेणाऱ्या पाखराला कवेत घेणारी सुंदर हवा लागली की त्याच्या पंखांत सारं आभाळ पार करण्याची शक्ती येते. तसं अंजनीला वाटत होतं. उत्तरेचा प्रवास फार आनंद देणारा ठरला होता. अंजनीचं जीवनच तिथून आल्यापासून पूर्णतः बदलून गेलं होतं.

तिथून परतल्यापासून नबूबाई निश्चिंत मनानं वावरत होती. नजिरखाँनाही अंजनीचं यश बघून समाधान वाटत होतं. घरांत कशाचीही कमतरता नव्हती. भेटवस्तूंनी सारं घर भरून गेलं होतं. पूर्वीचंच मोठं घर पण आता लहान वाटत होतं. घराच्या कोपऱ्या कोपऱ्यांतून एक एक आठवण खुणावत होती.

दुपारची वेळ होती. अंजनीला आज सुरंगाची खूप आठवण येत होती. शाळा सुटल्यापासून आता मैत्रिणींच्या गाठीभेटी क्वचित होतं. पूर्वीची सुधा पाठक, एका महिला विद्यालयांत शिक्षिका बनली होती. हिरा पेडणेकरच्या कविता कुठे कुठे छापून येत होत्या. नागली एक संसारी बाई बनली होती. सुरंगाचीच काही वार्ता समजत नव्हती. अंजनीनं आज तिच्या घरी जायचं ठरवलं. सुरंगाला भेट देण्यासाठी तिनं बनारसी चंदेरी साडी आणली होती. जांभळ्या रंगाच्या चंदेरी बनारसी साडीला नाजूक लाल रंगाची किनार शोभून दिसत होती. त्या साडीत सुरंगा किती सुंदर दिसेल याचा विचार करतच अंजनी तिच्या घरी पोचली आणि तिला आश्चर्याचा धक्का बसला. नेमकी हिरा तिच्या आधीच तिथं पोहोचली,

"याला म्हणतात भेटीची खरी ओढ."

हिरा आनंदानं म्हणाली, बाकाबाई, कमला, मावशी या सुरंगाच्या घरच्या स्त्रियांनापण त्या दोघींना बघून खूप आनंद झाला. गडबडीनं त्या चहा फराळाच्या तयारीला लागल्या. तिघी बालमैत्रिणी कौतुकानं एकमेकींना पहात होत्या. यौवनानं त्यांच्या मूळ सौंदर्यावर अधिक तेज आलं होतं. तिघींना ओळीत उभं केलं. तर रंभा, उर्वशी, मेनका फिक्या पडल्या असत्या. तरीपण सर्वांत देखणी होती ती सुरंगाच! तिला न्याहाळत अंजनी म्हणाली,

"किती सुंदर दिसतेस."

"मग, उगीचच का कुणी चित्रकार, तिची चित्र काढेल?"

हिरा मिस्किलपणे म्हणाली.

"चित्रकार?"

अंजनीनं आश्चर्यानं विचारलं.

"म्हणजे तुला ठाऊकच नाही की काय?

हिरानं विचारलं.

"मी गेले कित्येक दिवस मुंबईत नव्हते ना? पण सांग ना? कोण चित्रकार?"

अंजनीनं उत्सूकतेनं विचारलं.

"ऐक तर मग. आमची सुरंगाबाय दर सोमवारी वाळकेश्वराच्या दर्शनाला जाते हे तर तुला ठाऊक आहेच तिथं तिला फक्त पहायला येणारे चित्रकार, राजा रविवर्मा...मग घरी जाऊन त्या आठवणींवरून हिची चित्रं काढत होते. आपली चंपा? रोज सुरंगासोबत मंदिरांत जात होती. तिला त्या परक्या माणसानं सुरंगाला रोज असं बघत रहाणं बघून राग आला. चंपाबाई मग सरळ एक दिवस त्यांच्या घरी जाऊन त्यांना दटावूनच आली. 'आपण सुरंगाला बघतो ते फक्त चित्रकाराच्या नजरेतून' हे सांगण्याचा त्यांनी प्रयत्न केला. पण ते चंपाला पटणार होय? शेवटी आपला हेतू खरोखरच वाईट नाही, हे सांगण्यासाठी

राजासाब हिच्या घरी आले ती चित्रं घेऊनच''

"मग पुढे?''

"पुढं काय? नुसतं दुरून बघून चित्रकाराचं चित्र पूर्ण कसं होणार? म्हणून नंतर या बाईसाहेबच त्यांच्या घरी जाऊ लागल्या. त्यांच्या कलेवर हिचं मन लुब्ध आणि त्यांचं हिच्या सौंदर्यावर...''

"मग?''

"त्यांच्या चित्रांमधली सीता, शकुंतला, उर्वशी, दमयंती, पार्वती या सर्वांमध्ये मग आमची सुरंगा हुबेहूब उतरते आहे.''

"अग बाई!''

अंजनी आश्चर्याने म्हणाली.

"सीता, दमयंती, उर्वशी सर्वजणी नऊवारी साडीतच चितारलेत म्हणजे बघ? आणि सर्वजणीचां चेहरा नीट निरखून बघ. अगदी हुबेहूब सुरंगा!

"तसं नाही काही. त्यांना वाटतं की संपूर्ण भारतीय पोशाखांत, नऊवारी साडीच फक्त बाईला शोभून दिसते. म्हणून सगळ्या पुराणामधल्या नायिका त्यांनी नऊवारीतच चितारल्या.''

सुरंगा गडबडीनं म्हणाली.

"असणारच! कारण तूं नऊवारी नेसतेस ना? मग? म्हणूनच त्यांना नऊवारी सर्वात सुंदर वाटत असणार.''

हिरा तिला चिडवत म्हणाली.

"असं?''

अंजनी कौतुकानं म्हणाली.

"ती सारी चित्रं आपण एकदा पहायलाच हवीत. चित्रं आणि चित्रकारसुध्दा. बघू तरी? कोणत्या चित्रकारानं ही किमया केलीय?''

सुरंगाच्या खुलत्या सौंदर्याकडे बघत अंजनी म्हणाली,

"जाऊ या ना आपण! मी तर त्यांना नेहमी तुमचं कौतुक सांगत असते. सध्या मुंबईतच आहेत.''

"सुरंगा, खरं सांग. तू खूष आहेस ना?''

अंजनीनं विचारलं सुरंगानं खाली मान घातली होती, हळूवारपणे ती म्हणाली,

"बाय, खरं सांगू. इतक्या चांगल्या मनाचा माणूस मला भेटला, हेच माझं भाग्य. किती जपतात मला! सुरुवातीला त्यांच्या घरी जाऊन, चित्रासाठी त्यांच्यासमोर उभं रहाताना खूप भीती वाटायची. त्यांचं लक्ष त्यांचे कागद, ब्रश आणि रंगावर असतं फक्त! स्त्री आणि पुरुष हा फरकच त्यांच्या लक्षांत नसतो त्यावेळी! त्यांच्या घरी त्यांचा भाऊ, नोकर माणसं, सारे प्रेमळ आहेत, ते म्हणतात,

'तुम्ही भेटल्यापासून राजाजींच्या कुंचल्यांत जादू आली आहे गांवोगांवचे राजेलोक त्यांना निमंत्रण देत आहेत.''

''त्यांची पत्नी?''

''ती माहेरी रहाते.''

''माहेरी? कारण?''

''कारण त्यांच्या प्रदेशांत अशी पद्धत आहे कीं लग्न झालं कीं पुरुषानं पत्नीच्या घरी रहायला जायचं. पण ती पध्दत राजाजींना मान्य नाही. ते आपल्याच घरी रहातात. पण जास्ती करून मुंबईत व गावी गेले की पत्नीच्या गावी जाऊन भेटून येतात. पण त्या खूप नाराज असतात'', सुरंगा दुःखानं म्हणाली.

''नाराज? कारण?''

अंजनीचं कुतूहल वाढत होतं. लग्न झालेला पुरुष, जेव्हा कुणा दुसऱ्या सौंदर्यवतीच्या प्रेमात गुंतून पडेल. त्यावेळी त्याची पत्नी त्याला कशी वागवत असेल? नाराजी कशी व्यक्त होत असेल? हे ती समजून घेत होती. कदाचित उद्या...असंच कांहीसं तिच्या जीवनांतही घडणार होतं.

''त्या नाराज आहेत कारण त्यांच्या घराण्याच्या प्रथेनुसार राजाजी त्यांच्या सासरघरी रहात नाहीत. इतर सारे जावई त्या घरी सुखानं रहात असताना, आपल्याला मात्र पतिविना परित्यक्तेचं जिणं जगावं लागतं हा राग त्यांना आहे असं राजाजी म्हणत होते. शिवाय...''

सुरंगा बोलता बोलता थबकली.

''शिवाय?''

''शिवाय चित्रकलेच्या कारणानं, स्त्रिया त्यांना भेटतात. त्यांचाही संशय मनात असणारच. कोणत्या बाईला हे आवडेल?''

ते ऐकून हिरा मात्र लगेच म्हणाली,

''पण एक सांग सुरंगा, उद्या तुझ्यापेक्षा सुंदर बाई त्यांना दिसली आणि तिला समोर ठेवून, राजाजी चित्रं काढू लागले तर? तर... तुला आवडेल?''

सुरंगा त्या प्रश्नानं दचकली. म्हणाली,

''अं... हं. मला नाहीच राग येणार. जो सहवास त्यांनी मला दिला, तोच मला शेवटपर्यंत पुरेसा आहे. ही सारी चित्रं जी आमच्यानंतरही टिकणार आहेत. त्यामधली सुरंगा आणि तिला चितारणारे राजाजीं हेच खरं ना? शरीरानं माणूस कुठंही का असेना?''

''हं! हे तर खोटं समाधान करून घेणं आहे.''

हिरा रागानं म्हणाली.

''हे सारं खोटं आहे सुरू. माझा अनुभव खूप वेगळा आहे. माझ्या घरी

साहित्यचर्चा होते. मोठमोठे नाटककार, लेखक येतात. काव्य शास्त्र विनोदात रंगण्यासाठी येतात. पण मला ठाऊक आहे अंजनी, ते सारं खोटं. त्या सर्वांना हवा असतो माझा सहवास. त्यांना माझ्या सौंदर्याचं वेड आहे म्हणून माझ्या घरी नट येतात. नाटककार येतात. लेखक येतात. त्यांच्या पदांना मी चाली लावते. पण ते खरं नाही. मला त्यांचे हेतू समजतात. ते सारे सोवळे लोक...माझ्या घरी येण्याची कारणे जी दाखवतात ती खरी नाहीत.''

''पण तू हे सारं खपवून का घेतेस? तुझ्या स्वतःच्या घराचा असा सवंग बाजार का मांडतेस? कला, कलेच्या वेडानं येणारे वेगळे आणि कलावतीच्या लोभानं येणारे वेगळे. ही स्तुती, ते गोड वागणं, ते शब्द, सारं जाळं असतं हिरा! हे पहातच ना आपण लहानाच्या मोठ्या झालो? आणि तू तर शिक्षण घेतलेली विदुषी. तू असं वाहवत जावंस?''

रागानं लालबुंद झालेली अंजनी कडाडली,

''नशा. बाय नशा हेच त्याचं उत्तर. कुणा एकावर आपण मनापासून प्रेम करावं, त्यानं आपल्याला फसवावं. अशावेळी आधार देण्यासाठी तिसराच कुणी यावा, आपल्या भावूक अवस्थेचा त्यानंही फायदा घ्यावा...आणि मग त्याचीच नशा चढत जाते. आता मलाही समजतंय...कीं त्यांनी बोललेली सारी वाक्ये फक्त संवाद होते. फक्त संवाद! फक्त शब्द! पोकळ शब्द. काहीच अर्थ नसणारे.''

हिराची हताश अवस्था बघून, अंजनी, सुरंगा दचकल्या. हिराला कसं सावरावं

हे त्यांना समजेना. आज प्रथमच हिराच्या मनामधला सल बाहेर पडला होता. मनमोकळेपणी ती रडत होती. स्वतःजवळ असणाऱ्या शिकाऱ्यांच्या जाळ्यात सापडलेल्या एका विद्ध हरिणीची अवस्था, हिरा भोगत होती. त्या जाळ्यातून ती आता सुटणं अशक्य होतं. तिचे नाजूक खुर, टोकदार शिंगे, साऱ्यांचा मोह पडूनच तर जाळं फेकलं गेलं होतं आणि स्वतःच्या बुद्धीचा आणि सौंदर्याचा दिमाख बाळगणारी हिरा त्यामध्ये अचूक गवसली होती. तिची अवस्था बघून अंजनीचा जीव कळवळत होता. हिराला शांत करत अंजनी म्हणाली,

''हिरा, बाईचं खरं सौंदर्य कशात असेल तर ते तिच्या चारित्र्यांत असतं. ते चारित्र्य भंगलं कीं सारं संपलं. आपण कलावंत घरच्या मुली! आपण वयांत येण्यापूर्वीच साऱ्यांचं लक्ष आपल्यावर असतं. कला हा आपला वारसा आहे. तसंच चारित्र्यवान असणं हासुद्धा आपला वारसाच आहे. एका पुरुषाला पती मानून त्याच्या बरोबर एकनिष्ठ रहाणाऱ्या अनेक स्त्रियांनी एक आदर्श समोर ठेवला आहे. आपण तर शिकलेल्या. मुली आजूबाजूचं जग बदलतं आहे. आपणही बदलायला हवं. आपल्यानंतर आपल्या घरी जन्मणाऱ्या मुली आपल्यापेक्षा पुढे जातील आणि पूर्वजन्मी केलेलं पुण्य फळाला येईल. आपली मुलं मानसन्मानात

वाढतील. नांव कमावतील, समाजाचं भूषण बनतील, हिरा, हे सर्व मला माझ्या बाबांनी शिकवलं,नंतर गुरू म्हणून खाँसाब लाभले. माझी आजी, आई या साध्वी स्त्रियांचा सहवास मला मिळाला. म्हणून मी शहाणी झाले. हिरा, अजून वेळ गेलेली नाही. अजूनही सावर स्वतःला.''

''मी काय करू म्हणतेस?''

''तुझ्या भोवती जे तुझे अनेक चहाते आहेत ना? त्यापैकी खरोखरच कुणी एक तुझ्यावर खरं प्रेम करणारा असेल. तो गरीब जरी असला, तरी तो जे तुला देईल, ते 'प्रेम'च खरं आहे या जगांत. फक्त त्यालाच जवळ कर. शोध घे त्याचा. त्यानं तुला कुठंही नेलं तरी त्याच्याबरोबर जा. त्यानं दिलेलं प्रेम आणि तुझ्या मनाचं समाधान हेच मोठं असेल.''

''खरं आहे बाय तुझं म्हणणं.''

हिरा खोल आवाजांत म्हणाली.

सुरंगाचं हळवं मन, हिराची कथा ऐकून दुःखी झालं. ती म्हणाली,

''हिरा, आपल्या गोव्यात सुरंगीची फुलं फुलतात ना? त्या फुलाचा वास धुंद असतो आणि फुलांत मधाचा लहानसा थेंब असतो. आधी ते फूल केवढंसं, त्या मानानं, त्याच्यामध्ये असणारा तो मधाचा ठिपका केवढा असेल सांग? पण बघता बघता सारं झाड काळ्याभोर टचटचीत मुंगळ्यांनी भरून जातं. ती फुलं काढणारा आधी सारे मुंगळे बाजूला करतो. तेव्हाच ते नाजूक फूल, त्याच्या हाती येतं. हिरा, तुला नक्कीच असा कुणी भेटेल, जो साऱ्या मुंगळ्यांपासून तुला अलगद बाजूला करेल. सुखरूप जागी घेऊन जाईल. कुळदेवावर भरवसा ठेव. आणि शोध घे. नक्कीच तुला रस्ता सापडेल.''

''तुला सापडलाय रस्ता?''

हिरानं विचारलं,

''होय हिरा, यानंतरचं माझं जगणं, मरणं सारं माझ्या राजाजींसाठी! त्यांना मी इतकंही दुःख देणार नाही. त्यांनी मला कोणतीही जहागिरी दिलेली नाही. पण माझं प्रेम अजरामर केलं. या सुरंगाला त्यांनी केवढ्या उंचीवर नेऊन ठेवलं? सांग हिरा, यापेक्षां आणखीन् कांही सुंदर असेल?''

कृतार्थ भाव सुरंगाच्या चेहऱ्यावर स्पष्ट उमटला होता. अंजनीच्या समोरची वाट मात्र अजूनही धूसर होती. त्या धूसर रस्त्यापलीकडे उभं असणारं जीवन खरोखर कसं असणार होतं? आज दिसतं, तसं खरोखरच असणार होतं?... कीं हिरासारखाच भ्रमनिरास होणार होता?

त्या तिघीजणी आपआपल्या विचारांत हरवून गेल्या होत्या. थोड्या वेळानं हिरा म्हणाली.

''बाय, आज तू मोठी गायिका म्हणून नांवलौकीक मिळवलांस. सुरंगानं राजाजीसारखा मोठ्या मनाचा माणूस मिळवला, मी त्यांची चित्रं पाहिली आहे. फार मोठा कलाकार आहे तो. आणि आपली सुरंगा काय कमी रसिक मनाची आहे? आमचं हे नाजूक सुरंगीचं फूल, राजाजीसारख्या कलावंताच्या हाती सुखरूप आहे. आनंदांत आहे. मला खूप समाधान वाटतं हे सारं बघून.''

''आणि हिरा, तुझंपण चांगलंच होणार. आपणा तिघीत खरी विदुषी तूंच आहेस. तुझंपण नांव झालंय. त्याचा अभिमान आहे मला. आजवर कुणी बाईमाणसानं नाटक लिहीलंय? कविता केल्या आहेत तुझ्यासारख्या? की गाण्याला चाली दिल्या आहेत? तुझा आवाज किती सुंदर आहे! मनावर घेतलं असतस तर तू पण मोठी गायिका झाली असतीस. अजूनही वेळ गेली नाही. काहीही कर पण, फक्त स्त्रीचं सौंदर्य म्हणजे तिचं चारित्र्य ते जप.''

अंजनी हिराला जवळ घेत म्हणाली. त्यावर हिरा समाधानानं म्हणाली,

''जपेन बाय. यानंतर जपेन. आजवर असं समजून सांगणारंही कुणी नव्हतंच ना?

एकमेकींच्या सुख दुःखात रमून गेलेल्या मैत्रिणींना वेळेचं भान आलं. बाहेरच्या रस्त्यांवर दिवे टिमटिमायला लागले होते. सुरंगाच्या बाकामावशीनं, मीठ मोहऱ्या घेऊन त्या तिघींची दृष्ट काढून टाकली. थोडा वेळ त्याचं बालपणच जणू परत आलं होतं.

अंजनीला समाजात मानाचं स्थान प्राप्त झालं होतं. कीर्ती दिसामाशी वाढत होती. आणि लक्ष्मीनं जणू पायघड्या अंथरल्या होत्या. नबूबाई सुखावली होती. पण ... अजून गोव्याला जाणं घडत नव्हतं. कुलदेवाचं दर्शन घेऊन किती दिवस झाले होते.

अंजनीचा रियाज पूर्ण झाला व बैठकीची आमंत्रणं येऊ लागली. अंजनीचा नावलौकीक साऱ्या हिंदुस्थानभर पसरला. घरात सुबत्ता आली. तेव्हापासून नबूबाईला मालप्याच्या घरी जाण्याचा ध्यास लागला होता. मूळदेवाची पूजा बांधायची होती. मूळवीराच्या मंदिरांत सेवा म्हणून अंजनीला गायला लावायचं होतं. त्या मूळवीरानंच तर इथवर सुखरूप आणून पोहोचवलं होतं. घरचं दैन्य दूर केलं होतं. संकटांत धीर दिला होता. घरच्या कुलाचाराप्रमाणे त्याची सेवा करायला गावी जायचं, असं नबूबाई केव्हापासून म्हणत होती. वेळ मिळताच अंजनीला घेऊन ती गोव्यात गेली होती. गावची सारी माणसं अंजनीच्या यशानं सुखावली होती. सोयरे, नातेवाईक आनंदाने भेटून जात होते. नबूबाईचं मन भरून आलं

होतं. तिनं आठवणीनं प्रत्येकासाठी भेटवस्तू आणल्या होत्या. नबू आपल्याला विसरली नाही. या विचारानं सारे सोयरे खूष होते.

नबूच्या घरच्यांचं आरोब्याच्या देसाईच्या घराण्यांत येणं जाणं फार पूर्वीपासून होतं. त्यांच्या घरच्या उत्सवांत नबूच्या घरचे सारे गायक, वादक मुद्दाम हजेरी लावत. आमंत्रणची वाट न बघता, त्यांच्या घरची चवथ, अष्टमी, जत्रा सारं आपल्या घरचंच कार्य मानून नबूच्या घरचे लोक वाड्यात जाण्यात स्वतःला धन्य समजत. हवेलीतसुद्धा या वादक, गायकांना प्रेमाची वागणूक मिळत असे.

देसाईचं घराणं म्हणजे पेडणे भागाचा मानबिंदू होता. शेती, कुळागारं, भाटं गाई-गुरांनी भरलेले गोठे- गावकऱ्यांकडून त्यांचा मान तर राखला जाईच. पण पोर्तुगीज सरकारनंसुद्धा देसाईंना खास पदवी देऊन गौरवलेलं होतं. देसाईंच्या हवेलीला चारी बाजूने भव्य तट होता. बुरुज होते. कमानी दरवाजे होते. त्या घरामधली माणसं सुसंस्कारी, धार्मिक वृत्तीची होती. गोरगरीबांना हवेलीचा फार मोठा आधार वाटत असायचा.

हवेलीच्या बाजूलाच आवारांत देसाईंच्या कुलदेवाचं देखणं मंदिर होतं. उंच पिंपळझाडांच्या सावलीत मंदिर विसावलं होतं. मंदिरासमोर सुबक दीपमाळ होती. देसाईंचे पुरोहित तिन्ही वेळा देवतांची पूजा करत असतात. काकडआरती, सांजआरती नित्य नियमाने होत असे. सारे सणवार, व्रतं श्रद्धेनं साजरी होत असत. हवेलीच्या आवारात, मंदिरापासून थोड्या अंतरावरच उंच पायऱ्यांची दुसरी हवेली होती. या हवेलीचं बांधकाम खास पोर्तुगीज धाटणीचं होतं. सभोवताली जाळीदार कठड्यांचे प्रशस्त व्हरांडे होते. दिवाणखान्याच्या चारही बाजूला उंच, मोकळ्या खिडक्या होत्या. आतमध्ये कोरीव कामाचं सुबक फर्निचर होतं. ही हवेली खास पोर्तुगीज शाही मेहमानांसाठी बांधून घेतली होती. वेळी अवेळी गव्हर्नरचा मुक्काम त्या हवेलीत पडत असे. आजूबाजूच्या घनदाट जंगलांत शिकारीचा षौक पुरवण्यासाठी पोर्तुगीज अधिकारी येत. त्यावेळी ते हवेलीत मुक्काम करत. देसाईंचा पाहूणचार घेऊन, खुशीत परत जात. देसाईच्या घराण्याचं कौतुक, गावी आल्यापासून नबू ऐकत होती. तिला भारी कौतुक वाटत होतं.

आज वेळ काढून अंजनीला घेऊन ती मुद्दाम हवेलीत गेली. फार लहानपणी अंजू आपल्या पणजोबांच्या वासुदेवरावांच्या हाताला धरून, हवेलीत येत असे. पण आज अंजनीला त्यामधलं काही आठवत नव्हतं. नबूबाई मोठ्या भाटकरांशी बोलत होती. आणि अंजनी कुलदेवाचं मंदिर आणि ती उंच हवेली बघण्यात रंगून गेली होती. रंगीबेरंगी काचांचे उंच दरवाजे, प्रशस्त खिडक्या, विस्तृत व्हरांड्यांमधलं पोर्तुगीज धाटणीचं फर्निचर, वेगवेगळी काचपात्रं, प्लेटस् , मद्याचे चषक यांनी भरून गेलेली काचेची कपाटे, सारे कौतुकानं पहात होती. लहानपणी

बघितलेला गोवा... किती वेगळा होता! बुची आणि अंजनी मालप्याला येत आणि सारी सुट्टी, मुट्टे, कैऱ्या घोटं शोधून वेचून खाण्यात संपे. त्यावेळी त्या दोघींच्या नजरेत निसर्गाचा हिरवाकंच रंग मावत नसे.

आज अंजनी एक युवती होती. तिच्या नजरेसमोर आता गुलाबी रंग तर होताच पण मनांत अनेक राग रागिण्याही उतरल्या होत्या. वेगवेगळे राग, ते राग गाण्याच्या वेळा, त्या चिजा, बंदिशींचे अर्थ, सारं तिच्या लावण्यांत भिजून गेलं होतं. बुची गेल्यानंतर गेली आठ वर्षे ती फक्त गाण्यात रमली होती. बाहेरचं जग तिनं जणू दृष्टीआड ठेवलं होतं. प्लेगच्या साथीनंतर मोडून पडलेलं घर तिनं पुन्हा उभं केलं होतं.

आणि आज एक संपन्न गायिका बनूनच ती तिच्या मायभूमीत परतली होती. तिची जडण घडण मुंबईत झाली होती. खरी, पण शेवटी तिची मूळ नाळ या भूमीशी बांधलेली होती. तिच्या गळ्यामधला सूर हा या निसर्गामधला एक कण होताच. त्या भूमीचं तिला खूप प्रेम होतं. मुंबईत राहूनसुद्धा तिच्या घरी कोंकणी भाषा बोलत. घरचे संस्कार गोयकारांचेच होते. पण अंजनी आता वेगळ्या जाणिवेने या प्रदेशाकडे बघत होती. इतका सुंदर हा प्रदेश! पण ...

परकियांनी गुलाम करून ठेवलेला... इथल्या किर्र जंगलामधल्या श्वापदांचं भय माणसांना वाटत नव्हतं... तेवढं भय... त्या गोऱ्या अधिकाऱ्यांचं वाटत असे. बायकांना घरांतून एकटं दुकटं बाहेर पडणं अवघड होई. काही अघटित घडलं तर दाद कुठून मिळणार? कुणाकडे दाद मागायची? कोणत्या भाषेत बोलायचं? कैफियत कशी मांडायची? त्यापेक्षा जसं शांत जगतो आहोत, तसंच जगू या कसे?' या विचारानं माणसं अगदी चूपचाप दैनंदिन जीवनक्रम पार पाडत होती. ते बघून अंजनी विचार करायची,

'तिथं मुंबईतही इंग्रज होतेच. पण तिथल्या जनमानसावर असा भीतीचा पगडा नव्हता. माणसं आता धीटपणे बोलत होती. लिहीत होती. याचं कारण शिक्षण. खुद्द अंजनीसुद्धा मिशनरी स्कूलमध्ये शिकली होती. केसरी रोज वाचून वाचून तिला सारं समजत होतं. पारतंत्र्याची चीड तिला होती. तसंच स्वातंत्र्य पर्वाचं तिला कौतुक होतं. समाजसेवकांबद्दल मनात आदर होता. त्यांच्यामुळेच तर ती शाळेत गेली होती. त्यामानानं गोवा आणि इथली खेडी अगदीच परंपरागत जीवन जगत होती.

नवी हवेली बघणाऱ्या अंजनीच्या भिवया एकाएकी आश्चर्याने विस्फारल्या. तिनं पाहिलं दिवाणखान्याच्या भिंतींच्या मध्यभागी एक भली मोठी फ्रेम दिमाखात लटकत होती. ती अक्षरे अंजनीला वाचता आली नाहीत.

''काकाबाबाक् गवरनादोरान् काऊंट म्हणून पदवी दिली, ती ही पदवी.

कारभाऱ्यानं तत्परतेनं माहिती पुरवली. त्या शेजारच्या फोटोत मानाचं सोन्याचं कणीस गव्हर्नरकडून स्वीकारणारा काकाबाब दिसत होता. ‘मुंबईत जसे रावसाहेब, रावबहाद्दूर तसेच हे काऊंट; आपलीच माणसे वापरून, त्यांच्याकरवी सत्ता उपभोगायची. दुसरं काय!’

हवेलीच्या पायऱ्या उतरताना अंजनीच्या मनात विचार आला.

तिथं जुन्या हवेलीत आज रात्री अंजनीचं गाणं ठरलं होतं. आरोबे ते मालपे अशी पुन्हा ये जा करण्यापेक्षा, आल्यासारखं अंजनीचं गाणं ऐकवूनच जावं या आग्रहाला नबूनं मान्यता दिली. त्या सर्वांची राहण्याची उत्तम व्यवस्था हवेली मागच्या खोल्यांमधून करण्यात आली. अंजनीला पण हवेलीत रहाणं आवडलं. रात्रीच्या गाण्याचा विचार करतच अंजनी, हवेलीच्या बुरुजावर उभी राहून सभोवतालचे सुंदर निसर्ग सौंदर्य बघत होती. किती झालं तरी देसाईंच्या हवेलीचा मान राखण्यासाठीच ही आजची बैठक होती.

मंदिरात सांज आरती झाली. तुळशीवृंदावनापाशी पणत्या तेवू लागल्या, आणि थोड्या वेळानं सारा परिसार काळोखात बुडून गेला. आता जुन्या हवेलीच्या दिवाणखान्यातले सारे दिवे, हंड्या, झुंबरं पेटवली होती. बैठक तयार झाली होती. वाद्ये जुळत होती. निवडक निमंत्रित, बैठकीवर स्थानापन्न झाले होते. अंजनीला बोलावणं गेलं. ती बैठकीच्या ठिकाणी पोचली न् पोचली तोवर हवेलीच्या प्रवेश द्वारापाशी एकच गडबड उडाली. देसायांचे सारे सेवक दिंडी दरवाज्यापाशी आले आणि हवेलीचे दरवाजे उघडले गेले.

गव्हर्नरचा तरणाबांड मुलगा, त्याचे अंगरक्षक यांच्या गाड्या व चाळीस पन्नास हत्यारी सैनिक आत येत होते.

‘शाही मेहमान! आज अचानक? न कळवता?’ गाणं ऐकण्यासाठी बसलेले देसाई चटकन् बैठकीवरून उठले आणि परिस्थितीचा अंदाज त्यांना आला.

‘समोरच्या बैठकीवर रुपसंपन्न अंजनी तंबोरा जुळवत होती. आपल्याला भेटण्यासाठी जर तो गोरा युवक या बैठकीत आला आणि त्याची नजर या मुलीवर पडली तर? तर... काहीच खरं नव्हतं.’

या विचारानंच देसाईबाबा चमकले. किती झालं तरी तो गव्हर्नरदोरचा मुलगा. साऱ्या गोव्याचा सम्राट जणू अशा थाटात वागणारा... त्याच्या बरोबर चाळीस पन्नास हत्यारी सैनिक... त्यांना कोण अडवणार?

“कारभारी, या मुलीला ताबडतोब पाठीमागच्या गोठ्यात नेऊन लपवा. नबू, बाय तू पण चल. ही वाद्ये उचला इथून. दिवे मालवा. चला लवकर आटोपा.

आटपा लवकर. बंद करा ही मैफल.''

भराभर आज्ञा सोडत देसाईबाब हवेलीच्या प्रवेशद्वारापाशी स्वागताला गेले. हस्तांदोलन करत म्हणाले,

''यावं, यावं. आपलं स्वागत असो.''

आणि त्यांच्या हाताला धरून त्याला घाईघाईने शाही हवेलीकडे घेऊन गेले. शाही हवेलीचे सारे दिवे प्रज्ज्वलित झाले. मद्याचे चषक किणकिणू लागले. हसण्याचे आवाज, सोड्यांच्या बाटल्यांचे आवाज ऐकू येऊ लागले.

जुनी हवेली, त्यामधले देवालय आता काळोखांत बुडून गेले होते.

गोठ्यातल्या गवताच्या आडोशाला बसलेल्या अंजनी व नबूला गोठ्याच्या बाजूनेच ये जा करणाऱ्या बुटांचा रप् रप् आवाज ऐकू येत होता. भीतीने काळीज गारठून गेलं होतं. रात्र कशी निभावणार याचं भय पडलं होतं. कधीतरी भल्या पहाटे तो सारा लवाजमा निघून गेला. तेव्हा कुठे नबू आणि अंजनी त्यांच्या खोलीत परतल्या. रात्रभर जागरण झालं होतंच, पण प्रसंगाचा विलक्षण ताणही मनावर आला होता.

दुसरे दिवशी सकाळी स्नान आटोपून त्या दोघी देसाईबाबांना भेटायला गेल्या. तिथं नबू आणि अंजनी समोर बिदागीची ताटं... भेटवस्तू ठेवून देसाई बाबा म्हणाले,

''नबू, बाहेर माझी गाडी तयार आहे. मुलीला घेऊन आधी मालप्याला जा बघू! काल रात्री कुलदेवानंच आमची लाज राखली. आणि पोर सुखरूप राहिली. त्या सर्वांसमोर आमचं काही चालणार नव्हतं. कुलदेवानंच तुझी पोर सुखरूप राखली.''

त्यांच्या चेहऱ्यावर अगतिकता उमटली होती. साऱ्या हवेलीचा दिमाख एका क्षणात उतरून गेला होता. गुलामगिरी मधल्या लाचारीनं आपलं छुपं अस्तित्व अचानक दाखवून दिलं होतं.

हवेलीचा निरोप घेऊन परत जाणारी अंजनी विचार करत होती. 'काल रात्री जर काही अघटित घडलं असतं तर? तर आपलं संरक्षण कुणी केलं असतं? एक गुलाम दुसऱ्या गुलामाचं काय संरक्षण करणार? ते काही नाही, हे पाकले आहेत तोवर गोव्यात पुन्हा परत यायचं नाही. 'पाड पडो ते पाकले' असं म्हणणारी आजी आठवत होती. अंजनीनं मात्र न येण्याचा निश्चय केला. नबू गप्प झाली होती. परमेश्वराचे आभार मानत होती.

मालप्याला येताच, तिनं बोटीची तिकिटं काढायला माणूस पिटाळला. कधी एकदा मुंबई गाठेन, असं तिला झालं होतं.

मुंबईत पोचल्यानंतर अंजनीला मोकळं मोकळं वाटलं. श्रीमतीला घेऊन ती वालुकेश्वराच्या मंदिरात जाऊन आली. हिरा, सुरंगाला भेटून आली. भेंडीबाजारमध्ये

जाऊन भोलियाच्या संसाराचं कौतुक बघून आली. अमानचा रियाज तिनं ऐकला.

असं सगळीकडे मोकळेपणानं फिरून आल्यानंतरच तिला हलकं वाटू लागलं. गोव्याच्या अनुभवानं घाबरलेलं मन, मोकळं झालं. गुलामगिरी तर इथंसुद्धा होतीच. पण इथं बायका मुली निदान मोकळेपणी फिरत होत्या. मग, गोव्यातच असा अनुभव का आला? अंजनी विचार करत होती.

गोव्यात घडलेला प्रसंग आणि त्यापूर्वीचा जयपूर हवेलीचा प्रसंग बघून नबूबाई काळजीत होती. घराला पुरुषाचा आधार हवा. मग तो बाप असो, भाऊ किंवा नवरा... पण यानंतर ही सुंदर मुलगी पदरात घेऊन आपण एकट्यानं रहाणं सुखरूप नाही हे नबूला समजलं. तशात कलावंत घराणं व गायिकेचा पेशा. त्या घराची जबाबदारी घेणारा पुरुष हवा होता. अंजनीचं लग्नाचं वयही झालं होतं. नबूला वसनजी आठवला. त्याचं अंजनीवर प्रेम होतं. वृत्तीनं तो सालस होता. नजिरखाँ, देवकीनंदन महाराज, शेठ गोवर्धनदास सर्वांची मनं त्यानं जिंकली होती. तसंच अंजनीचंसुद्धा! अंजनीच्या हट्टाप्रमाणे विधीयुक्त देवाब्राह्मणांच्या साक्षीनं विवाहबद्ध होण्याची त्याची तयारी होती. आणि अंजनीचा जीव की प्राण असं तिचं गाणंही तसंच चालू रहाणार होतं.

नबूनं खाँसाहेबांचा सल्ला घेतला. मीराबाईच्या कानांवर सर्व परिस्थिती घातली. वसनजी सर्वांनाच आवडला होता. कापड, गिरण्या, शेअर दलाली, जवाहिरांची दुकानं हा सारा त्याच्या एकत्र कुटुंबाचा धंदा होता. खातं पितं खानदानी कुटुंब होतं.

वसनजीचा घरच्या रीतीप्रमाणे विवाह झाला असला, तरी दुसरा विवाह अंजनीशी करण्याची तयारी होती. त्यांना होणाऱ्या मुलाबाळांना वसनजी वेद हे नाव लावता येणार होतं.

अंजनी मनोमन सुखावली होती. मूळदेवानं तिला जे जे हवं ते सारं दिलं होतं. जगावेगळे असणारे तिचे सारे हट्ट त्यानं पुरवले होते.

'गायिकेला आसनाचा मान हवा... आणि ज्या पुरुषाशी आपलं लग्न होईल, त्याने पत्नी, मुलंबाळं यांना समाजांत सन्मानाचं स्थान द्यायला हवं.' हे दोन जगावेगळे हट्ट... पहिला हट्ट तिच्या गुरुजींनी पूर्ण केला होता... तर... दुसरा वसनजीनं मान्य केला होता. यानंतर अंजनी कोणत्याही गोष्टीची काळजी करणार नव्हती. तिचं गाणं... आणि तिचा संसार... इतकंच तिचं जग असणार होतं.

अंजनी आणि वसनजींचा वाङनिश्चय घरच्या घरी साजरा झाला. 'आयने में

मूंह मत देखना' ही गुरुजींची आज्ञा आजवर अंजनीनं कटाक्षानं पाळली होती. पण तिनं आरशांत न बघून काय होणार? यौवनानं आपलं काम चोख बजावलं होतं. पूर्ण चंद्राप्रमाणे अंजनीचं सौंदर्य फुलून गेलं होतं...

एका चांगल्या मुहूर्तावर, अगदी साधेपणानं, गाजावाजा न करता अंजनीचा विवाह वसनजी बरोबर लावून दिल्यानंतर नबूबाईचा जीव थाऱ्याला लागला. नजिरखाँ व त्यांचं सारं कुटुंब घरच्या माणसांसारखे लग्न समारंभात वावरत होते. अंजनीच्या मावशा व सारं कुटुंब या विवाहानं सुखावलं होतं.

काळ्या शिसवी लाकडाची नक्षीदार महिरप असलेल्या आरशांत बघून अंजनी केस विंचरत होती. पूर्ण उंचीच्या बेल्जियम कोचच्या आरशामधली आपली स्वतःची छबी अंजनीला स्वतःलाच परकी वाटत होती. काळेभोर दाट केस पाठीवर पसरले होते. अंगावर साधी सुती साडी होती. पण त्यांतूनही तिचं रूप खुलून दिसत होतं. तिचं वसनजी बरोबर लग्न होऊन दोन महिने झाले होते. लग्नानंतर ती नारायण आश्रमात रहायला आली. केनेडी पुलाजवळची निळ्या रंगाची टुमदार बंगली वसनजीनं तिच्यासाठी खरेदी केली होती. अंजनीनं त्या वास्तूत गृहप्रवेश करण्यापूर्वीच ती बंगली वसनजीनं, त्याच्या पसंतीनं सजवून सज्ज केली होती. पायांतल्या सोनसाखळ्यांचा नाजूक भार सावरत अंजनीनं त्या वास्तूत पाऊल ठेवलं. मात्र... सारी बंगली संगीतमय बनली होती. अंजनीची वास्तू मूकपणे सारे राग, रागिण्या छेडत राहायची. भल्या पहाटेची आसावरी, सकाळचा भूप तर कधी दरबारी कधी बसंतबहार, कधी बागेश्री तर कधी देस... सदा सर्वकाळ ती वास्तू गात होती.

काळ्याभोर शिसवी लाकडाच्या फर्निचरने साऱ्या खोल्या सजल्या होत्या. बंगलीत प्रवेश करतांच तिथला भव्य दिवाणखाना मन वेधून घेई. दिवाणखान्याच्या बाजूलाच रियाज करण्यासाठी स्वतंत्र खोली होती. खोलीच्या शेजारीच देवघर व नबूबाईची खोली होती. दिवाणखान्यामधल्या जिन्याने माडीवर गेले की खालच्या प्रमाणेच प्रशस्त दिवाणखाना व बाजूला तीन खोल्या होत्या. त्या जागी फक्त वसनजी व अंजनीचा वावर होता.

आरशांत दिसणारी आपली छबी निरखताना अंजनी मनांतून विचार करत होती तो सुरंगाचा...

त्या दिवशी तिनं राजाजींवर जो विश्वास व्यक्त केला होता. तोच विश्वास, स्त्रीला जगण्याला बळ देत असावा. खरं तर लग्न न करता जन्मभर संगीत साधनेच्या दिव्य आनंदात दिवस घालवावे असं अंजनीला वाटत असतानाच

वसनजीची भेट झाली होती. त्याच्या प्रेमानं, अंजनीचं मन त्यानं जिंकलं होतं. आणि लग्नबंधनानं त्यानं तिची पूर्ण जबाबदारी घेतली होती.

गेले दोन महिने किती सुखाचे होते! वरवर पहाता जीवनाची चौकट तीच होती. या घरात नबूबाई होती. श्रीमती होती. तसंच खाँसाहेबांचं येणं जाणंही होतं. तिचं गाणं होतं. फक्त नवीवाडी ऐवजी ऑपेरा हाऊसकडे तिचं नवं घर आता सरकलं होतं. त्या घरांत साऱ्या भेटवस्तू सुंदर रीतीनं मांडल्या होत्या. नारायणरावांनी अंजनीसाठी आणलेली पुस्तकं होती. तसाच गुजाआजीनं लिहीलेला ग्रंथ होता. नारायणबाबांनी स्वतःच्या हातांनी उतरवून काढलेली नोटेशन्सची वही होती. बुचीची, बाबूची आठवणही अंजनी सोबत या घरात आली होती. शिवाय या घरात आणखी एक गोष्ट नव्यानं आली होती.

वसनजीचं प्रेम!

या घरात येताना अंजनीला तो म्हणला होता,

"खरं तर तुझ्यासारख्या अप्सरेची जागा एखादा राजवाड्यांत असायला हवी! कुणा राजाची पट्टराणी होण्याची तुझी योग्यता... मी मात्र तुला या छोट्या बंगलीत नेतो आहे. पण खरं सांगू...?"

"अं. हं. काही सांगू नका. या आपल्या घरात जे सुख आहे. ते स्वर्गातल्या अप्सरेला सुद्धा मिळणार नाही."

"खरं सांगू? माझ्या फार लहानपणापासून बाईमाणसाच्या जिण्याची मी परवड बघत आलोय. कलावंत घरची बाई, ही उपभोगाची वस्तू. उपभोग घ्यावा आणि फेकून द्यावं अशी! त्यांना होणारी मुलं मग बेवारशाचं जिणं जगत वाढतात. मला त्याचं दुःख व्हायचं. चीड यायची. तुम्ही अग्निदेवाच्या साक्षीनं हा धागा माझ्या गळ्यांत बांधला आणि त्याचं तेज या कपाळावरच्या कुंकवावर चढलं. हे फार मोठं भाग्य तुम्ही मला दिलं आहे. प्रेम तर दिलंतच; पण सुखरूपता दिलीत. हे मला मोठं वाटतं."

तिला थांबवत वसनजी म्हणाला,

"अंजनी केवळ गायिका किंवा लावण्यवती म्हणून तू मला प्रिय नाहीस. तर तू एक बुद्धिमती, चारित्र्यवान स्त्री आहेस. पुरुषाला गरज असते ती अशा सहवासाची. तुझी आई, तुझे खांसाब... ही सारी प्रेमळ माणसं केवळ तुझ्यामुळं मला मिळाली. जगांत सारं काही मिळतं, पण प्रेम मिळत नाही. पैशानं प्रेम थोडंच विकत घेता येतं? या आपल्या छोट्या घरांत तू आनंदानं रहावंस, तुझं गाणं फुलावं हीच माझी इच्छा आहे."

अंजनीला वसनजीचे शब्द आठवत होते. समाधानानं ती आरशासमोरून बाजूला झाली. आणि भिंतीलगतच्या कोचवर बसली. नेपाळ नरेशांनी दिलेला

उंची गालिचा, साऱ्या दिवाणखान्यांत घातला होता. बडोदा महाराजांनी दिलेलं झुंबर छतावर लटकत होतं. वाऱ्याच्या झुळूकेनं त्याचे लोलक किणकिणत होते. त्या आठवणीनं अंजनीचं मन भरून आलं. दिवाणखान्याच्या कोपऱ्यांत छत्रपतींनी दिलेला भव्य तंबोरा होता. दिवाणखान्याच्या मधोमध चौरंगावर वसनजीनं पहिली भेटवस्तू म्हणून दिलेली चांदीची वीणधारी सरस्वतीची मूर्ती ठेवली होती... त्याच्या शेजारीच आता चांदीची उभी असणारी ठाकूरजींच मूर्ती होती. त्या मूर्तीला शेवंतीचा घवघवीत हार घातला होता. ठाकूरजी हा वसनजींचा कुलदेव! मालप्याचा मुळवीर आणि द्वारकेचा ठाकूरजी... सारी एकाच परमेश्वराची रूपं... त्या परमेश्वराच्या कृपेनेच आज वसनजी आणि अंजनी एकत्र आले होते. वालुकेश्वर आणि ठाकूरजी सर्वांबद्दल अंजनीच्या मनांत अपार श्रद्धा होती. लहानपणापासून त्यानं तिला काहीच कमी पडू दिलं नव्हतं. आणि याक्षणी तर सुखानं तिचं जीवन शिगोशीग भरून गेलं होतं. तरी अंजनी हे जाणून होती की या वैभवापलीकडे जो निराकार परमेश्वर आहे तोच एक परम सत्य!

का कोण जाणे! अंजनीला लहानपणापासून त्या परम सत्याचीच ओढ होती. आज वसनजीसारख्या धनाढ्य पुरुषाची पत्नी जरी होती; तरी तिला मीरेचं भजनच आठवत होतं. ती गुणगुणत होती.

'जो तुम मेरा नाम न जानो
मेरा नाम दिवानो'

अंगावर उंची राजवस्त्र लेवून हाती एकतारी घेऊन कृष्णभजनात रंगलेली मीरा या आनंदाच्या क्षणी आज कां आठवतोय? हे अंजनीला समजत नव्हतं. खोलीच्या दरवाजात उभा असणारा वसनजी केव्हापासूनच अंजनीला बघत होता. तिकडं अंजनीचं लक्षच नव्हतं. तिच्या शेजारी बसत तो म्हणाला,

"आज सकाळीच मीरा का आठवतेय?" त्यावर हसून अंजनी म्हणाली,

"आजच नव्हे तर लहानपणापासून मला मीरेचं वेड आहे." जोगियासे प्रीत किये दुख होये' असं गाणारी मीरा... कधी कधी मला वाटायचं कीं आपणही तिच्या सारखंच जोगन् बनावं."

"बाईसाहेब आता तुमचं लग्न झालंय हे विसरू नका."

अंजनी लाजून म्हणाली,

"खरंच हे दोन महिने कसे सरले ते समजलंच नाही ना? फार सुखात आहे मी! दृष्ट न लागावी कुणाची म्हणून तर ही काळी बाहुली इथं लावून ठेवलीय."

"किती वेड्या असता ग तुम्ही? दृष्ट कशी लागेल? आपलं प्रेम खरं असेल, तर कुणीच काही बिघडवू शकत नाही. बरं... पण आज रात्री इंदोर महाराजांचं निमंत्रण स्वीकारलंस, त्याची तयारी झालीय ना?"

वसनजीनं काळजीनं विचारलं,

"हो तर? खाँसाब मला असे सोडणार थोडेच? दररोज दुपारी चार वाजता येऊन आजच्या बैठकीची तालीम करवून घेणं सुरू आहे. माझं भाग्य थोर म्हणूनच असे गुरु लाभले. त्यांच्या रूपानं पित्याचं छत्र लाभलं."

"खरं आहे."

वसनजी मनापासून म्हणाला.

"तुम्ही येणार ना गाण्याला?"

"नाही अंजनी." मी येणार नाही. आता तू माझी पत्नी आहेस. माझ्या पत्नीनं बिदागी घेऊन गाणं करणं, मला आवडत नाही. अशा बैठकींना मी कसा येणार सांग?"

"खरं सांगू? मला पण ते आवडत नाही. मी एक गोष्ट मात्र ठरवलीय की यानंतर बाहेरगावची संस्थानिकांची निमंत्रणं घ्यायची नाहीत. पण नेपाळ नरेश, बडोदा सरकार, इंदोर महाराज राजर्षी छत्रपती या सर्वांनी मला प्रेमानं आपलं मानलंय. त्या सर्वांच्या हवेल्या मुंबईत जशा आहेत तसेच वैष्णवाधीशांचे आश्रमही आहेत. त्यांनी इथल्या हवेलीत प्रेमानं बोलावलं, तर नाही कसं म्हणणार? आणि गायला म्हणून गेले की ते बिदागी, नजराणा म्हणून तरी देणारच. त्याचा अपमान कसा करायचा? ती प्रेमाची भेट असते. सारंच कसं अवघड झालंय. पण तुमचं म्हणणही खरं आहे. तुम्ही कसे येणार? पण मला वाटतं, माझ्या प्रत्येक बैठकीत अगदी माझ्यासमोर तुम्ही बसलेले असावे. पूर्वीसारखेच!"

"बाईसाहेब, काही काम धंदा पहायला हवा ना? फक्त गाण्यांवर, प्रेमावर पोट थोडच भरतं? तुला जन्मभर काही कमी पडू नये म्हणून व्यापारात आता जास्ती लक्ष घालायला हवं. कापड गिरण्या, जवाहिरांची दुकानं, हुंड्यांची देवाण घेवाण... खूप व्याप वाढला आहे. पण तुझ्या सहवासात सारे श्रम हलके होतात. आणि हो! सांगायचं विसरलोच. तुझ्यासाठी खास बग्गी घेतली आहे. आणि दोन चौकीदार नेमले आहेत. यानंतर कुठेही बैठकीला जाताना, कोचमन् व दोन चौकीदार तुझ्या सोबत असतील. तुला सुखरूप नेण्याआणण्याची जबाबदारी त्यांची. म्हणजे मला काळजी नाही."

"इतकी काळजी वाटते?"

अंजनीनं कौतुकानं विचारलं.

"दोन वर्षांच्या प्रतिक्षेनंतर आत्ता कुठं हा कोहिनूर हाताशी आलाय. त्याला जपायला नको?"

तो कामावर गेल्यानंतर कितीतरी वेळ अंजनी तिथंच बसून होती. परमेश्वरानं जी कृपा तिच्यावर केली. त्या किमयेकडे मंत्रमुग्ध होऊन ती बघत होती.

झुंबराचे लोलक किणकिणत होते.

कोहिनूर... कोहिनूर... कोहिनूर...

मुंबईतल्या इंदूरच्या महाराजांच्या बंगल्यावर आज अंजनीचं गाणं ठेवलं होतं. नुकताच इंदोरच्या राजपरिवारांत विवाह संपन्न झाला होता. त्या निमित्ताने खरं तर इंदोरलाच अंजनीच्या गाण्याची बैठक ठेवावी असं महाराजांच्या मनात होतं. त्यापूर्वी एकदा अंजनीचं गाणं इंदोरच्या राजदरबारात झालं होतं. त्या गाण्यांच्या वेळी होळकर महाराजांनी अंजनीला बहीण मानून साडीचोळीचा मान दिला होता व ते प्रेम अजूनही तेवढंच ताजं उरलं होतं.

लग्नानंतर अंजनीनं परगावंची आमंत्रण न घेण्याचं ठरवलं होतं. म्हणून होळकर महाराजांचा मुक्काम मुंबईत होताच, त्यांनी अंजनीचं गाणं ठरवलं व त्या निमित्तानं साऱ्या राजेमहाराजांना व रसिकांना निमंत्रित केलं होतं. लग्नानंतर प्रथमच आज अंजनी बैठकीसाठी जाणार होती. गाण्याची तयारी चांगली झाली होती. तरी आजच्या बैठकीला जाताना एक वेगळेपणा तिचा तिलाच जाणवत होता.

आज ती वसनजीची पत्नी म्हणून बैठकीला चालली होती.

इंदोर हवेलीत तिचं आदरानं स्वागत झालं. अंजनीच्या विवाहाची वार्ता सर्वांपर्यंत पोचली होती. सर्वांनाच वसनजी परिचित होता. अंजनीच्या कलागुणांची जोपासना करू शकणारा रसिक मनाचा जोडीदार तिला मिळाला. याचं सर्वांनाच कौतुक वाटलं. बडोदा महाराजांनी मोठ्या भावाच्या मायेने अंजनीला आशीर्वाद दिला व हवेलीत गाण्याची बैठकही ठरवली.

अंजनीनं पाहिलं की जयपूर नरेशही निमंत्रितांपैकी एक आहेत. रसिकांसाठी तयार केलेल्या खास बैठकीवर त्यांना सन्मानानं बसवलं गेलं, इतर संस्थानिक व रसिकांच्या मनांत अंजनीबद्दल असणारा आदरभाव नरेश बघत होते. मनोमन अस्वस्थही होते.

अंजनीच्या वागण्यांत आत्मविश्वास होता. गळ्यांत रुळणाऱ्या मंगळसूत्राचं तेज, तिच्या मूळच्या देखण्या चेहऱ्यावर पसरलं होतं. तिचं गाणं अधिक प्रगल्भ बनलं होतं. आवाजातलं माधुर्य प्रकर्षानं जाणवत होतं. प्रत्येक सुरांत जीव ओतून ती गात होती.

'आज सयो ना जाय'

बागेश्रीचा ख्याल रंगला होता. श्रोत्यांना स्वरलहरींनी चिंब भिजवून तिनं तंबोरा खाली ठेवला, तेव्हा पहाटेचे तीन वाजायला आले होते.

जेवढी बिदागी ठरली होती. त्यापेक्षा कितीतरी पटीने जास्ती. आणि भेटवस्तू तबकांमध्ये घालून, अंजनीला दिल्या जात होत्या. नवविवाहित अंजनीला अहेरादाखल जड-जवाहिर दिले जात होते. बैठक संपवून अंजनी उठणार, तोवर जयपूर नरेश तिच्याजवळ आले. त्यांच्या हाती मखमलीची निळी पेटी होती. राजस्थानी पद्धतीचा चार पदरी टपोऱ्या मोत्यांच्या हाराला मध्ये मध्ये मीनाकाम केलेली पदके जोडली होती. मधल्या मोठ्या आकाराच्या पदकावर हिरे जडवलेला मीनाकारीमधला देखणा मोर होता. ती भेट, अंजनीसमोर धरून नरेश म्हणाले,

"कलाकारांचं मन फार मोठं असतं. असं ऐकलंय. आपणही मोठ्या मनानं या भेटीचा स्वीकार करावा."

अंजनी हसली. नरेशांना नम्रपणे नमस्कार करून तिनं ती भेट स्वीकारली. पदकावर कोरलेला हिरेजडीत मोर बघून ती म्हणाली,

"फार सुंदर आहे हा मोर. पण त्यापेक्षा माझ्या विवाहानिमित्त ही भेट मला देत आहात. हे फार मोलाचं आहे. आणि आपण बैठकीचं निमंत्रण देणार नाही?"

अंजनीचा धीट प्रश्न ऐकून नरेश मनमोकळे हसले,

"वा! बाईजी, ते तर आमचं परमभाग्य. आमचे दिवाणजी येतील बैठकीचं ठरवण्यासाठी."

सर्वांना आदरभावाने नमस्कार करून अंजनी हवेलीच्या पोर्चमध्ये आली. तिथं तिची खास बग्गी उभी होती. दोन दरवान उभे होते. अंजनी बग्गीत बसताच बग्गीचा दरवाजा बंद करून ते दोघे बग्गीच्या पाठीमागच्या बाजूला बसले. पहाटेच्या शांत वेळी डांबरी रस्त्यावर घोड्यांच्या खुरांचा आवाज फक्त येत होता. अंजनी विचार करत होती. एका लग्नानं, स्त्रीचं जीवन किती बदलून जातं!

शेठ लक्ष्मीचंद मोतीवाले स्वतः आपल्या मुलाच्या विवाहाची पत्रिका देण्यासाठी अंजनीच्या घरी आले होते. शेठ लक्ष्मीचंद अंजनीच्या गाण्याचे चहाते होते. तिच्या गाण्याच्या पहिल्या बैठकीपासून, त्यांनी मुंबईत झालेली तिची एकही बैठक सोडली नव्हती. तिचं गाणं, त्यापेक्षा तिची व्यक्तिमत्त्व, तिची संगीतावरची निष्ठा, याचं अप्रूप लक्ष्मीचंदना होतं. आपल्या घरच्या पहिल्या लग्नकार्यात अंजनीबाईचं गाणं ठेवायचं हे त्यांनी केव्हापासून ठरवून ठेवलं होतं. त्यांचे दिवाणजी येऊन बैठक ठरवून गेले होते. आणि लग्नाचं निमंत्रण देण्यासाठी आज सकाळीच ते स्वतः अंजनीच्या घरी आले होते.

दिवाणखान्यात आसनस्थ झालेल्या लक्ष्मीशेठना बघून आश्चर्याचा धक्काच अंजनीला बसला. मुंबईच्या जवाहर पेढीवरचा सर्वात मोठा माणूस, आज स्वतः तिच्या घरी येणं, ही सामान्य गोष्ट नव्हती. तिनं आणि नबूबाईनं त्यांचं प्रेमानं आदरातिथ्य

केलं. नबूबाई आता खूप थकली होती. तिच्याकडे बघून लक्ष्मीचंद म्हणाले,

''बाईजी, तुमी बी लई चांगलं गाणं ऐकवलेलं हाय. तुमची ठुमरी तर कवाच विसरलेलो नाय आमी, आणि ही तुमची लेक तर तुमच्या बी पुढं निघून गेली. वा. वा. काय आवाज... काय मेहनत, तुमच्यासारखी गुणी मान्सच आमाला जगवतात. आमी मोतीवाले! मोत्याचा व्येपार करणारे. पण अस्सल मोती तर तुमच्या कंठातच ठाकूरजींनी दिले आहेत. बेन बायचं लगिन झालं. खुषी जाली ऐकून. मोत्याला हिऱ्याचं कोंदण लागलं बघा! ही भेट लग्नाचा चांदला म्हणून ठेवा.''

लक्ष्मीचंदच्या दिवाणजींनी सिल्कच्या रुमालांत झाकलेले चांदीचे तबक टेबलावर ठेवून, रुमाल बाजूला केला. अंजनीसाठी अस्सल मोत्याची नथ व तन्मणी केला होता. नबूबाईसाठी साडी व दोन मोठ्या चांदीच्या समया तबकात होत्या.

संकोचानं अंजनी म्हणाली,

''शेठजी, इतकं... कशासाठी? तुमचं प्रेम त्यापेक्षा मोठं! ना?''

''बेनजी, तुमच्या संसारांत नेहमी समयीच्या प्रकाशासारखा आनंद पसरून रहावा. डाकोरनाथानं समदं सुख तुमाला द्यावं. मी हे मनापासून म्हणतोय'' आणि ही माझ्या मुलाची कंकोत्री वाचून बघा?''

लग्नपत्रिका वाचताना अंजनी थक्क झाली. नेहमीप्रमाणेच लग्नपत्रिकेचा मजकूर होता. पण मधोमध चौकट घालून, लग्नसमारंभात होणाऱ्या अंजनीच्या गाण्याचं निमंत्रण दिलं होतं.

भारावून अंजनी म्हणाली,

''शेठजी, लग्नपत्रिकेत माझं नाव?''

''मग? जशी आमच्या घरी येणारी सून ही अमास्नी अभिमानाची गोष्ट तशीच या शादीमध्ये आमची बेनबाय गाणार ही अभिमानाची गोष्ट हाय. बेनजी या समद्या सोयऱ्या संबंधांपेक्षा तुमच्याशी, म्हणजे कलावंताशी नातं असणं हे आमास्नी भारी दिसतं.''

त्या भाबड्या मनाच्या रसिक माणसाला काय उत्तर द्यावं हे अंजनीला समजेना, त्यांना वाकून नमस्कार करून अंजनी म्हणाली,

''शेठजी, तुमच्यासारखे निरपेक्ष प्रेम करणारे सोयरे हेंच आमचं खरं धन आहे. तुम्ही दिलेला प्रेमाचा एक एक शब्द हा माझ्या एका एका सुराची शक्ती आहे. हे प्रेम असंच ठेवा. तुमच्या आशीर्वादाच्या बळावरच माझा संसार सुखाचा होईल.''

त्यानंतरचे अंजनीचे सारे दिवस सुखानं शिगोशिग भरून वहात होते. तिच्या गाण्याच्या बैठका जागोजागी होत होत्या. पाचशे बिदागी ठरली असेल तर पाच हजार सोन्याच्या गिन्न्यांची बरसात होत होती. लक्ष्मीनं अक्षरशः आपल्या कृपा

प्रसादानं तिच्या घरांवर सोन्याची कौलं चढवली होती. आणि कुबेरानं सारं भांडार तिच्यासाठी खुलं केलं होतं. नबूबाई तृप्त मनानं अंजनीच्या संसारांत वावरत होती.

नावलौकीक आणि मानसन्मानानं मोठ्या ठरलेल्या आपल्या शिष्येच्या पाठीशी नजिरखाँ आजही खंबीरपणे उभे होते. आणि जी जी रक्कम बिदागी म्हणून मिळेल. ती सारी नम्रपणाने प्रथम आपल्या गुरुच्या चरणावर ठेवण्याची प्रथा आजही अंजनी श्रद्धेनं पाळत होती.

त्या सर्वांसोबत मोलाची गोष्ट अंजनीला सुखावत होती, ती म्हणजे वसनजीचा सहवास, त्याच्यासारखा प्रेमळ व उमद्या मनाचा पुरुष पती म्हणून मिळणं हे अंजनीला तिचं परमभाग्य वाटत होतं. आणि त्या सर्वांवर कळस चढवला होता तो श्रीपादच्या... तिच्या मुलाच्या आगमनाने...

शेठ लक्ष्मीचंदांच्या मुलाच्या लग्नाला जाणं अगत्याचं होतं. स्वतः शेठजींनी अंजनीच्या घरी येऊन निमंत्रण दिलं होतं. अंजनीच्या लग्नाचा आहेर, तिच्या घरी येऊन केला होता. नबूबाईच्या आवाजाचे चहाते असणारे शेठ लक्ष्मीचंद अंजनीवर मुलीसारखं प्रेम करत होते. त्यांच्या घरच्या कार्याला जाण्यासाठी अंजनी तयार होत होती. आज तिनं कोनफळी रंगाची पैठणी परिधान केली होती. त्यावर मोत्यांचे, हिऱ्याचे जडावकाम केलेले मोजकेच दागिने घातले होते. आरशांत बघून ती नथीचा आकडा घालत असताना वसनजी तिला बघत होता. नऊवारी साडी सर्व भारतीय पोशाखांतला सर्वांत सुंदर पोशाख असं चित्रकार राजा रविवर्मा का म्हणतात? हे आज अंजनीकडे बघून त्याला प्रथमच समजत होतं. तो हसला,

"काय झालं? काही विचित्र तर नाही ना दिसत?"

गोंधळलेल्या अंजनीनं विचारलं,

"छे, विचित्र कसलं? सारं काही अप्रतिम! राजा रविवर्मांनी जर तुला आधी पाहिलं असतं तर..."

"तर काय?"

"तुझ्या सुरंगाचं काय झालं असतं? बिच्चारी!"

"पण आता माझं जे आहे, त्याच्याइतकं दुसरं चांगलं काही होणं शक्यच नव्हतं. आणि म्हटलं, सुरंगा माझी आवडती मैत्रिण आहे. तिचंही चांगलंच झालं. ते जाऊ दे. पण एक सांगा, तुम्ही लग्नाला नाही येणार?"

"नाही. लग्नाला बडे भैय्या आणि भाबी जातील. आणि मी गाण्याला. ठीक आहे ना?"

"लबाड आहांत."

अंजनी हसून म्हणाली.

समाधानानं तिनं दरवाजांत उभ्या असणाऱ्या तिच्या बग्गीत पाय ठेवला. दरवानानं जाळीचा पडदा ओढून दरवाजा बंद केला. बग्गीच्या मागच्या फळीवर दोघे दरवान उभे होते. डोईचे रंगीत फेटे व अंगावर शुभ्र कपडे घातलेले ते दोघे दरवान आणि पांढऱ्या घोड्याची देखणी बग्गी आणि त्यामध्ये बसून जाणारी आपली रुपसंपन्न लेक... ते सारं नबूबाई भरल्या डोळ्यांनी बघत उभी होती. ती वळली, तर दरवाजांत वसनजी उभा होता,

"तुमच्यामुळे, तुमच्यामुळे बरं माझी लेक हे सारं वैभव भोगतेय."

भावनावेगानं नबूबाई बोलून गेली.

"माझ्यामुळं?"

वसनजी हसून म्हणाला,

"आई, तुमच्या लेकीची बिदागी काय आहे, माहिती आहे ना? अहो, आमचा धंदा सट्टेदलालीचा. चार भावांपैकी, कुणी एकानं चुकीचा अंदाज केला, तरी संपलो आम्ही. सारं बिनभरवशाचं."

"नको रे बाबा अभद्र बोलू. माझा मुळवीर देवच सारं निभावून नेतो आहे."

"आई, खात्रीनं सांगतो मी! आजच्या लग्नकार्यात सर्वांचं लक्ष असणार आहे ते तुमच्या लेकीकडे. ग्वालियर नरेश, बडोदा नरेश, करवीर छत्रपती, इंदोर महाराज सारे राजपरिवार तर तिथं असणारच. पण सारे धनाढ्य व्यापारीसुद्धा तिथं हजेरी लावणार. शेठ लक्ष्मीचंद म्हणजे साधी आसामी नव्हे."

आणि खरंच तसं झालं.

आपल्या बग्गीतून उतरून अंजनीनं लग्नमंडपात पाऊल ठेवलं मात्र सारी कुजबूज क्षणांत थांबली. साऱ्यांच्या नजरा मंडपांत प्रवेश करून स्त्रियांच्या आसनांकडे, नाजूक पाऊले टाकत जाणाऱ्या त्या लावण्यखनीवर खिळून राहिल्या,

"राजाजी, अंजनीबाई मालपेकर."

तेलंग राजा, रविवर्मांना हलकेच म्हणाले, रविवर्मा आश्चर्यानं तिला बघत होते. ती तर दुसरी सुरंगाच होती. थोडीफार उंचीनं कमी आणि कृश शरीरयष्टीची... ती स्त्री... आणि सुरंगा या दोघींमधलं नेमकं साम्य कोणतं? हे चित्रकार रविवर्मा शोधत होते. त्या दोघींची नऊवारी साडी नेसण्याची पद्धत, केशरचना चालण्याची ढब, आणि त्यापेक्षा त्यांच्या व्यक्तिमत्त्वामधून व्यक्त होणारी शालिनता, चेहऱ्यावर सदा विलसणारा सात्त्विक भाव, त्यांचा लाल गोरा रंग...

भारावून रविवर्मा तिला बघत होते. मंडपाच्या मध्यभागी चाललेला लग्न सोहळा ती बघत होती.

"मी इथं बसू का?"

"अं?"

अंजनीनं चमकून बघितलं

"बसा ना! मी एकटीच आले आहे. ही खुर्ची रिकामीच आहे."

अंजनी त्या स्त्रीकडे बघत म्हणाली. बारीक जरी किनारीची पांढरी सिल्कची नऊवारी साडी नेसणारी... ती स्त्री... तिचं हसणं अंजनीला ओळखीचं वाटलं. तोच तो बदामी वाटोळा चेहरा, मिस्किल हसणारे घारे डोळे, नाजूक जिवणी, मधोमध भांग पाडून सरळ वळण घेऊन मानेवर बांधलेले काळे दाट केस...

"सुधा?"

अंजनी आनंदानं म्हणाली. ती सुधा पाठकच होती. पाठक शास्त्र्यांची नात. अंजनीच्या वर्गात शिकणारी सुधा! शाळा सुटल्यानंतर इतक्या वर्षांनी अंजनीला ती आज प्रथमच भेटत होती.

"बैस. बैस ना!"

तिचा हात धरून खुर्चीवर बसवत अंजनी प्रेमानं म्हणाली. सुधा बसली, अंजनीनं पाहिलं सुधाचं कपाळ मोकळं होतं. पूर्वी ती कपाळाच्या मधोमध चंद्रकोर कोरायची, आज तिथं गोंदणाचा निळा डाग होता. डाग तोंच फक्त रंग बदलला होता. अंजनी दुःखानं म्हणाली,

"सुधा..."

"होय अंजू, फार वर्ष झाली त्याला. लग्नानंतर एका वर्षातच... पण... ते जाऊ दे. म्हणून मी कुठल्याच लग्न समारंभात जात नाही. मला आवडत नाही. लोक रोखून बघतात. पण आज मात्र आले. कारण सांगू? लग्नपत्रिकेवर तुझं नांव आहे. तुझं गाणं आहे ना उद्या? मी गाण्याला येणार नाही. पण मला खात्री होती की, आता तू इथं असणारच म्हणून आले, तुला भेटायला."

"किती बरं वाटलं सुधा"

अंजनी गहिंवरून म्हणाली.

"मला बुचीचं समजलं होतं. तसंच तुझा नावलौकिकपण ऐकतेय. किती मोठी झालीस तू अंजू. अभिमान वाटतो मला."

"तू रहातेस कुठं? सासरी?"

अंजनीनं विचारलं.

"छे ग! मी त्या सर्व परंपरा पाळल्या नाहीत ना? म्हणून त्यांचा राग होता माझ्यावर."

"परंपरा?"

आज किती वर्षांनी अंजनीनं 'परंपरा' हा शब्द ऐकला. कारण साऱ्या परंपरा

अंजनीनं केव्हाच पार केल्या होत्या. स्वत:चं एक स्थान निर्माण केलं होतं. तिच्या नावाचा दरारा निर्माण झाल्यानंतर अंजनी तो शब्द विसरूनही गेली.

आज सुधाच्या तोंडून तो शद्ब ऐकतांच अंजनी दचकली, फार पूर्वी, अंजनी-सारखी गायिका अशी कुलवान स्त्रियात बसू शकली नसती. पण आज लक्ष्मी चंदनी, तिला सन्मानानं पहिल्या आसनावर बसवलं इतकंच नव्हे, तर अभिमानानं मुलाच्या लग्न पत्रिकेवर गायिका अंजनीबाईचं नांव मधोमध चौकट घालून छापलं. हे सारे कर्तृत्व अंजनीचं होतं. तसंच बदलत गेलेल्या परंपरेचंही होतं. म्हणून आश्चर्यानं तिनं पुन्हा विचारलं,

"परंपरा?"

"अंजू, पतिनिधनानंतर बाईवर अन्यायाचा कळस होतो, एखाद्या जनावराचं जिणं जगत, गोठ्यात रहावं लागतं. सर्वात लज्जास्पद म्हणजे केशवपन करून तिला सोवळी करणं. ते सारं मी नाकारलं अंजू. पळून आले तिथून. माहेरचा आश्रय घेतला. पुन्हा शिकले. ज्यो-बाबांनी फार धीर दिला आणि शेवटी स्वत:च्या जागेवर माझी नेमणूक करून फादर मायदेशी परतले. अजूनही तिथून त्यांची पत्रं येतात. तुझी अनेकदा चौकशी करतात फादर."

मंत्रमुग्ध होऊन, सुधाचं बोलणं अंजनी ऐकत होती. किती संघर्ष केला होता सुधानं? 'परंपरा' या शब्दाशीच तिची खरी लढाई झाली होती आणि त्यानंतर सन्मानानं ती आज, ज्यो बाबाच्या खुर्चीवर विराजमान झाली होती.

त्यापेक्षा आपण किती सुखी होतो! खाँसाब, आजी, आजोबा, आई, बाबा आणि आता वसनजी. परमेश्वरानं दिलेला सुरेल आवाज! देवानं सुखरुपता दिली. वैभव दिलं. मानसन्मान दिला. आणखी काय हवं माणसाला?

थोड्या वेळानं विचारातून जागी होत, अंजनी भारावून म्हणाली,

"सुधा, किती कर्तृत्व गाजवलंस?

"छे गं! तुझ्याइतकं मुळीच नाही. पण अंजू एकदा माझ्या घरी ये. येशील ना? आणि माझे आजोबा आठवतात? त्यांनी तुझी पत्रिका बनवून ठेवलीय. तुला आठवणीनं द्यायचं नेहमी बजावून सांगत असायचे. मी ती जपून ठेवलीय. एक ना एक दिवस भेटणार होतेच तुला."

"येईन बरं. या आठवड्यांतली ही उद्याची बैठक झाली की येईन. मला खूप बरं वाटलं ग तुला भेटून."

अंजनी मनापासून म्हणाली.

अंजनीनं पाहिलं. शेठ लक्ष्मीचंद नव वधुवरांना घेऊन त्यांच्या दिशेनं येत होते. सुधा, अंजनी उठून उभ्या राहिल्या. अंजनीनं शेठजींच्या सुनेसाठी, गोव्याच्या पद्धतीचा केसांत घालायचा सोन्याचा वळेसर आणला होता. त्यावरची साजरी

फुलं लकलकत हलत होती. तो वळेसर तिनं आपल्या हातानं सुनेच्या केसांवर माळला.

"पाया पड त्यांच्या. बेनबाय मोटा माणसं छे." शेठजी सुनेला म्हणाले. मागे सरत संकोचानं अंजनी म्हणाली,

"छे, शेठजी भलतंच काय?"

"अरे भलतंच कसं बेनबाय? कलावंत अने परमेसर एकरूपच असतात."

त्यानंतर शेठजींच्या सुनेनं सुधालाही वाकून नमस्कार केला.

"हां. अे तो तमने शिष्या छे. पगे लाग, गुरूनो आशीर्वाद ले डिकरी."

ती मुलगी सुधाची विद्यार्थिनी होती. अंजनी कौतुकानं बघत होती. लग्न समारंभानंतर घरी परतणारी अंजनी खूप आनंदात होती. आपल्याला कसला आनंद झालाय, तेच अंजनीला समजत नव्हतं. पुढच्या आठवड्यांत ती सुधाला पुन्हा भेटणार होती. घरी पोचली, तोवर दिवे लागणीची वेळ झाली होती. बैठकीच्या खोलीत नजिरखाँ, नरहरीमामा, अजिमबक्ष, वाद्ये जुळवून तिची वाट पहात होते. दुसरे दिवशी शेठजींच्या लग्न समारंभात जे गाणं होणार होतं, त्याचा रियाज करायचा आहे, हे अंजनी विसरूनच गेली होती. पण खाँसाब थोडेच विसरणार होते? पूर्ण रियाज झाल्यानंतरच अंजनीला बैठकीला जाण्याची परवानगी मिळे. गेल्या अनेक वर्षांचा तो रिवाज आजही सुरू होता. रियाज सुरू झाला.

शेठजींच्या घरच्या लग्न-मंडपांत मधोमध आज एक फुलांनी सजलेलं व्यासपीठ तयार केलं होतं. समोर सारे बुजूर्ग श्रोते जिवाचे कान करून गाणं ऐकत होते. पहाटे तीन पर्यंत गाणं रंगलं. पण ऐकणारे श्रोते थकले नव्हते... की गायिका...

पहिल्या आसनांवर स्थानापन्न झालेला चित्रकार गाणं ऐकत होता. ते सूर ऐकताना तृप्तीनं त्यानं डोळे मिटून घेतले होते. त्याचं अस्वस्थ मन शांत करण्याचं बळ या सुरांत होतं. त्या स्त्रीचे डोळे विलक्षण तेजस्वी होते. ते तेज कशाचं होतं? रविवर्मा विचार करत होता. तिच्या गळ्यामधल्या सुरांचे तेज तिच्या डोळ्यांमधून परावर्तित होत होतं. थक्क झालेले राजाजी सुरांच्या तेजाचा तो आविष्कार बघत होते. मनात साठवत होते.

अंजनीचं अलौकिक गाणं ऐकून साऱ्यांचीच मनं एका अननूभूत अशा आनंदानं भरून गेली होती. गाण्यानंतर शेठजींनी बिदागीचे थाळे तिच्यासमोर ठेवले. सर्वजण अंजनीची वाहवा करत होते. नरहरीमामा म्हणाले,

"बाय आज कमाल केलीस."

आजिमबक्ष म्हणाले,

“बाईजी, आज माझ्या सारंगीला फिक्कं पाडलंत.”

सर्वांना बदाम, केशर लावलेलं मसाल्याचं दूध चांदीच्या ग्लास मधून दिलं जात असताना... शेठ लक्ष्मीचंद अंजनीजवळ येऊन म्हणाले,

“बेनबाय, यांना ओळखता?”

अंजनीनं पाहिलं. काळा जोधपुरी कोट, डोकीला तांबडी पगडी, हातात चांदीच्या मुठीची काठी घेतलेली सावळ्या वर्णाची, एक व्यक्ति शेठजींशेजारी उभी होती.

“बेनबाय, हे लई थोर चित्रकार राजाजी. राजा रविवर्मा. त्येंची चित्रं अमेरिकेत पोचली. ती बघून प्रत्यक्ष स्वामी विवेकानंद राजाजींच्या घरी येऊन गेले. तुमचं गाणं त्यांना भारी पसंत पडलं.”

‘सुरंगाचे राजाजी?’ त्यांना बघून अंजनीच्या भिवया आश्चर्याने विस्फारल्या. ती नमस्कार करण्याचंही विसरून गेली. बाजूच्या दिव्यांच्या प्रकाशांत तिचे टपोरे डोळे अधिकच तेजस्वी भासत होते. तिच्या गोंधळलेल्या मनस्थितीचं कारण लक्षांत येऊन रविवर्मा हसले. ते म्हणाले,

“तुमच्याबद्दल इतके ऐकलंय कीं नव्यानं ओळख होण्याची गरजच नाही वाटत.”

अंजनी हसून म्हणाली,

“आपलं कलादालन पहायला यायचं आहे.”

“मग? या ना! गिरगावातच रहातो मी!”

“अं. हं. मी एकटी येणार नाही. कुणीतरी मला घेऊन येणार आहे.”

रविवर्मा मोठ्यानं हंसले,

“असं? मग त्यांच्यासोबत या.”

“शेठजी, तुमच्या घरचा हा लग्नसमारंभ मी कधीच विसरणार नाही. काल इथंच माझी मैत्रिण सुधा भेटली. आज राजाजी. या दोघांचा माझ्या बालपणाशी फार नाजूक संबंध आहे.”

ते ऐकून लक्ष्मीचंद बुचकळ्यांत पडले.

“एटले?”

त्यांनी विचारलं पण उतर टाळून, अंजनी म्हणाली,

“काही नाही शेठजी. या लग्नांत तुम्ही माझा किती मान ठेवलात! हे राज परिवारांतील लोक, तुमचे आप्त स्वकीय... यांच्यापेक्षा माझा मान मोठा होता. मी अशी कोण लागून गेलेय? एक गायिका. पण तुमच्या मनाच्या मोठेपणाला सीमा नाही शेठजी. हे प्रेम असंच असू द्या. तुमच्यासारख्या वडीलधाऱ्यांच्या आशीर्वादावरच मी जगते आहे. फार प्रेम मिळालं या समारंभात.”

अंजनीनं शेठ लक्ष्मीचंदना वाकून नमस्कार केला. रविवर्मा भारावून ते दृश्य पहात होते.

'ही अंजनी?

छे! ही तर सुरंगाचीच प्रतिकृती!'

ते मनाशी म्हणत होते.

मंडपाच्या कोपऱ्यांत उभा असणारा वसनजी ते दृश्य पहात मिस्किलपणे हसत होता. सर्व समारंभाचा मानबिंदू असणारी अंजनी... त्याची प्रिय सखी होती. तिच्याबद्दलच्या प्रेमानं त्याचं मन भरून गेलं.

बग्गीतून घरी परत चाललेल्या अंजनीचं मन प्रसन्न होतं. थकवा जाणवत नव्हता. कधी सुरंगा... कधी राजाजी ...कधी सुधा ...हे सारे धागे ...पहाटेच्या कोवळ्या प्रकाशांत तिच्यासमोर उभे होते...

तिचं जीवन आता मध्यान्हीवर पोहोचलं होतं. पण बालपण... तो मुग्ध रम्य काल... त्या सर्वांच्या भेटीनं जागा झाला होता. तो किती सुंदर होता!

त्या सुंदर घडीला, अंजनीला हिराची खूप आठवण येत होती. हिरा! अंजनीची प्रिय सखी.

अंजनी, सुरंगा, हिरा आणि सुधा... गोऱ्या ज्यो बाबाच्या मानसकन्या! हिराच्या आठवणीनं अंजनीचं मन कातर बनलं, 'कशी असेल हिरा?' अंजनी विचार करत होती.

नवीवाडी मधल्या शाळेलगतचं सुधाचं घर शोधून काढणं अंजनीला कठिण गेलं नाही. रविवार असल्यानं सुधा घरांतच होती. घर तसंच होतं. प्रशस्त, भारदस्त. फक्त त्या घरांमधली माणसं वेगळी होती. सुधाचे आई, वडील, आजोबा आता या जगात नव्हते. तसंच नोकरी निमितानं भावंडं, काका, काकू परगांवी गेले होते. एकत्र कुटुंबासाठी म्हणून बांधलेल्या त्या प्रशस्त घरांत आता मोजकीच माणसं रहात हाती. म्हणून सुधाला स्वतंत्र खोली मिळाली होती. खोलीत मोजकेच सामान होते. एक टेबल, खुर्ची स्वच्छ चादर अंथरलेली लोखंडी कॉट, कोपऱ्यांत एक लाकडाचे कपाट, त्यावर निवडक पुस्तके, भिंतीवर टिळक, गांधी यांचे फोटो.

सुधाच्या स्वच्छ व्यक्तिमत्त्वाने खोली उजळून गेली होती. इतकं उच्च शिक्षण घेतलेली सुधा अगदी लहानपणासारखीच मोकळ्या मनाची होती.

"सुधा, इतकं तरुण वय. कसा निघणार सारा जन्म? कसे दिवस निभावून

नेशील गं? त्यांत माणसांच्या नजरा या अशा.''

अंजनीनं कातर स्वरांत विचारलं.

''जन्म?''

उदास हसून सुधा म्हणाली,

''अग, तो थांबणार आहे थोडाच? सरेलच कसा ही! पण गोठ्यातल्या जनावरासारखं जगण्यापेक्षा हे जगणं सुसह्य... नव्हे आनंदाचं आहे. जे माया सिस्टर, ज्यो बाबा आपल्याला सांगायचे तेच मी आता मुलींना सागते. त्यातच मला समाधन मिळतं, आणि माणसांच्या नजरांपेक्षा आपली नजर तीक्ष्ण असेल तर कुणाची हिंमत नसते. तुला अनुभव आहेच अंजू. तुझ्यापुढे तर राजे महाराजे नमले आहेत. ऐकतेय मी सारं.''

ते ऐकून विचारांत हरवलेली अंजनी म्हणाली,

''ते खरं गं! पण मला हिराची खूप आठवण येते. काळजी वाटते. तुला आठवतेय ना हिरा?''

''तिचं काय? ती तर लेखिका बनलीय.'' सुधानं विचारलं,

''होय. ठाऊक आहे मला. मनोरंजनमध्ये छापून आलेल्या कविता मी वाचलेल्या आहेत. बायकांनी लिहायचं, ते पण कलावंत घरच्या बायकांनी लिहायचं, याचं फार कौतुक आहे सर्वांना. विनायक मामानंच मला मनोरंजनचे अंक आणून दिले होते.''

''होय. मी पण वाचते ना! नुसत्या कविताच नाही तर तिनं लिहिलेलं जयद्रथ विडंबन आणि संगीत दामिनी ही नाटकं मी वाचली. फार अभिमान वाटला मला हिराचा. हे सर्व हिरामध्ये कुठून आलं? याचं नवल वाटलं मला.'

सुधा म्हणाली.

''अगं, हिराचे देवलमामा आहेत ना? गोविंद बल्लाळ देवल! त्यांचं हिराच्या घरी खूप जाणं येणं आहे. हिरा तर त्यांना मामा म्हणते. आणि देवलमामा हिराला आपली मुलगी मानतात. देवलमामा म्हणजे नाट्यसंगीत कलेचा राजा! वागणं किती खानदानी! हिराबरोबरीनं माझेपण मामांनी खूप लाड केले. त्यांनीच आम्हाला संस्कृत भाषेची गोडी लावली. संस्कृत नाटकं वाचून दाखवली. हिराला देवलमामांचा जो सहवास मिळाला ना? त्यांमधूनच हिराचे लेखनगुण वाढले.''

अंजनीनं सांगितलं.

''तरीच!''

सुधा विचार करत म्हणाली,

''काय ग?''

''संशय कल्लोळ नाटक पाहिलंय मी! त्यांमधली रेवती, अश्विनशेठ, वैशाखशेठ, मघा आणि फाल्गूनराव ही पात्रं, देवलमामांना प्रत्यक्षांत कुठे ना कुठे पहायला

मिळाली असणार. म्हणून ती जिवंत वाटतात.'' सुधा मनापासून म्हणाली,

''असणारच! कारण भीमामावशीच्या घरच्या साऱ्या कुटुंबाशी देवलमामांची ओळख, भीमामावशीचे ते मानलेले भाऊ, म्हणून नवीवाडी, काकडवाडीचेच ते मामा! माझेही.''

''भीमा मावशी?''

''अग हिराची मावशी.''

''मग हिराची आई?''

''शेवती बाई! ती, हिरा लहान असतानांच वारली, मग भीमामावशी, जिजामावशी हिराला घेऊन सावंतवाडीहून मुंबईत आल्या आणि काकडवाडीला बिऱ्हाड केलं. मला आठवतं सुधा, की लहानपणापासून आमच्यापेक्षा हिराच्या घरी जास्ती श्रीमंती होती. तिच्या दोघी मावशांनी तिला खूप थाटांत ठेवलं. शाळेत घातलं, तसंच नाच, गाणं शिकवलं परंपरेनुसार.''

''हं! परंपरा!''

उदास होऊन सुधा म्हणाली.

''तुला सांगते सुधा. हिराचा आवाज फारच गोड होता. आठवतं ना? ज्यो बाबा शाळेत बुची आणि हिराचं किती कौतुक करायचा? प्रत्यक्ष भास्करबुवा बखले, परशुरामपंत बर्वे, शंकरराव धुळेकर, फैय्याजखाँ हिराला गाण्याची तालीम द्यायचे. आमच्या घरी आली की माझ्याबरोबरच आमचे खाँसाब, तसंच छजूखाँसाब, प्रेमानं हिराला शिकवायचे.''

''तरीच''

''काय गं?''

अंजनीनं विचारलं.

''तरीच, तिनं संगीत दामिनी नाटक लिहिलं. शिवाय तिच्यामुळेच केळकर, कोल्हटकर, खाडिलकर, गडकरी, बालगंधर्व, या सर्वांच्या नाटकातील गाण्यांना चांगल्या चाली मिळाल्या असं आमचा अण्णा म्हणाला होता.''

''होय सुधा, गडकरी, रेंदाळकर, बालकवि, वरेरकर, लेले आणि अनेक थोर माणसांची हिराच्या घरी ये जा आहे, तिच्यामुळे त्यांना स्फूर्ती मिळते आणि हिरा त्यांत रमून जाते. पण खरंच सांगायचं, तर या एका कारणानेच मी आणि सुरंगानं तिच्या घरी जाणं येणं थांबवलं.''

''कां? त्या लोकांच्या येण्याशी. आपला काय संबंध?''

''संबंध? संबंध आहे सुधा! नाही कसा? आपली मैत्रिण एक बुद्धिमान विदुषी आणि लेखिका आहे. याचा मला जरुर अभिमान आहे. पण त्याचवेळी मला हेपण विसरता येत नाही कीं हिरा एक अतिशय देखणी, गायिका आणि

कलावंताच्या जातीत जन्मलेली मुलगी आहे. अशा मुलीकडे पुरुषांची बघण्याची दृष्टी सोवळी नसते. याचा फार भयानक अनुभव मी घेतलाय. लोक माझं गाणं ऐकायला येतात? कीं मला बघायलां? हा प्रश्न माझ्या मनाला नेहमी पडतो. शिसारी येते मला त्यावेळी. तसंच... हिराच्या घरी, तिच्या बुद्धीची, तिच्या कलेची तारीफ करत गोळा झालेले पुरुष... तिच्या देखण्या रूपामुळेच अधिक गर्दी करतात. पण हे हिराला समजत नाही. समजलं तरी थांबवता येत नाही. त्यांनी केलेल्या स्तुतीच्या शब्दांची नशाच तिला चढते. वेडी आहे हिरा! त्या सर्वांना तिचा सहवास हवा. तिच्यापासून होणारा लाभ त्यांना हवा हे तिला समजत नाही. अगं, कुणा एका नामवंत पुरुषाने हिरावर लुब्ध होऊन एक कविता केली. ''रचिशि वेषभूषा अथवा कुसुमचाप पाशा' या ओळींनी सुरुवात झालेली कविता, त्यानं हिराला अर्पण केली आणि या वेडीनं...'' आपला संताप आवरत अंजनी म्हणाली,

''या वेडीनं, ती कविता फ्रेम करून आपल्या दिवाणखान्यांत लावलीय. सुधा, चारित्र्य हा बाईमाणसांचा खरा दागिना ना? तू, मी, सुरंगा, बाबली, नागली, वत्सला, नर्मदा... आपण सर्वजणीच परंपरेच्या बळी आहोत. ही परंपरा उद्या बदलेलही; पण त्यासाठी आज आपण भक्कम हवं ना? कसं समजावू मी हिराला? तूंच सांग? परंपरेनुसार आणि मावशीच्या हट्टापायी तिला लहान वयांतच यजमान करावा लागला. तिच्या मनाविरुद्ध; पण त्यानंतर हिराचं एका माणसांवर खरं प्रेम जडलं.''

''नानासाहेब जोगळेकर?''

''हं. पण ते अकाली मरण पावले. पुन्हा भावनिक संघर्ष. आणि त्या सर्व मानसिक ओढाताणीनं हिरा पार खचलीय. तशात घरांत हा असा अखंड दरबार...मी ऐकलंय... म्हणजे विनायकमामा सांगत होता... हिरा आता व्यसनांत गुरफटत चाललीय.''

अंजनी खोल आवाजांत म्हणाली.

''अरे देवा, काय झालं हे हिराचं?''

सुधा कळवळून म्हणाली. स्त्रीच्या जन्माची ही एक वेगळीच चित्तरकथा होती. ती ऐकून सुधाच्या डोळ्यांत टचकन् पाणी आलं. अंजनी म्हणाली.

''सुधा, माझी हिरा लेखिका वगैरे नसती तर बरं झालं असतं. सुखी झाली असती. सुधा, तू येशील हिराच्या घरी? आपण जाऊच तिला भेटायला तूच बघ सारं आणि तूच सांगशील काही तर बरं होईल!''

''अवश्य येईन. मलापण तिला भेटायचं आहेच.''

सुधा म्हणाली.

"आपली हिरा, खरोखर गुणी आणि बुद्धिमान ! कल्पनेत रमणारी. थोडी भावूक. त्या भावूकतेचा फायदा घेणारेच तिच्या घरी जास्ती येतात. मी आणि सुरंगा तिला नेहमी समजावून सांगतो. आणि अनुभवानं आता तिला पण खरं खोट समजून आलंय. पण त्यानेच ती दिवसेंदिवस निराश होत चाललीय. घरचा भार आहेच तिच्यावर. म्हणून मला तिची काळजी वाटते सुधा! कशी का असेना मला आणि सुरंगाला चांगली माणसं भेटली. पण हिराचं तसं झालं नाही. वाईट वाटतं. आपण भेटू तिला. धीर देऊ. बिचारी हिरा."

अंजनी उदास झाली. तेव्हा विषय बदलत सुधा म्हणाली,

"अग हो अंजू! तुझी ही दौलत घे पाहू ताब्यांत. केव्हापासून जपून ठेवलीय?"

कपाटातून एका लिफाफ्यातून पत्रिका काढून अंजनीच्या हाती देत सुधा म्हणाली,

"आजोबांना कुंडली बघण्याचा फार षौक. तुझ्याबद्दल त्यांना काय वाटत होतं कोण जाणे? त्यासाठी ते शाळेत गेले. तुझी जन्मतारीख मिळवून कुंडली मांडली. ते सांगायचे तसा राजयोग मिळालाय तुला. पण त्यापेक्षा तुझ्या कुंडलीत संन्यासयोग प्रबळ आहे. तो कसा? हे माझ्याही ध्यानी येत नाही. पण आजोबा मात्र नेहमी म्हणायचे", अंजनी हसली,

"हे राजवैभव सोडून खरंच का कधी संन्यास घ्यावा लागेल?काय असेल याचा अर्थ?"

घरी परतणारी अंजनी विचार करत होती.

ठरल्याप्रमाणे हिराच्या घरी भर दुपारी अंजनी आणि सुधा पोहोचल्या तेव्हा घरची इतर माणसे वामकुक्षी करत होती. अंजनीचा आवाज ऐकून हिरा चटकन् बाहेर आली. हिराकडे बघून अंजनीला धक्का बसला. हिराचा गौरवर्ण काळवंडून गेला होता. चेहऱ्यावरचं तेज, निरोगीपणा नाहीसा झाला होता. डोळ्यांखाली काळी वर्तुळं उमटली होती. हिरानं त्यांचं आनंदानं स्वागत केलं,

"हिरा, काय ही अवस्था? बरं नाही का?"

अंजनीनं काळजीनं विचारलं,

"काय झालंय मला? ठणठणीत आहे. पण काही तरी व्हावं आणि संपावा हा जन्म असं मात्र वाटतं." हिरा उद्वेगानं उद्गारली.

"काय झालं हिरा?"

सुधानं विचारलं. हिरा तिच्याकडे बघत होती. कितीतरी वर्षांपूर्वी शाळेत रोज भेटणारी सुधा पाठक, हिराची खरी मैत्रिण होती. सुधा! पाठकशास्त्रींची

नात! एका दशग्रंथी विद्वान शास्त्र्याघरची मुलगी आपल्या घरी आली याचं हिराला खूप अप्रूप वाटलं. सुधाला मिठी मारून हिराने विचारलं,

"सुधा, तू? माझ्याघरी?"

"हो! त्यांत आश्चर्य काय? मी माझ्या मैत्रिणीला भेटायला आले. एका लेखिकेला भेटायला आले. तुझी मला नेहमी आठवण येते. तुझं छापून आलेलं सारं मी कौतुकानं वाचते. मनोरंजनमध्ये आलेला तुझ्यावरचा लेखही मी वाचला. तसंच ललितकलादर्शने रंगभूमीवर आणलेलं तुझं 'संगीत दामिनी' नाटक आमच्या घरच्या सर्वांनी पाहिलं. आमचा अण्णा तर नाटकाचा वेडा! त्यानं कितीदा तरी ते नाटक पाहिलं! त्यामधल्या गाण्यांच्या चाली तो सारखा गुणगुणत असतो. खरंच हिरा. मनापासून आनंद वाटतो मला. मी तर ज्योबाबाला पत्रांतून सगळं कळवते आपल्याला खरी प्रेरणा त्यांनीच दिली. ज्योबाबा आता लंडनला असतो. माया सिस्टर मात्र वारली. आपल्या त्या शाळेतच मी काम करते."

"खरं?"

कुणा विद्वान ब्राह्मणघरची विधवा असणारी सुधा... आज कर्तृत्ववान बनून हिराच्या समोर उभी होती. चारित्र्याचं तेज तिच्या गोऱ्या चेहऱ्यावर स्पष्ट उतरलं होतं. बुद्धिमत्तेचं तेज तिच्या डोळ्यांतून व्यक्त होत होतं. आजवर हिरानं जे पाहिले होते... ते सारे बुद्धिमान असणारे ब्राह्मण घरामधले पुरुष होते. त्या सर्वांच्या असामान्य प्रतिभेने हिरा चकित झाली होती. त्यांच्या सर्वांच्या असामान्य बुद्धिमत्तेची, ज्ञानाचीच हिराला भुरळ पडली होती. आणि काही वेगळं दिसलं, कीं जीव झोकून देणारी भावूक हिरा त्यांच्या सहवासांत गुंतली होती. पण आज सुधाला बघून हिराला प्रथमच जाणवलं की एक स्त्री असून विपरीत परिस्थितीशी तडजोड न करणारी सुधापण, त्या पुरुषांइतकीच बुद्धिमान होती. तिनंही अफाट वाचन केलं होतं. अध्ययन केलं होतं आणि फादर ज्योबाबा सारखीच, इतरांना मार्गदर्शन करत होती. आपण मात्र पुरुषांना श्रेष्ठ मानून, स्वतःला कमी का समजतो आहोत... हा प्रश्न हिराला त्याक्षणी पडला होता.

हिराच्या दिवाणखान्यांत राजा रविवर्माने चितारलेले विश्वामित्र मेनकेचे चित्र होते. मेनकेच्या हातांत एक नवजात अर्भक होते... त्या मुलाकडे पाठ फिरवणारा विश्वामित्र! ते चित्र बघून, सुधाला वाटलं की, त्या चित्राचा अर्थ हिराला समजावून सांगावा; पण तिनं तो मोह टाळला. आज कितीतरी वर्षांनी हिरा भेटली होती. त्या पहिल्याच भेटीत काही सांगणं योग्य नव्हतं.

दिवाणखान्यातलं दुसरं भव्य चित्रही रविवर्मांनी चितारलेलंच होतं. पाठीवर मोकळे केस साडून, मनमुक्त झोके घेणारी, झोक्यावरची सुंदर स्त्री त्या चित्रांत रेखाटली होती. ते चित्र म्हणजे हिराच्या मनस्वी वृत्तीचंच प्रतिक आहे असं

अंजनीला वाटलं. तिसऱ्या भिंतीवर फ्रेम करून लावलेली कविता सुधा व हिरा वाचत होत्या. कवितेखाली कवि म्हणून त्या थोर साहित्य सम्राटाने लपेटदार सही केली होती. सुधा हसली. चित्रकाराला किंवा कविला स्फुर्ती देणारी स्त्री, स्वतःला इतकं कमी का समजते हा प्रश्न तिला पडला होता. त्याचं कारणही 'परंपरा' हेच असावं. सारी वेदशास्त्रं, पुराणं शोधली तरी त्यांत पुरुष हा सबल, आणि अनेक गुण धारण करणारी स्त्री मात्र अबला या रुपांतच चितारलेली होती. तशीच समाजाची दृष्टी तयार केली होती. स्त्रीच्या मनांवर, गोंदण गोंदावे तशी तिची प्रतिमा कोरली होती. हिरा त्याला अपवाद असणं शक्य नव्हतं.

"अंजू, आपण लहानपणापासून केसरी वाचायचो ना? त्या केसरी वृत्तपत्राचे संपादन करणाऱ्या साहित्य सम्राटांनी ती कविता मला अर्पण केलीय. त्या दिवशी मला धन्य वाटलं. ती आठवण म्हणून ही कविता फ्रेम करून लावलीय."

हिरा थोडी अहंकारानं म्हणाली,

"पण हिरा, ते तर तुझ्या रुपाचं वर्णन आहे. त्यापेक्षाही तुझे गुण खूप मोठे आहेत."

अंजनी थोड्या करड्या स्वरांत म्हणाली.

"रागावू नको हिरा. पण ते खरंच आहे ना? आता हेच बघ ना? आपली सुरंगा? केवळ प्रेमापोटी राजा रविवर्मांसमोर चित्रासाठी उभी राहिली. त्यांनी आपल्या कुंचल्यातून सारा पुराणकाळ सजीव केला. सुरंगाला अजरामर केलं. भारताची चित्रकला परदेशी पोचली. हे सारं खरं! पण नंतर त्यांना धंदा सुचला... मुंबईजवळच शीलाप्रेस काढून त्यांनी चित्र छापायला सुरुवात केली. चित्रांचा खप वाढला, पैसा मिळाला हे पण खरं... पण आपली सुरंगा, तिचं रुप, तिचं प्रेम, तिच्या भावना हे सारं फुटपाथवर विकायला आलं. या सर्व गोष्टींचा सुरंगाला किती त्रास होत असेल? ज्या प्रेमभावनेतून ती चित्रासाठी उभी राहिली, ती भावना, ना विश्वामित्र समजू शकला... ना कुणी चित्रकार कीं कुणी साहित्य सम्राट! स्त्री म्हणजे तिचं रुप, तिचं सुंदर शरीर! पण स्त्री म्हणजे बुद्धि हे कुणीच समजू शकले नाही. सुधा खिन्नपणे म्हणाली,

"अगदी खरं आहे. मी तर अजूनही तो अनुभव घेतेय."

अंजनी म्हणाली.

"अजूनही म्हणजे?"

"म्हणजे माझं आता लग्न झालं मूल झालं. तरीसुद्धा!"

"वेडी आहेस अंजनी. तो अनुभव लग्न झालं म्हणून संपत नाही. स्त्री तरुण असली कीं तिच्या तारुण्याची अभिलाषा, प्रौढ झाली कीं तिच्या येऊ घातलेल्या वृद्धपणाचा बाऊ दाखवत, तिला आधार देण्यासाठी जवळीक साधणारे...

दुसरं काय करतात? ती पण एक अभिलाषाच! आणि वृद्ध झाली कीं तिच्या जवळच्या पैशांची अभिलाषा.''

हे बोलणाऱ्या सुधाकडे त्या दोघी आश्चर्यानं बघत होत्या.

''सुधा?''

''हो. मीच हे बोलतेय. हे अनुभव तुम्हालाच येतात असं नाही, तर चौसोपी वाड्यात जगणाऱ्या बायकांनासुद्धा हेच अनुभव येतात.''

हिराला आठवत होतं. दामिनी नाटकाच्या लेखिकेचं तिच्या दिवाणखान्यांत कौतुक करणाऱ्या महाभागांना हिरानं जेव्हा ते नाटक अर्पण करायचं ठरवलं, तेव्हा मात्र ती अर्पण पत्रिका त्यांनी छापू दिली नाही. हिराच्या पुस्तकावर आपल्या नावाची अर्पण पत्रिका जर छापली गेली, तर आपला व हिराचा स्नेहसंबंध जगजाहीर होईल ही भीती त्यांना वाटली. ते जाहीररीत्या सांगण्याची त्यांना लाज वाटली.

हिराबाई पेडणेकर... या नावाशेजारी आपलं नांव येणं त्यांना कमीपणाचं वाटलं होतं. त्यावेळी हिराच्या भावना दुखावल्या गेल्या. तिचा स्वाभिमान जागा झाला होता. शेवटी हिरानं तो स्नेह तोडून टाकला. ही घटना अगदी अलिकडेच घडलेली असल्याने त्याचा आघात हिराच्या मनावर ताजा होता. हिराला सुधाचं म्हणणं पटलं होतं. तिचा हात स्नेहभरानं हाती घेऊन सुधा म्हणाली,

''हिरा, तूसुद्धा त्या सर्वांइतकीच बुद्धिमान आहेस. संस्कृत नाट्याचा, वाङ्मयाचा तू पण गुर्जरशास्त्र्यांकडे अभ्यास केला आहेस. तू अहंकार बाळग. कुणापुढे उगीचच वाकू नकोस. त्यांच्या गुणांचा आदर जरुर कर. पण त्यांना अवाजवी भाव देऊ नकोस. तुला कोणत्या शब्दांत सांगू मी?''

''काही सांगू नकोस सुधा. मलाच अनुभवानं आता सारं समजायला लागलंय.''

ते ऐकून अंजनी, सुधाला समाधान वाटलं. अंजनीच्या अंगावर पोटातल्या गर्भाचं तेज चढलं होतं. ती खूपच सुंदर दिसत होती. भीमामावशीनं तिचं खूप कौतुक केलं. निघताना अंजनीनं त्यांना वाकून नमस्कार केला. तिला आशीर्वाद देताना भीमामावशी म्हणाली.

''देव बरे करो. चेडो जावो.''

''मुलगा?''

त्या तिघीजणी का हसताहेत हे भीमामावशीला समजेना!

नबूबाईंनी पांढऱ्याशुभ्र दुपट्यांत गुंडाळून आणलेला, तो लालबुंद मांसाचा गोळा बघून वसनजीचां विश्वासच बसेना. त्यानं निरखून पाहिलं तर त्या गोळ्याला

नाक, डोळे, भिवया होत्या. घट्ट मिटलेले नाजूक ओठ, डोकीवरचं काळंभोर जावळ आणि आईच्या वळणावर गेलेला त्याचा चेहरा. हे सारं बघताना वसनजीचा ऊर भरून आला. त्याच्या प्रेमाला आलेलं ते सुंदर फळ होतं. अंजनी व बाळ यांना काही कमी पडू नये म्हणून त्यानं एकच धांदल उडवून दिली.

मुलाचा जन्म होऊन तीन महिने झाले तसे वसनजी व नबूबाईचे त्याच्या बारशाचे बेत सुरू झाले.

"आई, आपल्या घरचं पहिल्या मुलाचं, बारसं... ते खूप वेगळं आणि थाटामाटांत करायचं." वसनजी उत्साहानं म्हणाला,

"वेगळं? ते आणि कसं? बाबूला समजतं थोडंच? हवं तर वाढदिवस मोठ्या थाटानं करू." अंजनी म्हणाली. पण नबूबाई म्हणाली.

"ते काही नाही. किती वर्षांनी घरांत मुलगा झालाय? मला वाटतं, माझा बाबूच या घरांत पुन्हा आला आहे."

प्लेगच्या साथीला बळी पडलेला आपला छोटा मुलगा आठवून, नबू अस्वस्थ झाली. तिची अवस्था बघून अंजनीच मग म्हणाली,

"बरं बाई. तुम्ही दोघे एक झाल्यावर माझं काय चालणार?"

आणि खरोखरचं अंजनीचं न ऐकता वसनजी आणि नबूबाईनं बारशाचा थाट उडवून दिला. नारायण आश्रमाच्या मोठ्या बैठकीच्या खोलीत फुलांनी सजवलेला पाळणा ठेवला होता. नबूबाईंच्या साऱ्या बहिणी व त्यांचे सोयरे यांनी घर भरून गेलं होतं. साऱ्या घराला विजेची रोषणाई केली होती. बंगलीच्या दरवाजांत सनई-चौघडा वाजत होता. साऱ्या सुवासिनींनी बाळाला पाळण्यांत घातलं आणि त्याच्या कानांत सांगितलेलं 'श्रीपाद' हे नांव एकमेकांना सांगत साखर तोंडात घातली.

श्रीपादच्या बारशानिमित्त गाण्याचा कार्यक्रम ठेवला होता. नजिरखाँपासून सर्व जाणकार गाणं ऐकायला हजर होते. तसेच पंडित वझेबुवा हजर होते. जद्दनबाई, गंगूबाई हनगल, हिराबाई बडोदेकर, केसरबाई केरकर सर्व मोठ्या गायिका आजच्या बैठकीत गाणार होत्या. आजची बैठक म्हणजे रसिकांना एक पर्वणीच होती. सारे निमंत्रित हजर होते. फक्त केसरबाई आल्या नाहीत, म्हणून सर्वांची मने खट्टू झाली. तरी सुद्धा बैठक सुरू झाली आणि तिची रंगत वाढत गेली. कारण सुरुवातीला जद्दनबाई, पाठोपाठ गंगूबाई आणि हिराबाई यांची गाणी चढत्या क्रमाने रंगत गेली. तेव्हा रात्रीचे साडेतीन झाले होते. आजच्या बैठकीत अंजनी गाणार नव्हती. पण सॉलीसिटर खोटे, कोटकर यांनी तिला गाण्याचा आग्रह केला.

"आजच गाणं तर या सर्व ज्येष्ठ अशा मेहमानांचं आहे. आज माझं गाणं महत्त्वाचं नाही. आता यानंतर पंडितजी आपण गावं. सारेजण त्याची वाट बघत आहेत."

अंजनी संकोचानं म्हणाली. जद्दनबाई, गंगूबाई, हिराबाई यांचं सुंदर गाणं ऐकल्याचा तिला खूप आनंद झाला होता.

"पण बाई, आम्ही आज अतिथि आहोत. आणि अतिथीचं समाधान करणं, हे यजमानाचं कर्तव्य आहे. तुमचं गाणं ऐकल्याखेरीज बैठक पूर्ण होणार नाही. गा बाई. तुमच्यानंतर मी गाईन!"

वझेबुवा सारख्या श्रेष्ठ गायकाचा असा आग्रह मोडणं अंजनीला शक्य नव्हतं. तिनं तंबोरा हाती घेतला. वझेबुवांनी आग्रहानं तिला रामकली गायला सांगितलं. पहाटे चार वाजता सुरू झालेला रामकली सकाळी सहा वाजता पूर्ण करून अंजनीनं तंबोरा खाली ठेवला.

आजवर रामकली इतक्या सुंदर रीतीनं कुणीच रंगवला नसेल, असं ऐकणाऱ्यांना वाटत होतं. ते ऐकून, एका भारावल्या अवस्थेतच वझेबुवा गायला बसले.

त्यांचं गाणं सपलं, तेव्हा सकाळचे दहा वाजले होते. वझेबुवांचं अप्रतिम गाणं, त्या दिवशीच्या श्रोत्यांपैकी कुणीही विसरू शकणार नव्हतं, इतकं ते रंगून गायले होते.

"आजच्या बैठकीला केसरबाई आली असती, तर दुधांत साखर पडली असती."

अंजनी पुन्हापुन्हा म्हणत होती. वसनजी मात्र त्या संपूर्ण समारंभाने खूप सुखावला होता. संगीताच्या प्रेमानंच तो व अंजनी एकत्र आले होते. त्या संगीतवेलीवर जे पहिलं फूल उमललं त्याचं स्वागत स्वरधारांनीच केलं गेलं.

त्या बैठकीला सरलाबाई कुमठेकर, ताराबाई वेलिंगकर, बुचीबाई, सोकरबाई सारख्या जाणकार गायिका प्रेमानं उपस्थित राहिल्या, याचा वसनजीला आनंद झाला होता.

संगीत हे त्याचं जगण्याचं बळ होतं. आणि कलावंतांना तो प्रती परमेश्वरच मानत होता.

सारं घरदार, श्रोते त्या बैठकीनं सुखावले होते. आणि वसनजीही!

अंजनीच्या जीवनांत आता संगीत आणि तिचा संसार ही आनंदाची ठिकाणं बनली होती. वसनजी त्याच्या व्यापार उद्योगांत उत्साहानं काम करत होता. नवे उद्योग सुरू करण्याच्या प्रयत्नांत होता. सुखाच्या, उत्कर्षाच्या टोकावर अंजनी उभी होती.

एके दिवशी नामदेव मांजरेकर अंजनीच्या घरी आले. नामदेव मांजरेकर हे गोमंतकातील एक संगीतप्रेमी होते. मुंबईत 'बॉम्बे म्युझिकल सर्कल' नावाची संस्था होती. त्या संस्थेचे सभासद, मोठे मोठे धनाढ्य लोक होते. त्यांची

वार्षिक फी व देणग्या या सर्वांच्या मदतीने संस्थेत नेहमी बुजूर्ग गायकांची गाणी होत असत. त्या सर्व कार्यक्रमांना मांजरेकर, कोटकर, कलंगुटकर वगैरे दर्दी जात असत. शास्त्रीय संगीत ऐकणं व त्यांवर चर्चा करणं, हाच त्या सर्व मंडळींच्या जीवनाचा आनंदाचा भाग होता.

पण आज अंजनीच्या घरी आलेले नामदेव माजरेकर मात्र खूप संतापून आले होते. ते म्हणाले,

"कितें सांगू बाय तुका? कलावंत आणि रसिक ह्यांका एकच जात असता. ती म्हंजे संगीत प्रेमी! संगीताच्या प्रेमाखातीर आमी थंय वता. पण आमका बारी वागणूक मिळेना. साधं सभासद होता नाही. आणि सभासद नाही म्हणून चांगली जागा नाही. असलो अपमान करून घ्येवचे परिस तिथं न जाणं बरं ना? पण पाड पडले ह्ये संगीताचे प्रेम...

जगतले कशे आमी? संगीतच ना जाल्यार, जिण्यांक अर्थच ना."

नामदेवबाबचे बोलणे ऐकून अंजनी अस्वस्थ झाली. गोमंतकीय माणूस एक वेळ अन्न पाण्याशिवाय जगू शकेल. पण त्याच्या जीवनातले गाणे वजा झाले तर त्याला जगणं असह्य होतं. हे अंजनी जाणून होती. शिवाय कोणतीही संस्था ही ठराविक जातीचं कुंपण घालणारी असू नये. आणि कलेच्या प्रांगणांत तर असूच नये हे तिचं ठाम मत होतं. हा प्रकार ऐकून तिला चीड आली ती म्हणाली,

"नामदेवबाबा, जिथं जातीचा अडसर असतो, तिथं कला फुलणार नाही. अशा ठिकाण जाण्यांत आनंद तरी कोणता? जाऊ नये आपण अशा ठिकाणी."

"पण बाय. लोक अशें कित्या म्हणून वागता?" नबूबाईनं चिडून विचारलं,

"परंपरा."

इतकंच अंजनी म्हणाली. हा शब्द तिला तिच्या लहानपणापासून आवडत नव्हता. त्या परंपरेला तोडण्याचं काम तिच्या शक्तीनुसार तिनं अनेक वेळा केलं होतं. पण इतक्या खोलवर रुतलेल्या जातीयतेच्या मुळांना, उपटून फेकून देण्याचं काम अंजनी एकटी करू शकत नव्हती. त्याला अनेक वर्षे उलटून जायला हवी होती. जातीधर्मावर आधारित समाज बदलायला अनेक वर्षे वाट बघायला हवी होती.

खुद्द अंजनीच्या घरी जातीपातीचं बंधन नव्हतं. नजिरखाँचं सारं कुटुंब आणि अंजनी एकदिलानं वागत होते. अजीमबक्ष, अबदुल अजीज हे सारंगीये अंजनीचे कुटुंबीय होते. वैष्णव संप्रदायाचे सारे उच्चकुलीन आचार्य तिला पितृवत होते तर राजर्षी शाहू बडोदा सरकार, नेपाळ नरेश, होळकर महाराजांनी तिला बहिणीचा मान दिला होता. पंडित भातखंडे, पंडित वझेबुवा, तिच्यावर कन्येप्रमाणे प्रेम करत होते. आणि भाटिया जातीचा वसनजी तिचा पती होता.

ते सारं आठवून अंजनी मांजरेकरांना म्हणाली.

“नामदेवबाबा, या जगात जेवढं चांगलं आहे. तेवढं वाईट असणारच ना? कलेचा आनंद निर्मळ मनानं घेता यायला हवा. म्हणून आपण नवीनच संस्था स्थापन करू या कशी? तिथं येणाऱ्या प्रत्येकाला संगीताचा आस्वाद घेता यायला हवा. मी पुढाकार घेते.”

आणि मुंबईत एका नव्या संस्थेचा शुभारंभ अंजनीने उत्साहाने केला. “बॉम्बे म्युझिकल सोसायटी” असं तिचं नामकरण करून, उत्साही सभासद कामाला लागले. अंजनीच्या या नव्या कामगिरीचं सर्वांनी मनापासून स्वागत केलं.

तो काळ अंजनीच्या वैभवाचा आणि मानसन्मानाच्या उत्कर्षबिंदूचा काळ होता. कुलदेव मुळवीराचे ती सतत स्मरण करत असायची. या आपल्या सुखाला कुणाची दृष्ट लागू नये किंवा आपल्या स्वतःच्या मनाला अहंकाराने स्पर्श करू नये, यासाठी परमेश्वराची पूजाआर्चा ती नित्य नियमानं करीत असायची. सोमवारचे व्रत ती श्रद्धेनं पाळायची. घरातलं वैभव पायाशी लोळण घेत होतं. पण अंजनीचं मन अगदी निःसंग होतं. तिला देणग्या म्हणून मिळालेलं जडजवाहिर बिदागीचे हजारो रुपये, उंची वस्त्रे यांत तिचं मन गुंतत नव्हतं. पण सात सुरांचे सात रंग जे तिला अनेकदा दर्शन देत त्यांतच तिचं मन समाधान पावत होतं.

रसिक तिच्या आवाजाचं, गाण्याचं कौतुक करत... पण ती जाणून होती की तिचा गळा हे परमेश्वरी वरदान होतं... आणि तिचं गाणं, हे तिच्या गुरूनं दिलेलं धन होतं. यांत तिचं स्वतःचं म्हणून, जे काही होतं, ते तिचं चारित्र्य होतं. तिचं सुंदर रीतीनं जगणं व तो परमेश्वरी ठेवा निस्पृह मनाने सर्वांना देणं इतकंच फक्त तिचं स्वतःचं होतं. या जगातली प्रत्येक गोष्ट अशाश्वत होती. या अशाश्वत जगातला माणूस, त्याचं चांगलं वागणं, हेच शेवटी टिकणार होतं. या लहान वयांतसुद्धा अंजनी हे पूर्ण जाणून होती.

मुजॅफ्फराबादच्या बैठकीत अंजनीला नजिरखाँच्या आसनाचा मान दिला गेला होता. शिष्येच्या यशानं सुखावून नजिरखाँनी पुन्हा एकवार जाहीर रीतीनं तिला गंडाबंधन केलं होतं. पूर्वी नारायणरावांनी नजिरखाँना फक्त सव्वापांच रुपये गुरुदक्षिणा दिली होती. नजिरखाँनी रिवाज म्हणून त्यावेळी फक्त चार आणे घेतले होते. पण या दुसऱ्या गंडाबंधनाच्या वेळी मात्र अंजनीनं पाचहजार रुपये गुरुदक्षिणा देऊन गुरुंचा सन्मान केला होता. कारण आता पाच रुपये बिदागी ठरवली, तर पाचशेंची बरसात होत होती. त्यातला प्रत्येक मान सन्मान ती प्रथम गुरुच्या पायांशी आणून ठेवत होती.

‘बुढवा मंगल’ सोहळ्यानंतर अंजनी उत्तरेत ठिकठिकाणी गाण्याच्या बैठकी

गाजवून मुंबईत परतल्यानंतर मुंबईच्या ज्येष्ठ गायिका बापूरताराबाई वेलिंगकर यांनी अंजनीला काळबादेवीला आपल्या कोठीवर बोलावून, सोन्याच्या गिन्न्या उधळून तिचा सन्मान केला होता. बापूताराच्या कोठीवर गाण्याचे आमंत्रण येणे हे फार सन्मानाचे मानले जाई. अशावेळी, त्या कोठीवर सन्मान होणे हे कोणत्याही इतर मानसन्मानापेक्षा फार मोलाची गोष्ट घडली. असं अंजनीला वाटत होतं. नबूबाई आणि नजिरखाँसुद्धा त्या सन्मानानं सुखावले होते.

एक व्रत समजून अंजनी गाणं जपत होती.

माडीवरच्या दिवाणखान्यांत अंजनी विचारात हरवून बसली होती. पाठीवर मोकळे केस पसरले होते. कितीतरी दिवसांत हिरा, सुरंगाबद्दल काहीच वार्ता नव्हती. श्रीपादच्या बारशालासुद्धा त्या दोघी आल्या नव्हत्या. अंजनीला त्या दोघींबद्दल खूप प्रेम वाटत असे. उद्या सुरंगाकडे जाऊन यायचं आणि जमलं तर दोघींनी मिळून हिराकडे जायचं, असा विचार अंजनीच्या मनांत येत होता. बाहेर वसनजींची बग्गी थांबल्याचा आवाज आला. गेले चार दिवस तो घरी आलेला नव्हता. त्याने भागीदारीत नवा उद्योग सुरू केला होता. त्या कारणाने, अलिकडे तो कामांतच गुंतला होता. दिवाणजींकडून तसा निरोपही त्याने पाठवला होता.

बग्गीचा आवाज येताच, मोकळ्या केसांचा पिळा हाताने बांधत अंजनी जिन्याकडे धावली. नेहमीप्रमाणे हसतमुख चेहऱ्याने वसनजी जिना चढत होता. अंजनी म्हणाली,

"चार दिवसांनी आज सूर्य उगवतो आहे. माझं एक वेळ ठीक आहे. पण आईला तुमच्याशिवाय अन्न गोड लागत नाही. आणि श्रीपाद बाबा तर सारखी आठवण काढत असतो."

अंजनी हे बोलत होती खरी... पण गेले चार दिवस वसनजीशिवाय, त्या घरात राहणं, तिला स्वतःलाही जड गेलं होतं. वसनजी म्हणाला,

"पण हे दोन दिवस मी आता कुठंच जाणार नाही बरं अंजनी, तुला आणि बाबाला आयुष्यभर काही कमी पडू नये, म्हणून तर उद्योगधंदे वाढवतो आहे ना? हेच दिवस आहेत कष्ट करण्याचे. नंतर उतारवयांत दगदग थोडीच होणार?"

"खरं सांगू?"

अंजनी म्हणाली,

"देवानं उदंड वैभव दिलं आहे. कुबेर प्रसन्न आहे या घरावर. आता वैभवाची आसक्ति उरली नाही कीं कशाचा मोह! या हातांनी शेवटपर्यंत फक्त इतरांना देता यावं. घरी येणाऱ्या माणसांना भरभरून देता यावं. आणि इतकं धन

तर आहेच. आता तुम्ही त्यांसाठी जास्ती कष्ट करू नये असं मनापासून वाटतं''

"ते जाऊ दे. पण आज बघ; मी तुझ्यासाठी काय घेऊन आलोय. अशी भेट देणार आहे तुला कीं तुझा होश उडून जाईल.''

हातांमधलं पार्सल टेबलावर ठेवून, त्यांवरचा कागद सोडवत वसनजी म्हणाला, अंजनी उत्कंठेनं पहात होती. सारा कागद सोडवून झाल्यावर वसनजी आतमघलं एक एक चित्र काढून भिंतीला टेकवून ठेवू लागला. दुष्यंत-शकुंतला, उर्वशी-पुरुरवा, विश्वामित्र-मेनका, नल-दमयंती, अरण्यवासी सीता, शकुंतला पत्रलेखन, द्रौपदी वस्त्रहरण... जवळ जवळ सारा पुराण काळ सजीव होऊन समोर उभा राहिला होता. प्रत्येक चित्राला वसनजीनं सुबक चौकटीची फ्रेम बसवली होती. त्या सुरेख चित्रांकडे बघताना, अंजनीच्या डोळ्यांतून अश्रू वाहू लागले. तिची लाडकी सुरंगाच, वेगवेगळ्या रुपांत साकार झाली होती. राजाजींनी या चित्ररुपानं सुरंगाला अजरामर करून ठेवलं होतं. सुरंगाच्या आठवणीनं अंजनी व्याकूळ झाली. लाजरी, अबोल आणि मंद प्रकृतीची तिची मैत्रिण सुरंगा... राजाजींच्या कुंचल्यानं तिचं सौंदर्य शतपटीनं खुललं होतं. मंत्रमुग्ध झालेल्या अंजनीकडे आश्चर्यानं बघत वसनजींनी विचारलं,

"काय झालं? चित्रं आवडली नाहीत?''

"अहो, ही तर सुरंगा. माझी मैत्रिण!''

अंजनीला झालेला आनंद तिच्या शब्दाशब्दामधून व्यक्त होत होता. हे नांव अंजनीकडून वसनजींनी अनेकदा ऐकलं होतं. पण तिची प्रत्यक्ष भेट झाली नव्हती. या योगायोगाचं वसनजीला आश्चर्य वाटलं. एका नव्या दृष्टीनं, तो आता चित्रांकडे बघत होता. अंजनी म्हणाली,

"या सुरंगाचं भारी प्रेम आहे तिच्या राजाजींवर. म्हणूनच तर तिनं चित्रांसाठी उभं राहणं पसंत केलं असणार. आजवर पोथ्या पुराणांतून ऐकलेल्या कथाच समोर उभ्या केल्या आहेत. ही सरस्वती म्हणजे खरोखर सरस्वती वाटते. कुणाही भक्ताचं मन तिच्यासमोर लीन होईल आणि हा विश्वामित्र स्वतःच्या मुलीला नाकारणाऱ्या विश्वामित्राचे सारे भाव, त्याची अगतिकता... त्याच्या नजरेतून सहज व्यक्त झाली आहे, उद्याच मी सुरंगाला भेटेन'' अंजनी उत्साहानं म्हणाली. वसनजी हसून म्हणाला,

"खरं आहे तुझं. पण बघ अंजनी, या सुंदर चित्रांना अश्लील ठरवून, देव देवता भ्रष्ट केल्याच्या आरोपावरून धर्ममार्तंडांनी राजा रविवर्माला आरोपी बनवलं आहे. खटला घातला आहे.''

"अगो, बाये?''

अंजनी आश्चर्यानं उद्गारली.

"देव, देवता कधी भ्रष्ट होतात का? त्या कशा भ्रष्ट झाल्या?"

"राजाजींनी शिलाप्रेस घालून, जर्मन तंत्रज्ञांच्या मदतीने चित्रे छापली. ती बाजारांत येतांच सर्व स्तरांवरच्या लोकांनी त्या चित्रासाठी एकच गर्दी केली. घराघरांतून, झोपडींतून, देव-देवतांच्या या प्रतिमांची पूजा होऊ लागली. पूजा करण्याचा अधिकार ज्यांना नाकारला गेला. अशी माणसे पूजा करतांना बघणं हे धर्ममार्तंडांना कसं खपणार? मग वसनजी खिन्नपणे म्हणाला,

"जात, परंपरा या दोन शब्दांवर अंजनीचा खूप राग होता. या दोन शब्दांनीच अर्ध दुःख जन्माला आलं होतं." ती चिडून म्हणाली,

"जात? कुणी निर्माण केली ही जात अन् परंपरा? एवढा विशाल असा आपला धर्म... आणि निर्गुण असा हा परमेश्वर... त्याला चौकटीत बांधणारे हे धर्ममार्तंड कोण हेच मला समजत नाही. आमच्या गोव्यांतही हेंच चालतं. जात! ज्या समाजांत जात श्रेष्ठ मानतात, तो समाज पुढे कसा जाणार?"

अंजनीचा चेहरा दुःखानं झाकोळून गेला. ती म्हणाली,

"भावुक मनाची माझी सुरंगा... आणि कलावंत मनाचे राजाजी... दोघे एकत्र आले आणि ही अमर चित्रशिल्प निर्माण झाली; पण हा समाज त्यांना सुखानं जगू देणार थोडाच? दृष्ट लागली त्यांच्या प्रेमाला." थोडावेळ कुणीच बोलत नव्हते. अंजनीच एकदम आवेगानं म्हणाली,

"मघापासून मी तोंच विचार करतेय. मी पण आता वैभव, मानसन्मानाच्या टोकांवर उभी आहे. कुटुंबसुख पुरेपूर भोगतेय. घरांत बाबा, लहानाचा मोठा होतो आहे. आपल्याही सुखाला कुणाची नजर तर नाही ना लागणार? खरंच कुणाचं चांगलं झालं कीं माणसांना ते बघवत कां नाही?"

तिच्या व्याकूळ प्रश्नाने वसनजी दचकला. पण तिला समजावत म्हणाला,

"वेडी आहेस का? देवावर विश्वास आहे ना तुझा? मग आपलं चांगलंच होणार. उद्या तुझ्या त्या मैत्रिणीला भेटून ये बरं. तिला धीर दे. यावेळी कुणीतरी तिला धीर द्यायला हवा ना?भेट तिला. तुझी काळजीही कमी होईल."

त्यानंतर दोन दिवसांनी सकाळी लवकरच ती सुरंगाच्या घरी गेली. बाकामावशीनं तिचं प्रेमानं स्वागत केलं आणि ती म्हणाली,

"कितें सांगू बाय तुका? पोरीनं आमची लाज चव्हाट्यावर आणली. मोठ्या राजाजीनं तिची चित्रं काढली आणि नाक्यानाक्यावर बायची उघडी नागडी चित्रं विकपाक् दवरली. पैसो, तेका मेळलो आणि आमका लाजेनं मरचे पडले."

"उघडी चित्रं?"

अंजनीनं आश्चर्यानं विचारलं. बाकामावशीनं स्तनपान करणारा कृष्ण आणि

एक वस्त्रा उर्वशीची चित्रं तिच्यासमोर आदळली. अंजनी दचकली. या मावशीची समजूत कशी काढावी हे तिला समजेना. रागारागाने बाकामावशी बोलत होती.

"आम्ही कलावंत घरच्या बायका खऱ्या पण आजवर अब्रूनं जगलो. पदराआडचं रस्त्यावर येऊ दिलं नाही. पण माझ्या लेकीनं आमका सामके उगडे करून नाक्यावर उबे केले. अशे केन्नाच घडू ना. त्ये परिस देवान् माका मरण देवचे अशील्ले."

सुरंगाच्या घरचं वातावरण कमालीचं तापलं होतं,

"आता त्या राजाजीला बेड्या घालून उद्या तुरुंगात ठेवतील ते ठेवतीलच... पण आमचे कितें जातले? खंय वचपाचे आमी? लोक कितें म्हणतले? कितें बुद्ध जाली बायेक आणि चित्रांक उबे रावले."

बाकाबाई संतापानं फुलली होती. जिन्याच्या पायऱ्या चढून, अंजनी सुरंगाच्या खोलीत गेली. पलंगावर निजलेली सुरंगा, अंजनीच्या मांडीवर डोकं ठेवून ढसढसून रडत होती. तिच्या सौंदर्याचा नूरच उतरून गेला होता. तिला बघून अंजनीचा जीव कळवळला. सुरंगाची व्यथा तिला समजत होती. अगदी शुद्ध प्रेमाखातर सुरंगानं जे केलं त्याला इतकं बाजारी स्वरुप आलं होतं. तिचं शुद्ध प्रेम, निर्मळ मन आणि राजा रविवर्मांमधली कलावंतांची दृष्टी... कुणीच समजू शकत नव्हते. कुणाला समजणारही नव्हतं.

परंपरा जपणारी सुरंगाची आई... तिचा संताप अनाठायी नव्हता. तिला समाजाची भीती होती. ती चूक कुणाचीच नव्हती. चूक होता तो परंपरा हा शब्द! ज्या शब्दावर अंजनीचा मनोमन राग होता.

सुरंगाच्या मोकळ्या केसांवर मायेनं हात फिरवत अंजनी इतकंच म्हणत होती,

"धीर धर सुरंगा! परमेश्वरावर विश्वास ठेव. तुझे राजाजी कलावंत आहेत. कलावंत आणि कला कधीच भ्रष्ट नसते. आणि तुझं प्रेम... ते कसं भ्रष्ट ठरेल? ही अग्निपरीक्षा आहे बाई! यांतून कुणाचीही सुटका नाही. पण मला विश्वास आहे. तुम्ही दोघेही यांतून स्वच्छ रीतीने बाहेर येणार आहांत, फादर ज्यो सांगायचे ना? अंतिम विजय सत्याचाच होतो. आठवतंय ना?"

"बायजी, खरंच असं होईल ना?"

भेदरलेल्या सुरंगानं अंजनीचा हात आपल्या हाती घट्ट धरला होता. त्याक्षणी त्या हातांचा आधार तिला फार मोठा वाटत होता.

सुरंगाला भेटून आलेली अंजनी मात्र पार उदास झाली होती. भावूक मनाची

सुरंगा आणि स्वप्नवेडी हिरा... त्याच बरोबरीची परिस्थितीनं कणखर बनलेली सुधा...

सुधा...

सुधानं कोणतं सुख भोगलं होतं? वैधव्याचा शाप तिच्या जीवनाला लागला आणि मिस्किल स्वभावाची सुधा... पार बदलून गेली होती. वरवर पहाताना चष्मा सावरत कठोर चेहऱ्याने प्रिन्सिपॉलच्या खुर्चीत बसलेली सुधा...

तिचं हसणं खरं नव्हतं... की वरवर दिसणारा कठोर स्वभाव खरा नव्हता. सुधाचं मन फक्त अंजनीलाच समजत होतं. अंजनीच्या तिघी बालमैत्रिणी... सुरंगा... हिरा... सुधा...

त्यांची आठवण आली आणि अंजनीला शाळेच्या निरोप समारंभाच्या वेळी ज्यो बाबानं प्रत्येकीला दिलेला गुलाब आठवला. फादरना आधीच या सर्वजणींच भविष्य समजलं तर नव्हतं?

एक एक करत गुलाबाची पाकळी गळून पडत चालली होती. पानं सुकली होती. तरी जवळचे काटे मात्र तीक्ष्ण होत चालले होते. एक अंजनीच अशी होती, कीं सुखानं शिगोशिग भरलेलं ताट तिच्यासमोर होतं... पण... परंपरेची शिकार बनलेल्या आपल्या मैत्रिणीच्या जीवनाची वाताहत बघून... अंजनीचं मन उदासून गेलं होतं.

दिल्लीहून राष्ट्रपती पुरस्कार घेऊन आल्यापासून अंजनी सतत सर्व जुन्या आठवणींची माळ जपत होती. आज सुद्धा... सुरंगाच्या आठवणीनं ती अस्वस्थ झाली होती.

नाजूक सुरंगा... एक घायाळ पांखरुच...

दिल्ली दरबारमधलं, एक गौरव पदक, पण ते घेण्यासाठी दिल्लीला जाऊन आलेल्या अंजनीच्या जीवनाचा सारा तळ ढवळून निघाला होता.

पंचवीस वर्षे झाली होती, गान संन्यास घेऊन! गेल्या पंचवीस वर्षांत, तिनं जाहीर ठिकाणी जाणं येणं बंद केलं होतं. या पंचवीस वर्षांनी... अंजनीला खूप कांही शिकवलं होतं. वैभव आणि निसंःग अवस्था या मधली सीमारेषा ओलांडून ती पार झाली होती. खूप कठीण होती वाटचाल, पण धैर्यानं ती चालली होती. अनेक जीवलगांचे चिरवियोग झेलले होते.

बघता बघता सत्तरीला वय पोचलं होतं. सारं काही भूतकाळात जमा झालं

होतं. आठवणी क्षीण झाल्या होत्या. जपमाळेत आणि मानसपूजेत मन मग्न होतं. कुणी प्रेमानं भेटायला आलं तर मात्र त्याचं स्वागत त्या घरात पूर्वीसारखंच केलं जात होतं.

आणि अचानक हा राष्ट्रपती सन्मान उद्‌भवला होता.

मधमाशांच्या पोळ्याला मधमाशा चिकटून बसलेल्या असतात. त्यांच्या त्यांच्या जागी स्वस्थ! पण, जर कुणी चुकून खडा मारला, तर मधमाशांचं मोहोळ उठतं. त्या आग्यामोहोळाचा डंख जीवघेणा असतो. तसंच... अंजनीच्या स्वस्थ जीवनावर सारी स्मृतींची पाखरं, पंख मिटून शांतपणे विसावली होती. अचानक एक खडा बसला... आणि सारी पाखरं कलकल करत अंजनीला सतावत होती. रात्रंदिवस!

आता शरीर थकलं होतं. त्या शरीर, मनाला आता शांती हवी होती. बालपणापासूनची सुरू झालेली स्मृतीची माला, अंजनीला व्याकूळ करून टाकत होती.

अशा कशा या आठवणी?

विसरलो म्हणता म्हणता जाग्या होणाऱ्या?

त्या कुठं दूर गेलेल्या नसतात... मनाच्या सांदी कोपऱ्यांत दडून असतात. आणि संधी मिळाली कीं सैरभैर करून टाकतात. इतक्या आठवणी, इवल्याशा मनांत कुठे व कशा टिकून राहतात?

अंजनी विचार करायची.

दिल्लीहून आल्यापासूनचा गेला एक महिना अंजनीच्या मनाची अशी उलघाल सुरू होती. तिच्या आवडत्या आराम खुर्चीत ती बसलेली असे. किंवा मौन धारण करून जपमाळ ओढत असे. आठवणी तिला छळत असत.

"माई, चला झोपा पाहू. किती रात्र झाली?"

सूनबाईनं प्रेमळपणे दटावलं. तशी अंजनी हसली. श्रीपाद आता कर्तासवरता पुरुष बनला होता. त्याचा परिवार होता. नातवंडांचं हसणं, खेळणं, त्या घरांत आता ऐकू येत होतं. छोटी छोठी नातवंडं, आपल्या आजीला टकाटका बघत होती. अंजनी हसून म्हणाली,

"अग, गादीवर पडलं म्हणजे झोप लागते थोडीच? जरा शरीर विसावतं इतकंच. चला."

सूनबाईच्या आधारानं, अंजनी आतल्या खोलीत कॉटपर्यंत पोहोचली. तिच्या आधीच दोन्ही नातवंडं आजीच्या बिछान्यावर चढून बसली होती.

"अरे, चला झोपायला. आजीला त्रास नका देऊ."

बाबानं दटावलं. पण कुणी लक्ष दिलं नाही. आजीच्या कॉटवर नातवंडांना सुखरूप वाटत होतं.

"आजी, गोष्ट सांग ना?"

"वाळुकेश्वराची?"

अंजनीनं हसून विचारलं. आता गोष्ट सांगून माई अधिक थकणार, म्हणून सूनबाई गडबडीनं म्हणाली,

"नको माई. आज दिवसभर किती माणसं आली होती! मग तुम्हांला बोलावं लागतं. अजूनही सत्कारांची निमंत्रणं, हार आणि माणसांची वर्दळ! झेपणार तरी कसं?"

अंजनी हसली. सूनबाईचं म्हणणं खरं होतं. तीन तीन दिवस सलगपणे मैफल गाजवणारी ती अंजनी आता थोडीच होती? ती तर आता माई होती. आजी होती. हे शरीर, जे शेवटी या धरतीचं धन होतं... ते थकत थकत, धरतीत विसावणार होतं. तो क्षणही जवळपास कुठंतरी उभा होता. त्या शरीरातली शक्ती आता कमजोर झाली होती. म्हणून पूर्वीच्या अंजनीनं आत्ताची माई स्वीकारायलाच हवी होती.

सूनबाई मुलांना म्हणाली.

"चला बरं? रात्र झाली. प्रार्थना म्हणू."

कॉटसमोरच्या भिंतीला टेकून बाबा, सूनबाई, नातवंडं बसली आणि एका सुरांत प्रार्थना गाऊ लागली.

"कल्याण करी रामराया
देवराया कल्याण करी रामराया..."

पूर्वी कधी आजीनं अंजनी आणि बुचीला शिकवलेली, त्यानंतर नबूबाई आणि अंजनीनं लहानग्या बाबाला शिकवलेली... आणि सूनबाई व बाबानं त्यांच्या मुलांना शिकवलेली प्रार्थना... आजही... अंजनीच्या घरी सुरू होती.

"कोठे जावे... काय करावे
हे जन हाती धरी...
रामराया... कल्याण करी देवराया..."

अंगावर पातळ चादर पांघरून, माई झोपली होती.

स्मृती जागी होणं, हे जसं माणसाच्या हाती नाही, तसंच निद्रेला प्रसन्न करणं हेपण त्याच्या स्वाधीन नाही, हे अंजनी जाणून होती. पण सूनबाईच्या समाधानासाठी, ती अंथरुणावर पडली. समोरच्या भिंतीवर नारायण महाराजांचा फोटो होता. तसाच मूळवीराचाही. त्या फोटोवर लहानसा विजेचा दिवा जळत होता. रात्रीच्या अंधारांतल्या दिव्याचा प्रकाश अंजनीला सोबत करत होता. महाराजांचे

स्निग्ध डोळे, अंजनीला धीर देत होते.

अंजनी जागी होती. स्मृतीचं एक एक पांखरू तिच्या आजूबाजूला विसावलं होतं. पण तेसुद्धा अंजनीच्या एवढ्याशा हालचालीनं जागं होणार होतं. कुशीवर वळून, माई समोरच्या दिव्याकडे बघत होती. त्या दिव्याकडे बघता, बघता अंजनीला हरीद्वारचा घाट आठवला. गंगेच्या प्रवाहात, गुडघाभर पाण्यात उभं राहून, तिनं पानांच्या द्रोणातून, अनेक दिवे, गंगेच्या पाण्यात सोडले होते. झाडाच्या भल्या मोठ्या पानांचा द्रोण आणि फुलांच्या पाकळ्यांच्या मधोमध तेवणारा नाजूक दिवा, गंगेचा खळाळता ओघ... आणि त्यांमधून आपली धारा शोधून तेवत जाणारे अनेक दिवे...

अंजनीनं प्रत्येकाच्या नांवाचा एक एक दिवा, प्रवाहांत सोडला होता. तो दिवा सुखरूप रहावा, म्हणून मनोमन हरेश्वराची प्रार्थना केली होती.

त्यानंतर असे अनेक दिवे अंजनीच्या सभोवती तेवत होते. आणि अंजनीला देवी मानून, तिची आरती उतरत होते. ते सारे थोर कलावंत होते. पण त्यांना अंजनी सर्वश्रेष्ठ वाटत होती. तेजानं ज्योतीची आरती करावी, तसा प्रकार घडत गेला होता. गेल्या महिना भरांत तर अधिकच!

त्या एका एका दिव्याची अंजनीला आठवण येत होती.

'कशी या त्यजू पदाला नाथा' किंवा 'सत्य वदे वचनाला नाथा' अशा नाट्यगीतांवर 'वन्समोअर' घेऊन सारं थिएटर भारावून टाकणारा बालगंधर्व! त्यांनं रंगवलेल्या अजोड स्त्री भूमिका महाराष्ट्र, कर्नाटक, गुजरात साऱ्या भारतभर त्याच्या स्त्री भूमिकांनी लोकांना वेडं केलं होतं.

त्याचं नाटक बघायला कौतुकानं अंजनी गेली होती. आणि त्याची वेशभूषा, त्याचा अभिनय आणि विद्युलतेप्रमाणे क्षणांत आभाळाला स्पर्शून प्रेक्षकांच्या काळजांत शिरणाऱ्या त्यांच्या ताना, ती धुंद नाट्यगीतं...

ते सर्व बघून, अंजनी चकीत झाली होती. त्या थोर कलावंतानं जणू परकाया प्रवेश केला होता. घटकेत तो सिंधु होता तर घटकेत सुभद्रा...

"दादा, ते आले ना!"

म्हणून लज्जा, संकोच सारे भाव चेहऱ्यावर व्यक्त करणारा... प्रेक्षकांना क्षणांत रडवणारा तर घटकेत आनंदाच्या अत्युच्च शिखरावर पोहोचवणारा नारायणराव... खरंच एका राजहंसाप्रमाणे, साऱ्या कलावंतामध्ये डौलानं विहरत होता. त्याच्या कलेवर, गाण्यांवर अंजनीचं मन लुब्ध झालं. त्याला भेटण्यासाठी ती नाटक संपल्यानंतर आंतमध्ये गेली. अंजनीला कल्पना नसताना अचानक त्याने तिच्या पायांना हात लावून नमस्कार केला. संकोचानं अंजनी म्हणाली,

"हे काय करता आहात? आपण केवढे थोर कलावंत?"

त्यावर हसून ते म्हणाले,

"या मिळणाऱ्या वन्समोअरच्या टाळ्या ऐकून तुम्हांला तसं वाटतंय. पण बाप्पा खरंच सांगतो, आपलं गाणं मी ऐकलंय. गातांना आपल्याला पाहिलं आणि वाटलं, अरे ही तर साक्षात सरस्वती माता आहे. गाताना जे दिव्य तेज आपल्या चेहऱ्यावर उतरलं होतं... तसं तेज... हे सारे रंग चेहऱ्याला लावूनसुद्धा आम्हांला प्राप्त झालेलं नाही."

"कधी तरी घरी या. आनंद वाटेल."

त्यानंतर अनेकदा नारायणराव घरी आले होते. आल्यानंतर अंजनीनं त्यांचं अतिशय मनःपूर्वक स्वागत करून बसायला आसन दिलं होतं. पण त्यांनी अंजनीच्या पायांजवळच बैठक घातली. तिच्या पायांना हात लावून ते म्हणाले,

"माई, माझी जागा इथंच आहे. भाग्य माझं की मला इथं बसता आलं."

नारायणराव घरी जेव्हा येत तेव्हा अंजनी सारी कामे बाजूला ठेवून फक्त त्या गंधर्वाच्या गाण्यांत हरवून जाई. नाटकाच्या निमित्ताने सारा हिंदुस्थानभर फिरून, त्यांच्या पोतडीत अनेक अस्सल खानदानी चीजा, भजने, बंदिशी, भरलेल्या होत्या.

त्या अंजनीसमोर मांडाव्यात आणि त्या ऐकण्यात दोघांना वेळाकाळाचं भान राहू नये, असं कैकदा होई.

'किती वेडा पोर! त्याच्याजवळ गंधर्वाचा गळा आहे, पण तो मला सरस्वती माता म्हणतो.'

नारायणरावांच्या आठवणीनं अंजनीचा ऊर भरून आला.

केडगावला दर गुरुवारी दत्तमहाराजांची पालखी असे. त्या पालखी सोबत भजन गात चालणारा बालगंधर्व!

त्यांचं आणि अंजनीचं मग गुरु बंधू-भगिनीचं नातंच जडून गेलं.

महाराजांसमोर अनेकदा ते दोघे भजनांत रंगून गेले होते.

"प्रिये पहा रात्रीचा समय सरुनि..."

गाणं ऐकू आल्याचा भास?... छे! खरंच उषःकाल होण्याची वेळ आली होती. तरी अंजनीचा डोळ्याला डोळा लागत नव्हता.

हलकेच तिनं कॉटलगतच्या भिंतीला टेकवून उशा ठेवल्या. आणि त्या उशांना टेकून ती बसली. वय सत्तरीत पोचलं होतं. थोडेसुद्धा श्रम आता शरीराला सोसत नव्हते. तिची नजर, कान, डोळे आवाज, स्मरण सर्व तल्लखपणे काम करत होते, पण शरीर... त्याची हालचाल फार कमजोर झाली होती.

उशीवर मान टेकवून ती समोरच्या भिंतीवरच्या महाराजांच्या फोटोकडे पाहात, जप करू लागली. न जाणो! अजून किती स्मृती पांखरं या भल्या पहाटे जागी

होणार होती.

'याद पियाकी आये
का करू समझ न आये'

बडे गुलामअली खाँसाहेबांची भरदार, रसिली ठुमरी अंजनीला आठवली. त्याचबरोबर त्यांची उंच धिप्पाड मूर्तीही आठवली. वरवर पहाता उग्र वाटणारे बडे गुलामअली आंतमधून लोण्याहूनही मृदू होते.

'स्कूल ऑफ इंडियन् म्युझिक' ही प्रो. देवधरांची गानसंस्था ऑपेरा हाऊस जवळच होती. अंजनीचं तिथं नेहमीच जाणं येणं असे. अशा एका भेटीत बडे गुलामअली आणि अंजनीचा परिचय झाला.

त्यांच्या गायकीचं स्वरूपच वेगळं होतं. ख्याल गायकाने उपशास्त्रीय संगीत गाणं कमीपणाचं मानलं जात होतं. पण खाँसाहेब फार तर वीस ते पंचवीस मिनिटंच ख्याल गात व त्या थोड्या काळात त्या रागाच्या अनेक बारकाव्यांचं दर्शन घडवत एका चमत्कृतीपूर्ण भावविश्वांत श्रोत्यांना पोचवण्याचं सामर्थ्य त्यांच्या सुरांत होतं. क्षणात भरदार तंबोऱ्याच्या तानांचा झन्कार तर दुसऱ्या क्षणात नाजूक सारंगीच्या सुरांची नजाकत व्यक्त करणारी गायकी बघून अंजनी चकित झाली होती.

अंजनीनं गानसंन्यास घेतला. त्यावेळी बडे गुलामअलीखाँ उत्तरेत असणार होते. देशाच्या फाळणीनंतर तो भाग पाकिस्तानात गेला. त्यानंतर जवळ जवळ चार वर्षांनी खाँसाब हिंदुस्थानात, मुंबईत स्थायिक झाले. त्यांची भेट झाली, तेव्हा अंजनीला गान संन्यास घेऊन पंचवीस वर्षे लोटली होती.

पण देवधरांच्या म्युझिक स्कूलामध्ये अंजनी भेटली तेव्हा त्यांनी अंजनीच्या पायाला हात लावून नमस्कार केला. खरं तर अंजनीचं गाणं त्यांनी कधी ऐकलेलं नसताना, त्यांनी इतका मान का द्यावा? असा प्रश्न अंजनीच्या मनांत येण्यापूर्वीच ते म्हणाले,

"माईजी, बहोत छोटा था मै, फिरभी मुझे याद है आपका गाना । जब आप काशी घाटके मेले में गाती थी । वह गंगाकिनारा और नांव में बैठकर आपका गाना, भला कोई भूल सकता है?"

अंजनीही तो काशीचा बुढवा मंगल सोहळा विसरून गेली होती. त्यावेळची युवती असणारी अंजनी आता सत्तरीच्या घरात पोचली होती आणि त्यावेळेचा छोटासा बच्चा एक दमदार आवाजाचा गायक बनला होता. संगीताच्या धाग्यानं त्या दोघांना बांधलेलं होतं.

"माईजी, जब मै आपका दर्शन करता हूँ तब मुझे गंगामैय्याकी याद आती है ।"

गंगामैय्या आणि अंजनी हे समीकरण त्याच्या बालमनातच जुळलं होतं. ज्या ज्यावेळी ते अंजनीच्या घरी येत, तेव्हा अंजनीला आरामखुर्चीत बसवून स्वतः गालिच्यावर बसत.

'का करू सजनी आये ना बालम'

अशा ठुमऱ्या अंजनीला ऐकवत.

'हरी ओम् तत्सत' हे अंजनीला आवडणारं भजन तर अनेकदा त्यांनी तिला ऐकवलं होतं. अंजनीही त्यांना भक्तिपर अशी वैष्णवी भजने ऐकवी. सत्तरीच्या घरांमधली, तिच्या स्वच्छ आवाजातील भजने ऐकून बडे गुलामअली कानाच्या पाळ्या अनेकदा पकडत.

अंजनीला फेलोशिप मिळाल्याच्या सन्मानार्थ एक समारंभ नुकताच आयोजित केला गेला होता. तर त्यानिमित्ताने बडे गुलामअली खाँसाहेबांचं गाणं ठेवलं होतं. पं. जगन्नाथ बुवा, प्रो. देवधरांसारखे अनेक बुजुर्ग हजर होते.

मैफलीच्या मध्यावर त्यांनी तोडी गायला सुरुवात केली. अस्थाईतून अंतऱ्यापर्यंत तोडी गाऊन झाल्यानंतर तोडी मधून, खट, जेत, ललत, पंचम, परज, पूर्वी भटियार हे सर्व राग वेगवेगळे गाऊन, प्रत्येक रागाचा शेवट झाला कीं पुन्हा मूळ तोडीवर प्रवेश करण्याची किमया करून दाखवून, श्रोत्यांना फार वेगळा गायन प्रकार ऐकवला. अशी अनौखी मैफल कुणी कधी ऐकलीच नसेल अशी सर्वांची अवस्था होती. इतक्या उच्चकोटीचं गाणं गाणारे बडेगुलाम अलि मैफल संपताच म्हणाले,

''आज गाते समय मुझे ऐसा लगता था, जैंसे मै गंगाकिनारे बैठा हूँ ।''

किती वेडी आहेत ही माणसं ! किती प्रेम दिलंय या सर्वांनी? त्या प्रेमाच्या बळावरच तर ही म्हातारी हाडं जिवंत आहेत. हे प्रेमच जगण्याचं बळ देतं.

अंजनी स्मृतीत रंगून गेली होती. वाऱ्याच्या झुळूकेनं कॅलेंडरची पानं फडफडली. अंजनीनं पाहिलं, कॅलेंडरच्या पानावरचं माडाच्या झाडाचं चित्र हालत होतं. गोव्याच्या समुद्र किनाऱ्याच्या देखावा असणारं ते कॅलेंडर बाबानं मुद्दाम आणून लावलं होतं.

अंजनीला तिचं आजोळ गांव 'मालपे' आठवलं. घराच्या बलकांवर बसलं की, अशाच माडाच्या झावळ्या हालताना दिसत. यानंतर त्या आजोळी जाणं शक्य नव्हतं, मालपे तिथलं मूळवीराच मंदिर तिथल्या गोमुखातून पडणारी, स्वच्छ, ताज्या पाण्याची धार...

ती धार आठवली, तसाच स्वच्छ, धारदार आवाज असणारी मोगुबाई आठवली. मोगुबाई कुर्डीकर... मूळची गोव्याच्या कुर्डीची... पण मुंबईतच स्थायिक झालेली मोगू! खरं तर अंजनीपेक्षा वीस वर्षांनी ती लहान होती. अंजनीनं जाहीर बैठका

करणं सोडलं त्यावेळी मोगुबाईचं गाणं ऐन भरात होतं. अंजनीला तिचा खूप अभिमान वाटायचा.

गुरुला प्रसन्न करून घेण्यासाठी मोगूनं खडतर प्रवास केला होता. कोल्हापूर, सांगली, मुंबईपर्यंत गुरुपाठीमागे ती फिरली होती. एखाद्या हठयोग्यासारखी शिस्त पाळून, तिनं गुरुला प्रसन्न करून घेतलं होतं. ती फार मोजक्या बैठकी स्वीकारायची पण जे गाईल तो प्रत्येक सूर अस्सल मोत्याचा असे. त्या सुराचा शोध तिचा स्वतःचा असे. अंजनीनं एकदा मोगूला घरी बोलावून तिचा आदरसत्कार केला. तिच्या बरोबर तिची उंचेली बारीक अशी मुलगी होती. बोलू की नको अशा द्विधा मनःस्थितीतच मोगुनं अंजनीला विचारलं होतं,

"माई, एक विचारते रागावणार तर नाहीस?"

"अं. हं. विचार ना!"

"माई, तू खरंच भाग्यवान! नजिरखाँसारखे गुरु तुला सहज मिळाले. आई पाठीशी होती. मला तर यामधलं कांहीच मिळालं नाही. जे मिळालं, त्यासाठी फार शक्ती खर्च करावी लागली. पण माई, छत्तीस वर्षे, अतिशय कष्ट करून तू जे गाणं मिळवलेस ते गाणे तू का सोडलंस? मग अर्थ काय त्या शिकण्याचा? छत्तीस वर्षे गुरुच्या चरणांजवळ बसून जे संस्कार तुझ्या गळ्यावर झाले, त्या संस्काराचं काय? गुरुजींनी दिलेल्या त्या वारशाचं काय?"

असा परखड प्रश्न फक्त मोगूबाईचं विचारू शकत होती. अंजनी हसून म्हणाली,

"अग, गाणं सोडू म्हटलं तरी सुटतं थोडंच? जाहीर बैठका सोडल्या. हे खरं. किती गायचं? कुठवर गायचं? ... चल. ते जाऊ दे.

तूं ऐकव पाहू कांही!"

त्यादिवशी सावनी कल्याण रागातली 'देव देव संतसंग' ही झपतालातली मोगूबाईनं ऐकवलेली चीज... या क्षणीही अंजनीला स्वच्छ ऐकू आली. तानांचा पाऊस बरसतानांच लय आणि सुरांचा मिलाफ झाला होता.

मोगूबाईंची मुलगी किशोरी अंजनीकडे मधूनमधून यायची. खरं तर किशोरी मोगूबाईंची शिष्याही होती. पण अंजनीच्या गायकीचा परिचय व्हावा म्हणून मोगूबाई किशोरीला अंजनीकडे पाठवत होती. किशोरीच्या रुपानं मोगूबाईचं गाणं... नव्यानं फुललं होतं. वंश तेवत होता. आपण...

आपण असा एखादा शिष्य का घडवला नाही? आपली विद्या शक्यतो, इतर कुणाला न देणाऱ्या खाँसाबनी सारं विद्यादान आपल्या पदरांत टाकलं. आसनाचा स्वतःचा मान शिष्येला दिला. तिच्या यशानं ते सुखावले.

आपण मात्र गानसंन्यास घेतला. गुरूनं दिलेलं व्रत, गुरुला दिलेला शब्द

आपण पाळला नाही. भेंडीबाजार घराण्याचं नांव सांगणारा एखादा शिष्य निर्माण केला नाही, नको त्या वयांत अध्यात्म सुचलं.

ऐन रणांगणांत धनुष्य खाली ठेवून, पोकळ तत्वज्ञान सांगणाऱ्या अर्जुनासारखं आपण वागलो तर नाही?

खाँसाहेब, आई, बाबा... सर्वांची आठवण येऊन अंजनीचा जीव व्याकूळ झाला. गुरुंचं स्मरण करून ती मन शांतवू लागली. डोळ्यांतून पाणी वहात होतं. घशांत आवंढा गच्च दाटून आला होता.

'खाँसाहेबांना समजेल ना आपलं मन? जर समजलं तर त्यांनाच समजू शकेल.'

आपल्या चेडवाच्या मनांत पारदर्शीपणानं जर कुणी डोकावलं असतं तर खाँसाहेब!

'सुनता हे गुरु ग्यानी
ग्यानी ग्यानी...
गगन मे आवाज हो रही
झिनी झिनी...'

कुमारचं देहाती भजन कानांत गुंजत होतं. देवासहून थेट मुंबईत येणारा... आणि मुंबईत आला की थेट अंजनीच्या घरी येणारा कुमार...

कुमार गंधर्व... साक्षात गंधर्व...!

अंजनीला आठवत होतं. प्रो. देवधरांकडे कुमार यायचा. एके दिवशी प्रो. देवधर त्यांना घेऊन आले आणि अंजनी पहातच राहिली. नांवाप्रमाणेच कुमारचे सारे सात्विक भाव चेहऱ्यावर व्यक्त करणारा आणि गंधर्वांप्रमाणे आवाज असणारा कुमार गंधर्व, देवधर म्हणाले,

"माई, या कुमारला गाणं शिकायचं आहे. त्याला गाणं शिकवायचं अंजनीनं एका क्षणांत कबूल केलं आणि नंतर तिचं तिलाच वाटलं की जमेल ना? गाणं सोडून तीस वर्षे झाली आहेत. येईल ना शिकवता?"

गाणं शिकवण्यासाठी लीनपणे समोर बसलेल्या कुमारसाठी अंजनीनं सूर लावताना, आपला प्राण त्यांत भरला होता. त्या सुरांत आज सुद्धा सामर्थ्य होतं. सूर एखाद्या ज्योतीसारखा लागला. कुमार म्हणाला,

"माई, आज खरा सुरांचा साक्षात्कार झाला. सूर ऐकतांच भान हरपलं. दुसरं काही नाही. फक्त प्रकाशच प्रकाश होता भरलेला. आजूबाजूला फक्त आनंद! मी फार भाग्यवान आहे माई! कुठून मिळवलंत हे अद्भूत सामर्थ्य?"

"वेडा पोर!"

अंजनी पुटपुटली.

'स्वत: गंधर्व आहे, हे कधी कळणार आहे याला?'

अंजनीच्या नजरेसमोर कुमारची मूर्ती तरळली. कानांत त्याचा आवाज गुंजत होता,

सून्य गड शहर
शहर घर बस्ती
कौन सोता, कौन जागे रे
लाल हमरा हम लालने के
तन सोता ब्रह्म जागे रे...

त्या देहाती भजनांत प्राण ओतून गाणारा कुमार अंजनीला आठवत होता.

तिनं उशी गादीवर ठेवली आणि डोळे मिटून झोपेची आराधना करू लागली. नजरेसमोर कधी बेगम अखत्र् येत होती. लग्न झाल्यावर गाणं सोडावं लागलं म्हणून व्याकूळ होणारी बेगम आणि तिचा रसिला आवाज...

दर शनिवारी आणि रविवारी पुण्याहून मुंबईला केवळ गाणं शिकायला येणारा जानोरीकर... व्यास पौर्णिमेला अंजनीला पुण्याला नेऊन तिची गुरुपूजा करणारा हा तिचा शिष्य... त्याच्या रुपानं भेंडीबाजार घराण्याचं गाणं अस्तित्वात होतं.

तसाच दुसरा पंडित जितेंद्र अभिषेकी, गंगूबाई, हिराबाई...

काशीच्या घाटावर गंगाप्रवाहात सोडलेले असे अनेक दिवे आठवता आठवता अंजनीचा डोळा लागला. जाग आली तेव्हा सकाळचे आठ वाजले होते.

"माई उठताय ना? आज इतका वेळ झोपलांत? रात्री झोप लागली नाही कां? कसं वाटतं?"

सूनबाई एका पाठोपाठ प्रश्न विचारतं होती. अंजनी म्हणणार होती.

"अग हो. हो. किती प्रश्न विचारशील एका पाठोपाठ?"

अंजनी बोलणार होती. पण आवाजच उमटेना तिनं प्रयत्न केला तरी शब्द उच्चारता येईना.

गजराबाई, सूनबाई, बाबा सारे जमले. गरम पाणी, गरम चहा देऊनसुद्धा घशातून शब्द उमटेनासा झाला. थकून अंजनीनं उशीवर मान टेकवली. डॉ. प्रधान म्हणाले,

"माई, आता सत्कार बंद. बरं का! नाही म्हटलं तरी घशावर ताण पडतो. बोलावं लागतं. हवेत गारठा असतो. ते काही नाही. आजपासून मौन पाळा बरं!"

अंजनीनं हसून मान हलवली,

"बाकी, सर्व काही नॉर्मल आहे. फक्त विश्रांती हवीय."

गोमंतक मराठा समाज, दि गोवा हिंदु असोसिएशन, म्युझिक स्कूल, काब्राजी क्लब, बॉम्बे म्युझिकल सोसायटी. कितीतरी ठिकाणी सत्कार होत होते.

कुठून कुठून माणसे भेटायला येत होती. गेली पंचवीस वर्षे तशी शांततेत, एकांतात घालवली होती. कुणी घरी प्रेमानं भेटायला आलं की गप्पा होत. गाणं ऐकलं ऐकवलं जाई. वेगळ्या आनंदांत वेळ जाई. कुणी शिकायला आले तरी एका हाताने जपमाळा आणि एका हातानं ताल धरून शिकवण्यांत वेळ निघून जाई... जीवन कसं संथ जात होतं.

पण दिल्लीचा सन्मान घेऊन आल्यापासून पुन्हा माणसांचं आणि आठवणींचं मोहोळ उठलं होतं. त्यांना भेटणं आनंददायक होतं. पण शरीर साथ कुठवर देणार? वयाची पंचाहत्तरी गाठलेली अंजनी कधी उशीवर मान टेकवून तर कधी आरामखुर्चीत बसून डॉक्टरांनी सांगितल्याप्रमाणे मौनव्रत पाळत होती.

...पण... आठवणींना कसं बंद करायचं? शब्द तोंडानं उच्चारले जात नसले तरी मनांतून बोलत असतात.

न बोलताही अंजनीला अनेक घटना आठवत होत्या.

असाच पूर्वीपण आवाज गेला होता. त्या आवाज जाण्याच्या घटनेनं... अंजनीच्या साऱ्या जीवनालाच वेगळी दिशा मिळाली.

तो प्रसंग आजच्या माईला आठवत होता...

सुरंगा, हिरा, सुधा यांच्या दुःखानं व्यथित झालेल्या अंजनीनं मग गाण्यावरच अधिक मेहनत घ्यायला सुरवात केली. साऱ्या दुःखाचा विसर पडणारं तिचं गाणं... अंजनीनं त्यावर लक्ष केंद्रित केलं. बैठकींची निमंत्रणं ती घेऊ लागली. रियाज करू लागली.

बापूताराच्या कोठीवर मोठी दावत आयोजित केली होती. सलग तीन दिवस, तीन रात्री, तिथं गाण्याचा मोठा जलसा होणार होता. त्यांसाठी साऱ्या बुजुर्ग गायकांना खास निमंत्रित केलं गेलं होतं. गाण्याचे सारे षौकीन हा संगीताचा अपूर्व जलसा ऐकण्यासाठी उत्सुक होते. त्याकाळी बापूताराच्या कोठीवर जाऊन गाण्याची संधी मिळणं हे फार मानाचं समजलं जात होतं. परगांवाहून मुंबईत येणारे, मोठेमोठे गायक तिथं गाऊन, आपली कला स्वतःहून पेश करण्यांत धन्यता मानत. तिथं एकदा रसिकांनी पसंतीची पावती दिली की, मुंबईभर नावलौकीक पसरत असे. आणि गाण्याची निमंत्रणं मिळत असत.

यापूर्वीही या कोठीवर अंजनीचा सन्मान केला होता. पण यावेळेच्या दावतीमधली प्रमुख गायिका म्हणून अंजनीला निमंत्रित केलं गेलं. या गोष्टीचा अंजनीपेक्षा नजिरखाँनाच खूप आनंद झाला. त्यांची चिडीया आज मुंबईमधली सर्वांत मोठी गायिका मानली गेली होती. तिथं येणारे सारे रसिक अंजनीचे गाणे ऐकवण्यासाठीच

अधिक संख्येनं उपस्थित रहाणार होते याची खात्री नजिरखाँना होती. त्यांनी खूप जोराने, त्या जलशाची तयारी सुरू केली. पहाटेपासून तालिम सुरू होत असे. ती दिवसभर! खाँसाहेबांनी त्या ठिकाणी गाण्यासाठी खास राग निवडले होते. शुद्ध कल्याण, मालकंस, अडाणा याखेरीज खमाज मधली ठुमरी आणि भैरवीतले भजन यांची तालिम सुरू होती. याखेरीज भेंडीबाजार घराण्याचा श्वास देस राग... त्याचीही तयारी करवून घेतली होती. प्रत्येक सूर, तान स्वच्छ घासून पुसून लखलखीत जेव्हा झाली. तेव्हां खाँसाहेबांच समाधान झालं. अंजनीही मनापासून परिश्रम करत होती.

दावतीचा दिवस उजाडला. वास्तविक अंजनीला एकच दिवस गायचं निमंत्रण होतं. इतर दोन दिवस ती मानाची पाहुणी होती. पण घडलं ते मात्र वेगळंच! प्रत्येक दिवशीची बैठक संपल्यानंतर अंजनीलाच गाण्यचा आग्रह केला गेला आणि रसिकांचा प्रेमळ आग्रह न मोडवता आल्याने अंजनीही प्रेमाने, रोज पहाटेपर्यंत गात राहिली. तिच्या गाण्याची खूप वाहवा झाली. संगीताच्या नवरत्नांच्या दरबारांतली ती सर्वश्रेष्ठ गायिका ठरली. बापूताराच्या कोठीवर इतका मानसन्मान मिळाल्यानं नजिरखाँना खूप समाधान झालं. दावतीत प्रचंड बिदागी, भेटवस्तू मिळाल्या. तिचं खूप कौतुक झालं. अंजनी आनंदानं घरी परतली.

त्यानंतरच ते आक्रित घडलं. अचानक अंजनीचा आवाजच गेला.

तिला साधं बोलताही येत नव्हतं. मग गाणं तर दूरच, साधं बोललं तरी घशातून रक्त पडायला सुरुवात झाली. तेव्हां मात्र घरचे सारे घाबरून गेले.

नजिरखाँ, नबूबाई, वसनजी तिचा आवाज पूर्ववत् व्हावा म्हणून वेगवेगळे उपचार करत होते. तज्ज्ञ डॉक्टरचे सल्ले घेत होते. जो कुणी काही सांगेल तो तो उपचार अंजनीवर केला जात होता. पण इतकं करूनसुद्धा अंजनीला साधं बोलता येत नव्हतं. आपल्या घशांतून उमटणारा घोगरा पुरुषी आवाज ऐकला की अंजनी गारठून जात असे. चिंतेची छाया तिच्या चेहऱ्यावर जशी होती... त्यापेक्षाही, जास्ती ती खाँसाहेबांच्या चेहऱ्यावर उतरली होती. दावती पूर्वी गाण्यासाठी केलेली कडक तालीम आणि त्यानंतर जलशांत सलग तीन दिवस गाणं याचा ताण अंजनीच्या गळ्यावर पडून... घसा फाटला होता. तो बरा होण्याची वाट पहाण्याखेरीज कुणीच काही करू शकत नव्हतं. चिंतेनं रात्र रात्रभर अंजनी जागी असे आणि नबूबाईसुद्धा देवाला साकडं घालून, रात्र रात्रभर घरांतून फिरत राही. तो देव कधी प्रसन्न होणार... हे तिला समजत नव्हतं. साऱ्या घरावर चिंतेचं दाट सांवट पडलं होतं. अंजनीचा आवाज तिचं गाणं हा संपूर्ण घराचा मानबिंदूच गळून पडला. सारी वाद्ये मूक झाली. खाँसाहेबांच्या रोजच्या फेऱ्या बंद झाल्या. गाण्याच्या सुरांनी भरलेली वास्तू मूक झाली. आवाज कधी पूर्ववत होईल?

होईल की नाही? याच चिंतेनं घरदार वाकून गेलं होतं...

भल्या पहाटे दरवाजाची कडी वाजत होती. सर्वांत आधी जाग आली ती नबूबाईला! खरं तर अंजनीच्या काळजीने तिला अलिकडे शांत झोप लागत नव्हती. बापूताराच्या कोठीवर गाऊन आल्यापासून अंजनीचा आवाजच गेला होता. साधं बोलताना येणारा आवाज घोगरा पुरुषी झाला होता. थोडा ताण पडला तरी घशातून रक्त पडत होतं. या सर्व घटनांनी सर्वजणच अस्वस्थ झाले होते. नबूबाई तर विशेष!

एकतर तिचं वय, आजारीपण! आणि सुखाच्या ऐन शिखरावर असताना लेकीचा आवाज जाणं या घटनांनी नबूबाईची तहानभूक हरपली होती. झोप लागत नव्हती. वसनजी आणि नजिरखाँचा काळवंडलेला चेहरा आणि हताश झालेली लेक यांना बघून नबूबाईचा जीव तुटत होता. रात्र रात्रभर ती मूळवीराचं स्मरण करत होती. खरं तर श्रीपादच्या जन्मानंतर त्याला मालप्याला न्यायला हवं होतं. अंजनी आणि वसनजीनं जोडीनं मूळदेवाची पूजा करायला हवी होती. मालप्याच्या वास्तूपुरुषाचं दर्शन करायला हवं होतं. पण ते सर्व राहूनच गेलं होतं. त्याची खंत नबूबाईच्या मनाला जाळत होती. कुलदेवाचा हा कोप तर नव्हे? नबू या विचाराने दचकत होती.

गेली अनेक वर्षे खडतर साधना करून प्रसन्न करून घेतलेली देवी सरस्वती रुष्ट झाली होती आणि जिथं सरस्वती नसेल, तिथं लक्ष्मी प्रसन्न मनानं रहाणं शक्य नव्हतं. या सर्व विचारांनी नबूचा म्हातारा जीव थकून गेला होता. मागच्या आठवड्यांतच तिनं आपल्या भाच्याला मुद्दाग मालप्याला पाठवून मूळवीराची पूजा, अभिषेक करवून घ्यायला लावला होता. मालप्याला घरांतल्या सर्वांसाठी कांही ना कांही भेटवस्तू पाठवली होती. देवघरामधल्या पूजेसाठी चांदीची उपकरणी पाठवली होती. मनोमन कुलदेवाला मागणं केलं होतं. तरी तिचं मन अस्वस्थ होतं. तशात भल्या पहाटे दरवाजाची कडी वाजली.

नबूबाईनं गजराबाईला, श्रीमतीला उठवलं. दरवाजांत विनायकमामा उभा होता.

"काय झालं?"

तिनं धास्तीनं विचारलं.

"कुठं काय? काल इथं तुम्हाला सांगून सरळ गाडी पकडून केडगावला गेलो आणि नारायण महाराजांना अंजनीचा आवाज परत येण्यासाठी अनुग्रह करावा म्हणून विनंती केली. त्यांनी जो प्रसाद दिला तो घेऊन तसाच परत आलो. तुझा विश्वास बसणार आक्का. बायचा पण विश्वास बसणार नाही. पण महाराजांनी हा प्रसाद आणि तीर्थ दिलंय. तो तिला दे. माका विश्वास असा की

साधूपुरुषांचो आशीर्वाद फुकट जायचो ना! उठव बायला.''

नबूबाई आश्चर्यानं विनायकाला बघत होती. कालचेच पारोसे कपडे त्याच्या अंगावर होते. रात्रभर त्यानं मुंबई, पुणं, केडगांव इतका प्रवास केला होता. गेले वर्षभर तोसुद्धा काळजीत होता. अंजनीच्या गंडाबंधनापासून ते आजवर हा विनायक नबूच्या पाठीशी भक्कमपणे उभा होता. ना रक्ताचा ना नात्याचा... तर केवळ गोव्याच्या मातीचा संबंध. आणि त्या मातीनं निर्माण झालेला हा स्नेहबंध...

विनायकाला बघून नबूचं मन भरून आलं ती म्हणाली,

''आधी घरांत ये. तोंड हात पाय धू. चहा घे. आणि मला सांग, कुठं गेला होतास?''

''ते कांही नाही. बायला उठव आधी.''

तो हटवादी स्वरांत म्हणाला, तोंवर अंजनी उठून आली होती. चहाचा कप पुढ्यांत घेऊन विनायकमामा सांगू लागला,

''बाय, तुजो आवाज सारको जातलो. साक्षात दत्तप्रभूनं शब्द दिलाय कीं तू पुन्हा गाणार. हे तीर्थ प्रसाद त्यांनी दिलाय?''

''दत्तमहाराज? पण कुठले? तुला कुठं भेटले?'' नबूनं विचारलं,

''अगो. तुमी खंय आसा? तुमका कायच खबर ना? पुण्यापासून जवळच केडगाव आहे. आता तर तिथं स्टेशन झालंय. केडगाव स्टेशनपासून थोडं चालावं लागतं. मग बेट लागतं.''

''बेट?''

''हो नबू. त्या सुंदर जागेचं वर्णन मी करू शकणार नाही. आधीची पडीक आणि निवडुंगांनी भरलेली जमीन, त्या जमिनीवर या दत्तमहारांजाची कृपा झाली आणि तिथं साक्षात तीर्थक्षेत्र बनलं. स्वतः महाराजांनी आपल्या हातांनी निवडुंग उपटून फेकून दिले आहेत. आज तिथं कडूलिंबाचं, आंब्याचं, फुलांचं, सुंदर बन बनलेलं आहे. साक्षात इंद्रपुरी! तू स्वतः येऊन बघ. माणसांचा पूर वाहात असतो त्या रस्त्यावरून. मोठ मोठे गवई, पैसेवाले, गोरगरीब, साधू, फकीर... सर्वजण, महाराजांनी एक कृपा कटाक्ष टाकावा म्हणून धडपडत असतात.''

अंजनी कांहीच न बोलता ऐकत होती. कुणा एका महाराजांचा तीर्थ प्रसाद घेऊन विनायक मामा आला होता. त्या तिच्या मामाच्या ठाम विश्वास होता की प्रसादानं बायचा आवाज बरा होणार आहे. आजवर नजिरखाँनी पण परिबाबांचे गंडे, अंगारे ताईत तिला आणून दिले होते. अनेक दर्ग्यात जाऊन त्यांनी चेडवासाठी मागणं मागितलं होतं. श्रीमती तर अनेक ठिकाणी जाऊन, प्रसाद लावत होती. नवस मागत होती. आई सर्वांना पत्रिका दाखवत हाती. डॉक्टरी उपचार सुरू होते. वसनजी तज्ज्ञांचे सल्ले घेत होता.

आजवर अनेक गवयांच्या जीवनांत असे प्रसंग आले होते आणि ते पुन्हा पूर्ववत ठीक झालेही होते. कदाचित आपलेही असेच होईल यांच आशेवर अंजनी तग धरून होती. अनेकदा तर आत्महत्येचे विचार तिच्या मनांत आले होते. पण पुन्हा कुठंतरी जीवनाचा एक विश्वास तिला जगायला शक्ति देत होता.

"बाय. चल. आंघोळ, पूजा करून हे तीर्थ घे." विनायकमामा सांगत होता.

अंजनीनं स्नानानंतर नेहमीप्रमाणेच मनोभावे पूजा केली. नामस्मरण केलं. मन एकाग्र करून ध्यान केलं. गेले वर्षभर तिनं भजन गायलं नव्हतं. मधुरा भक्तिनं परमेश्वराला प्रसन्न करण्याचा भाग जणू तिच्या जीवनातून हद्पार झाला होता. आता फवत ध्यान व मानसपूजाच तिच्या हाती उरली होती. भजन गावसं वाटे पण आवाज? आवाज उमटत नव्हता.

विनायक मामांनी पुडीत बांधून आणलेली खडीसाखर, लवंगा तिनं तोंडांत टाकल्या. तीर्थ प्राशन केलं. आणि देवघरातल्या पाटावर बसून डोळे मिटून परमेश्वराची आराधना करू लागली. गेलं संपूर्ण वर्षभर अंजनीनं प्रचंड मानसिक ताण सहन केला होता. आता यानंतर काही सोसणं, आशा निराशेच्या विचारांचा ताण मनांवर ठेवून जगणं तिला शक्य नव्हतं. खरं तर तिनं सारी आशा सोडून दिली होती. आता जर काही चांगलं घडणारच असेल, तर ते फक्त परमेश्वराच्या इच्छेवर अवलंबून होतं.

समोरच्या देव्हाऱ्यांत सरस्वती व ठाकूरनाथाच्या मूर्ती होत्या. चांदीच्या समया दोन्ही बाजूंना प्रज्वलित केल्या होत्या. अंजनी मनापासून त्यांना आळवत होती. विचारत होती.

'परमेश्वरा, कधीही, चुकूनही कोणतंही पाप मनांतून सुद्धा घडलं नसताना ही शिक्षा का?'

संगीत हा जीवनाचा प्राण आहे. तोच नसेल तर नुसतं हे शरीर कशासाठी बाळगायचं?'

गाणंच नसेल तर कशासाठी जगणं?

त्रैलोक्य सुंदरी देवी परमेश्वरी कशासाठी हा कोप?

अंजनीच्या मनांत काहूर निर्माण झालं होतं. समोर चांदीच्या श्रीकृष्णाची उभी मूर्ती होती. अंजनीला आठवलं. अगदी लहानपणी भल्या पहाटे तिला दारी आलेल्या वासुदेवानं एक मोरपीस देऊन सांगितलं होतं कीं कृष्णासाठी गाणं शिक. साऱ्या विश्वाचा उगमच मुळी नादब्रह्मातून हरवला तर काय उरलं?

अंजनी परोपरीनं कृष्णाला विनवत होती. "श्यामसुदंरा, घनःश्यामा, माझा आवाज परत दे. तुझं नांव घेण्यासाठी तुझं गीत गाण्यासाठी तरी माझा सूर मला परत दे. त्यानंतर जसं ठेवशील, तशी मी राहीन. जिथं बैस म्हणशील

तिथं बसेन. तू जे देशील तेच अन्न मी खाईन. तुझी इच्छा असेल तर मी स्वतःला विकूनही घेईन. काहींच मागणार नाही. पण कृपा कर.''

मनांतून करूणेचा पूर पाझरत... त्या मूर्तीसमोर अश्रूंचा अभिषेक घालत अंजनी त्याच्याशी बोलत होती. ओठांनी नाम जपत होती. नाम जपता जपता नकळत ते नाम तिच्या कंठातून निघू लागलं. तिची भावसमाधी लागली होती. तिच्याही नकळत... मीरेचं आर्त भजन ती पूर्वीसारख्या सुरेल आवाजांत गाऊ लागली.

''अब तो लाज तोरे हाथ, राखो शरन सैया

कर जोंरु तोरे बिनती, परत शाम पैया'

जवळ जवळ एक वर्षोनी तो आवाज पूर्वीसारखा दमदार व तेवढाच मंजुळपणे सर्वांच्या कानावर पडला. तशी नबूबाई थरथरत उभी राहिली. विनायकनं तिला हातांचा आधार दिला. वसनजी जिना उतरून येता येता थबकला, नजिरखाँ नेहमीप्रमाणे सकाळी अंजनीच्या घरी येत होते. दरवाजांत पाऊल ठेवताच त्यांच्या चिडीयाचा नाजूक आवाज कानावर पडला,

''या अल्ला परवरदिगार.''

तो आवाज आज दोन वर्षांनी कानावर पडला होता. ज्या आवाजासाठी इतकी वर्ष जिवाचं रान केलं होतं. तो आवाज अचानक गायब झाल्याचे बघून नजिरखाँ हैराण झाले होते. आवाज परत येण्याची आशाच उरलेली नसताना, अचानक हा चमत्कार झाला होता. आपल्या कानांवर विश्वास ठेवणं... सर्वांनाच अवघड झालं होतं.

भानावर आलेल्या अंजनीला सुद्धा!

सैपाकघराच्या दरवाजापाशी गजरा आणि श्रीमती उभ्या होत्या. त्यांचे चेहरे आनंदानं फुलून गेले होते. छोटा श्रीपादसुद्धा खेळणं हाती धरून सर्वांना बघत होता.

मीरेच्या भावसमाधीत हरपून गेलेली अंजनी हळूहळू भावनांच्या त्या तीव्र आवेगातून बाहेर आली. तिच्या कपाळावरून घामाच्या धारा वहात होत्या.

गेले वर्षभर औषधोपचार करून एका प्रकारच्या निराश मनस्थितीतूनच, तिनं आज परमेश्वराला निर्वाणीची साद घातली होती. त्यानंच जर कृपेची सावली काढून घेतली तर ती कुठं जाणार होती?

डॉक्टर, वैद्य, हकिमांना जमणार नव्हता असा दैवी उपचार फक्त परमेश्वराजवळच असणार होता. अंजनीनं त्यालाच आज आवाहन केलं होतं. त्यानं मनावर घेतलं नसतं तर त्यानंतर तिचा कुणावर विश्वासच उरणार नव्हता.

या भावकल्लोळांतच ती परमेश्वराला प्रश्न विचारत होती. नकळत सूर उमटू लागले. वर्षभर बंदिस्त असले तरी ते सूर तिनं घोटून घोटून आत्मसात केले होते. ते सूर आणि अंजनी जन्मापासून एकरूपच होते. फक्त परमेश्वरानं

संकटांत टाकून तिची परीक्षा घेतली होती. पण आज तिची निष्ठा, श्रद्धा, भक्ति यांचा विजय झाला होता. तिचा सूर पुन्हा लागला होता.

भानावर येऊन अंजनी उठली. 'आपण गाऊ शकतो' याचं भान आलं, तसं क्षणभर तिला काहीच सुचेना. भारावून तिनं परमेश्वरासमोर माथा टेकवला. आणि ती देवघरातून बाहेर आली. समोरच खाँसाहेब उभे होते. तिनं त्यांना नमस्कार केला. त्यांनी कांही न बोलता तिच्या माथ्यावर हात ठेवला. नबूबाईनं तिला मिठीत घेतलं. विनायक मामानं मनापासून आशीर्वाद दिला. वसनजी सद्‌गदित झाला होता. गजरा, श्रीमतीनं चहाचे कप टेबलावर मांडले.

"महाराजांनी सांगितलं होतंच, कीं त्या गातील पण बाय, त्यांनी हे पण सांगितलंय कीं, गायला लागल्या कीं पहिलं गाणं आम्हाला ऐकवलं पाहिजे."

विनायक मामा म्हणाले, तशी अंजनीला आठवण आली, कीं आपण प्रसाद तीर्थ थोड्यावेळापूर्वी घेतलं होतं. त्याचा होता तो परिणाम की... आपल्या भक्ति पूजेचं सार्थक? की आज आवाज परत येणं हा एक योगायोग?... परमेश्वरी संकेत?... कीं त्याच्या परीक्षेत आपण उतरलो? हेच तिला समजत नव्हतं.

ती भानावर आली. घरचे सारेच जण देवघराच्या दरवाजापाशी गोळा झाले होते. भावनावेगानं कुणीच बोलू शकत नव्हतं. अंजनीनं माथा टेकून, परमेश्वराला नमस्कार केला. खाँसाहेबांच्या पायावर डोकं ठेवण्यासाठी ती वाकली. नजिरखाँ, नबूबाई साऱ्यांचे डोळे भरून आले होते. विनायकमामा तिला आशीर्वाद देत म्हणाला.

"बघ बाय. मी म्हणालो नव्हतो? तो तीर्थ प्रसाद दैवी होता. साक्षात दत्तमहाजांचा कृपाप्रसाद होता तो! महाराजांची कृपा झाल्यावर काय होणार नाही? प्रसाद देतानांच त्यांनी सांगितलं होतं की बाई गाणार... पण बाय, आता त्यांच्या इच्छेप्रमाणे तू त्यांना गाणं ऐकवायला हवं बरं. वेळ घालवू नकोस?"

"वेळ कशाचा? मामा, जोंवर महाराजांचं दर्शन होणार नाही... आणि त्यांना मी गाणं ऐकवणार नाही, तोंवर मी तोंडात पाणी घेणार नाही. या क्षणापासून माझा निर्जळी उपवास. निघूया ना?"

अंजनीला महाराजांच्या दर्शनाची ओढ लागली होती. तिनं नरहरीमामा, अजिमबक्ष यांना निरोप धाडले. वसनजी, नबूबाई यांच्यासह ती पुण्याला जाणाऱ्या ट्रेनमध्ये जेव्हा बसली. तेव्हा तिनं उसंत घेतली. विनायकमामा खूष होता. केडगांवच्या नारायणमहाराजांबद्दल किती सांगू न किती नको, असं त्याला झालं होतं.

"जाणा मंगो बाय?"

त्यानं बोलायला सुरवात केली. पण त्यापूर्वीच अंजनीचं मन तिथं पोचलं होतं.

अंजनीबरोबर प्रवास करणारा प्रत्येकजण आपआपल्या परिनं या घटनेचा

विचार करत होते.

नबूबाई श्रद्धाळू होती. गोव्यांत असताना, तिनं देखील अनेकदा असे दैवी चमत्कार बघितलेले होते. गांवात कुणाला न बरा होणारा आजार झालेला असू दे... कधी कधी एका धाड्यानं दिलेल्या अंगाऱ्या-धुपाऱ्यानं तो बरा होत असे. किंवा एखाद्या झाडापेडाला लावलेल्या पणतीनं कामामधले अडथळे अलगद दूर होत असत. मूळवीरानं प्रसाद दिल्याखेरीज कुणी गांवाची सीमा ओलांडत नसे. दसरा नवरात्रांत गांवचा गुरव हाती काठी घेऊन ढोलाच्या तालावर घुमत असे. लोक श्रद्धेनं त्याला कौल लावत. हे सारं नबूबाईनं अनेकवेळा अनुभवलं होतं. म्हणून अशा दैवी योगायोगांवर तिचा विश्वास होता. ती तिची अंधःश्रद्धा होती. पण ती पहात होती. म्हणूनच ज्या महाराजांनी अंजनीला कधी पाहिलंही नव्हतं... त्यांच्या हातून परमेश्वरांनच कांही दैवी चमत्कार घडवला हे नबूबाईला जाणवत होतं. त्या प्रसादाच्या रूपानं अंजनीला परमेश्वरानंच आशीर्वाद दिला होता म्हणून नबूबाई पुन्हा पुन्हा त्याला हात जोडत होती.

वसनजी मनांतून नवल करत होता. काल पहाटे विनायकमामा अचानक आला. आणि त्यानं अंजनीला काही तीर्थप्रसाद दिला. आजवर अनेकांनी असे अंगारे-धुपारे गंडे-ताईत आणून दिले होते. पीरबाबा, हकीम, वैद्य, यांची ये जा घरांत होती. तसेच डॉक्टरी उपचारही सुरू होते. पण आज सकाळी स्नान करून, प्रसाद ग्रहण करताच अंजनीचा आवाज सुटला होता. तिनं गायलेलं गोड आवाजामधलं भजन ऐकतांच वसनजी आश्चर्याने थक्क झाला होता. या चमत्काराला नेमकं कोणतं नांव द्याव? तो एक योगायोग मानावा कीं आजवर केलेल्या अनेक उपचारांचं ते फलित होतं?

वसनजी सुशिक्षित होता. बाहेरचं सुधारक जग तो बघत होता. पण त्याच्या घरीसुद्धा डाकोरनाथांवर श्रद्धा ठेवणारे कुटुंबीय होतेच. त्यांचा उद्योगधंदा यशस्वी होण्याचं सारं श्रेय ते सर्वजण डाकोरनाथालाच देत होते. जादूटोणा, मंत्रतंत्र, करणी या गोष्टींवर वसनजींचा अजिबातच विश्वास नव्हता. पण परमेश्वरी कृपेवर नक्कीच होता. अंजनीसुद्धा एक श्रद्धामय जीवन जगणारी होती. तिचं मन अतिशय स्वच्छ होतं. घरामध्ये नित्य पूजाअर्चा होत असे. तिच्या घराला एक सात्त्विक संस्कार होता. मिळालेल्या वैभवाचा, नांव लौकिकाचा तिला जरासुद्धा अहंकार नव्हता. अशा व्यक्तिंवरसुद्धा संकटं येतात. ती त्यांची सत्त्वपरीक्षा असते. आणि त्यांची अढळ निष्ठाच त्यांना, त्या सर्व संकटांमधून बाहेर काढून संकटपार करते. आवाज गेल्यानंतरही अंजनीनं परमेश्वरावरचा विश्वास हरवू दिला नव्हता. म्हणूनच आज तिचा आवाज पुन्हा पूर्ववत झाला होता. त्या परमेश्वरी कृपेसमोर नतमस्तक होण्यासाठी वसनजी निघाला होता.

पुण्याला जाण्याच्या ट्रेनमध्ये बसलेली अंजनीसुद्धा, त्या चमत्काराकडे नवलानं बघत होती.

"कोण हे नारायण महाराज? ज्यांना आपण पाहिलंही नाही? त्यांनी पाठवलेला प्रसाद ग्रहण केला आणि आवाज ठीक झाला. या चमत्कारावर विश्वास कसा ठेवायचा?"

अंजनी विचार करत होती. पण त्या घटनेपाठीमागे परमेश्वरीकृपा आहे हे ती पक्की समजून होती.

बापूतारांच्या कोठीवर, तीन रात्री अंजनी गायली होती. त्यापूर्वी दिवस अथक रियाज केला होता. त्या सर्वांचा ताण पडून आवाज फाटून गेला होता. मधल्या काळांत घशाला मिळालेली विश्रांती त्यांवर झालेले उपचार यांनी आवाज सुटण्याच्या वेळेलाच नेमका आलेला प्रसाद या सर्व योगायोगाच्या गोष्टी होत्या.

त्यापेक्षा अंजनीनं परमेश्वराची जी आळवणी केली होती त्या तिच्या भक्तिलाच परमेश्वराने दिलेला तो प्रसाद होता. विनायकमामा केवळ एक निमित्त आणि नारायण महाराज हे एक लौकीक कारण घडलं होतं. अंजनीचं मन भक्तिभावानं भरून गेलं होतं. पुन्हा आलेला आवाज परमेश्वराला समर्पित करायला ती आतुर झाली होती.

गाडी केडगांवच्या दिशेनं चालली होती.

पुण्याहून केडगांवला जाण्यासाठी निघणाऱ्या ट्रेनमध्ये अंजनी बसली, तेव्हा सकाळ झाली होती. महाराष्ट्राच्या ग्रामीण भागामधली खेडी, खेडूत माणसं, शेती, आमराई ही सारी दृश्य तिनं पूर्वी पाहिलेली होती. पण आज त्या सर्व दृश्यांकडे बघताना एका अद्‌भूत अशा आनंदाचा अनुभव अंजनीला येत होता.

यांच परिसराच्या आसपास एका संत माणसाचं वास्तव्य होतं. तो सारा परिसर पूर्वी निर्जन आणि निवडुंगाच्या फड्यांनी भरलेला होता. गोऱ्या मिशनऱ्यांचा प्रभाव, गोर गरीबांच्या मनांवर जास्ती होता. त्या माणसांची गरीबी, कष्ट, दुःख संपता संपत नव्हते. जीवनावरचा त्यांचा विश्वासच नष्ट झाला होता. त्यांच्या निराधार, असहाय परिस्थितीचा फायदा घेत घेत, गोडी गुलाबीनं धर्मांतरं लादली जात होती. ब्रिटीश राजसत्तेनं आपले पाय भरभक्कमपणे या भूमीत आता रोवले होते. अठराशे सत्तावन्नच्या बंडानंतर पुन्हा अनेक मार्गाने स्वातंत्र्याचा लढा सुरू झाला होता. इंग्रजी शिक्षण, इंग्रजी भाषा यांचे ज्ञान घेणारे बुद्धिमान किंवा समाज सेवा करणारे समाजसुधारक, क्रांतीकारक मार्गानं जाऊ पहाणारे क्रांतिकारक, सर्वोदयी मार्गाने मानवता धर्माचा प्रसार करणारे सर्वोदयी... परदेशांत राहून उच्च शिक्षण घेणारे बुद्धिमान तरुण... हे सर्वजण या देशाच्या भवितव्यासाठी धडपडत

होते. पण त्याचवेळीं लोकांच्या श्रद्धेची, संस्काराची जोपासना करण्याची गरज ध्यानी घेऊन अनेक साधुसंतही भक्तिमार्गाचा प्रचार करत होते. ज्या ज्यावेळी देश, धर्म संकटांत आला होता त्या त्यावेळी या भूमीत साधूसंत जन्माला आले होते हे अंजनीला माहित होते. संत तुकाराम, नामदेव, जनाई यांचे अभंग तिला मुखोद्‌गत होते. त्यांचा अर्थ समजून घेऊनच ती ते गात होती. वैष्णव संप्रदायाचे सारे पीठाधीश हे सामान्य माणसाच्या मनांत भक्तिमार्गाचा प्रसारच करत होते. अंजनीनं तो सारा अनुभव घेतलेला होता. भक्तिचा अनुभव त्या संप्रदायातूनच तिला परिणामकारक रीतीने जाणवला होता. तिच्या वृत्तीमध्येही एक सात्त्विकता जी आली होती ती सारी तिच्या घरच्या संस्कारांतून तर आली होतीच पण तिने अध्यात्मिक ग्रंथांचे केलेले वाचन, भक्तिभावाने भजनांतून तिने परमेश्वराची केलेली आळवणी व दैनंदिन पूजा, अर्चा यातूनही ती आली होती. आज प्रथमच तिच्यावर कुणा महाराजांनी अनुग्रह केला होता. तो केवळ साधुमहाराज, आसरा देणारा, त्यांना परमेश्वरी भक्तिने एका शाश्वत आनंदाप्रत नेणारा तो एक पवित्र आत्मा होता. ज्या ज्यावेळी समाजाला आधाराची गरज होती, त्या त्यावेळी असे मनुष्य देह धारण करणारे पवित्र आत्मे जन्माला आले होते. त्यांनी हा समाज नव्याने निर्माण केला होता.

अशा एका सिद्ध पुरुषाच्या दर्शनाला अंजनी चालली होती. उत्सुकतेनं तिचं मन भरून गेलं.

केडगांवला जाणाऱ्या भाविकांच्या गर्दीचा ओघ इतका वाढला होता की अलिकडे तिथं आगगाडी थांबबावी लागे. केडगांव हे एक नवीन रेल्वेस्टेशनच उभं राहिलं होतं. त्या स्टेशनवर अंजनी उभी होती. ती बघत होती.

गाडी केडगांव स्टेशनला थांबतांच माणसांचे जथ्थेच्या जथ्थे गाडीतून उतरले त्यांत मध्यमवर्गीय माणसे होती, तसेच गोरगरीब होते. म्हातारी माणसे आपल्या मुलांबाळांच्या आधाराने उतरत होती. प्रत्येकानं आपआपल्या सामानसुमानाच्या पिशव्या,बोचकी आणली होती. कुणी स्टेशनवरच्या बाकड्यांवर तर कुणी जवळच्या झाडाखाली बसून भाकरी खात होते. केडगांव स्टेशनपासून बेटावर पोचण्याचा मधला रस्ता सर्व माणसे चालत पार करत असत. ज्यांना चालणे शक्य होत नसे ती माणसे बैलगाड्या जोडून, त्यांमधून जात असत. श्रीमंत माणसे टांगे करून बेटावर पोचत. खांद्यावरच्या काठीला आपली बोचकी बांधून, दत्तनामाचा गजर करत चालत जाणाऱ्या माणसांच्या घोळक्यांनी बेटावर जाण्याचा रस्ता भरून गेलेला असे.

अंजनीसुद्धा नबूबाईसह स्टेशनबाहेरच्या एका वडाच्या सावलीत पारावर बसली होती. सकाळी दहाचा सुमार होता. बेटावर पोचेंपर्यंत दुपारचे बारा सहज होणार

होते. त्या उन्हातून चालणं कुणालाच होणार नव्हतं. म्हणून विनायकमामा, नरहरीमामा, टांगा ठरवायला गेले होते.

अंजनीजवळच झाडाच्या सावलीत एक खेडूत कुटुंब विसाव्याला बसलं होतं. त्यांमधली एक म्हातारी अंजनीकडे कौतुकानं बघत होती. न रहावून तिनं अंजनीला विचारलं,

"कंच्या गावची. जी ताई?"

"मुंबई."

"महाराजास्नी भेटूस आलीस जनू?"

"हं"

"पैल्याचं खेपी?"

"हं"

"दत्तमहाराजांनीच तुला चांगली बुद्धी दिली ग माये. महाराजांचं दर्शन घेतलंस की समद्या जल्माचं पून्य जोडशील बग. असा साधूच म्या कवा बगूस नाय."

"तूं नेहमी येतेस?"

"तर? महिन्यातनं एक डाव हजेरी हायंच माजी. काय सांगू लेकी महाराजांचं कवतिक तूंस? द्येवाचा अवतार. त्येंच्या किरपेनं तर माजा ल्योक हुभा हाय. धडधाकट हाय."

हात जोडत म्हातारी म्हणाली.

म्हातारी बोलकी होती. टांगा येईपर्यंत तिनं अंजनीला महाराजांच्या अनेक कहाण्या सांगितल्या. कुणाची भूतबाधा उतरली होती, तर कुणाला पुन्हा दृष्टी प्राप्त झाली होती. कुणाचं दारिद्र्य नष्ट झालं होतं तर कुणाची कूस उजवली होती. कुणाचे आजार, व्याधी बेटावर आल्यापासून कमी झाल्या होत्या.

अनेक भक्तांचे, अनेक अनुभ्व ऐकत अंजनी बेटाच्या रस्त्याने जात होती खांच खळग्यांनी भरलेल्या रस्त्यावरून हिंदकळत टांगा चालला होता. धूळ उडत होत्ी उन्हं तापत होत्ी

"जाणा मंगो बाय? महाराज येवचे पैला ह्यसर कायच नशिले. समदी मंगो? काटे निवडुंगाची झाडं. महाराजानं सोताच्या हातान् ह्ये माळरान सारखे केले. कडूलिंबाची झाडं रोयली. विहीरी बांधल्या चारी वाटेनं उदक व्हावता म्हणून लोक आता या जागेक बेट म्हणतात."

विनायकमामा सांगत होता. टांग्यातली सारंगी, तंबोरा वाद्ये धक्क्याने हालत होती. वाद्ये बघून टांगेवाल्यानं विचारलं.

"आपण गायिका आहात ना? या वाद्यांवरूनच मी ओळखलं महाराज स्वतः फार चांगले गायक आहेत. त्यांना गाण्याचं भरपूर ज्ञान आहे. या लहान

वयांत त्यांनी हे सगळं केव्हा शिकून घेतलं दत्तच जाणे. महाराजांची सेवा करण्यासाठी मोठे मोठे गवयी बेटावर हजेरी लावतात. पंडित विष्णू दिगंबर पलूसकर, संगीततज्ज्ञ आबासाहेब मुजुमदार, शांता आपटे, बालगंधर्व ही सगळी थोर गायक मंडळी, तसेच गंगाधरबुवा काशीकर, विनायकबुवा काळे, विठ्ठल बुवा सोहोनी असे मोठे कीर्तनकार आणि बुंदू खाँसाहेब सारंगीचे खळदकर सनईवाले या सगळ्या कलावंतांना यांच टांग्यातून मी घेऊन गेलोय. महाराजांची सेवा करण्यासाठी येणारे सारे कलावंत आणि त्यांची ओझी वाहणारा हा महादू टांगेवाला. बाईसाहेब त्यावेळेपासून माझं सम्दं दारिद्र संपलं बगा. असं वाटतं, आपला सम्दा जल्म अशा टांग्यातून स्वारी नेण्या आणण्यांतच संपावा. तुमची सेवा म्हणजेच महाराजांची सेवाच जी! आणि महाराजांची सेवा म्हणजे दत्त महाराजांचीच सेवा''

महादू मनापासून बोलत होता. अंजनी विचार करत होती.

या काळांत अशा पुण्यात्माचा जन्म होणं हे किती भाग्याचं! आणि त्यांचा आशीर्वाद आपल्याला मुंबईपर्यंत पोचणं हे आपलं भाग्य!

आजवर नारायण बाबा, खाँसाब त्यांचे बंधू, पंडित भातखंडे, जीवनलाल, गोकुळदास, देवकीनंदन महाराज, पालनपूर महाराज सर्वांच्या मनापासून दिलेल्या आशीर्वादाचं मोल मनोमन जाणणाऱ्या अंजनीचं मन महाराजांच्या दर्शनासाठी आतुरलं होतं. प्रत्येक अध्यात्मिक वृत्तीच्या माणसाला त्याची वाट दाखवणारा गुरू नसेल. तर ती वाट अंधारातून ठेचकाळतच तो चालत असतो. त्या अंधाऱ्या वाटेवर जर कुणी गुरु भेटला, तर तीच वाट प्रकाशानं उजळून जाते. शेवटी योग्य ठिकाणी पोहोचता येतं. अशा एका गुरुची अंजनीला नितांत गरज होती. मोठ्या परिश्रमानं तिनं नांवलौकिक वैभव प्राप्त करून घेतलं होतं. सुखाच्या अत्युच्च शिखरावर ती उभी होती. तिचा संसार आनंदानं फुलला होता. समाजातलं मानसन्मानाचं स्थान तिला मिळालं होतं.

पण लहानपणापासून अध्यात्मिक ग्रंथांचं वाचन करणाऱ्या अंजनीला हे पूर्णपणे माहिती होतं कीं, माणसाचा जन्म केवळ, वैभव मानसन्मान कीर्ती आराम यांसाठी नाही. हे सर्व मिळवता मिळवतानांच त्यानं स्वत:ची अशी उंची गाठायची असते. स्थितप्रज्ञ वृत्तीची जी लक्षण ज्ञानेश्वरीत सांगितली होती ती वाचून वाचून अंजनीला मुखोद्‌गत् झाली होती. दासबोधामधली विरक्ताची लक्षणे तिनं समजून घेतली होती. पाण्यांत असूनही निर्लेप असणाऱ्या कमलपत्राप्रमाणे जगता येणं, हेंच जीवनाचं खरं सार्थक हे अंजनीला समजत होतं.

नबूबाईनं तिला संस्कार दिले होते आणि खाँसाहेबांनी त्यांची कला... आता तिला एका अध्यात्मिक गुरूची ओढ लागून राहिली असतानांच, केडगांवचा

प्रसाद आला होता. त्याचा अर्थ अंजनी लावत होती.

तो एक चमत्कार तर नव्हतांच, दैवी लीलाही नव्हती ...तर गुरूनेच तिला या वाटेनं येण्यासाठी ती हाक दिली होती. उद्धाराचा क्षण जवळ आल्यानंतर अनेक माणसांना असे संकेत यापूर्वी मिळालेले होते. संसाराचे मोहजाल ताप यांपासून मुक्त होण्यासाठी एक ठिकाण त्यांना आपसूक सापडलेलं होतं.

योगी अरविंद मूळचे क्रांतीकारक वृत्तीचे पण त्या वृत्तीवर त्यांच्या अध्यात्मिक वृत्तीनं मात केली होती. माणसाच्या अंतरंगात मुळांतच सत्, असत् या दोन्ही वृत्ती असतात. सत्व, रज, तमोगुण असतात ...त्या सर्वांच्यावर मात करून, एका उंचीवर पोचण्याचा एक क्षण यावा लागतो. पाँडेचरीच्या माताजींना पण फ्रान्समध्ये असेच संकेत येत होते ...त्यानुसार त्या भारतात पोहोचल्या. ती हांक त्यांच्या गुरूनेच त्यांना दिलेली होती. तो गुरु पाँडेचरीत होता. त्याच्या आदेशानुसार माताजी पाँडेचरीला पोचल्या. त्यांच्या उद्धाराचा तो क्षण होता. त्यानंतर त्यांचं सारं जीवनच तेजाळून गेलं. संन्यस्त वृत्तीनं माताजींनी अरविंद आश्रम सांभाळला. गुरुसेवा केली. मोक्षपदाला पोचल्या. ही सारी चरित्रे अंजनीनं वाचली होती.

"बाईसाहेब?"

"अं?"

म्हादूच्या हाकेनं अंजनी विचारांतून जागी झाली.

"बाईसाहेब, आता आपण बेटाजवळ पोचलो बरं का! ती बघा, हिरवीगार झाडी दिसतेय ना? त्या झाडीतच लपलंय बेट. अगदी स्वर्ग आहे. नंदनवन! अशी स्वच्छता कीं कुठं कचरा शोधून सापडणार नाही. महाराजांना सारं कसं लखलखीत, स्वच्छ हवं असतं. ते नेहमीच भक्तांना सांगतात, जिथं स्वच्छता आणि पावित्र्य तिथंच देव वस्तीला येतो. देव भेटावा असं वाटत असलं, तर स्वच्छ रहा. मनानं आणि शरीरानंही, माणसानं स्वच्छ असावं. घरदारं स्वच्छ असली तरच मनही आपोआप शुद्ध रहातं."

"पण इतका मोठा परिसर त्याची स्वच्छता कोण ठेवतं?"

"कोण? अहो, ताई सेवेकऱ्यांची झुंबड उडते नुस्ती. कुणी झाडू मारतो, कुणी जमिन पुसतो. कुणी सारवतो, कुणी झाडं शिंपतो. कुणी पाणी भरतो तर कुणी भांडी घासतो. अत्रे मामा मामी देखरेख करतात. अन्नछत्रं चालतात. येणाऱ्या प्रत्येकानं पोटभर जेवूनच महाराजांच्या दर्शनाला जायचं अशी ताकीदच आहे. एक मोठं कुटुंबच आहे सर्वांचं. आता बघालच!"

वसनजी टांग्यांत बसल्यापासून महादूचं आणि विनायक मामांचं बोलणं ऐकत होते. अंजनीचा भावनाप्रधान स्वभाव वसनजींना पूर्ण परिचित होता. ती

एक उत्कट भावनांच्या आधाराने जगणारी कलावंत होती. तिला येणारा प्रत्येक अनुभव तिच्या भावूक मनावर परिणाम करत असे. सुरंगाचा उत्कर्ष बघून सुखावणारी अंजनी, हिराच्या वाताहतीनं खचून जात होती. तेवढीच सुधाबद्दल अभिमान बाळगत होती. नजिरखाँ, नबूबाई आणि तिच्यावर प्रेम करणारे तिचे असंख्य चहाते यांच्याबद्दल पराकाष्ठेचं प्रेम तिला होतं. महादेवाचं व्रत निष्ठेनं पाळणारी अंजनी नंतर वसनजीलाच महादेव मानून त्याला परमेश्वराच्या उच्च कोटीत नेऊन बघत होती. बाबूच्या एवढ्याशा आजाराने व्यथित होणारी अंजनी, त्यानंतर जन्म घेऊन अल्पावधीतच मृत्यू पावलेल्या स्वत:च्या मुलाचं दु:ख मनोमन करत होती.

आणि आज अंजनी, तिचा आवाज परत आल्यामुळे उचंबळून आलेल्या अवस्थेत महाराजांना भेटायला निघाली होती. त्या अंजनीची वसनजीला काळजी वाटत होती. हलक्या आवाजात तो अंजनीला म्हणाला,

''मघापासून मी या महाराजांचं महात्म्य ऐकतोय. मी भारावून गेलोय खरा पण मला एका गोष्टीची काळजीही वाटतेय.''

''काळजी? कोणती?

''इतक्या सुंदर परिसरातून तुझा पाय निघेल ना? महाराजांचं दर्शन झाल्यानंतर इथंच रहायचं म्हणालीस तर?''

वसनजी थट्टेच्या स्वरांत म्हणाला,

''चला. कांहीतरीच काय?''

टांग्यातून उतरता उतरता अंजनी म्हणाली. पण खरं तर त्या वातावरणात एक जादू होती. त्या जादूनं ती भारावून गेली होती. तिनं देऊ केलेले पैसे न घेता महादू टांगेवाला म्हणाला,

''राहू द्यावं ताई. परत जाताना बघू,'

''अरे पण!''

''ते कांही नाही.''

हात मागं घेत महादू म्हणाला,

''तुम्ही हातपाय धुवून महाराजांचं दर्शन घ्या. तुम्ही दर्शन घेतलं की या महादूला समदं पोचलं जी.''

घोड्याच्या मानेवरून टांग्याचं ओझं उतरवणाऱ्या महादूकडे अंजनी आश्चर्यानं बघत होती.

''ताई...''

आज कितीतरी वर्षांनी कुणीतरी तिला ताई म्हटलं होतं. छोटा बाबू, जो बोबडे बोल बोलत असतानांच अकाली गेला होता ...तो अंजनीला 'ताई' म्हणायचा.

त्याची तिला आठवण आली.

किती वर्षांनंतर या वाटेवर ते नातं पुन्हा जुळून आलं होतं. महादूनं सांगितल्याप्रमाणे सारा परिसर कमालीचा स्वच्छ होता. एक शांत भावना, मनांत जागी करण्याचं सामर्थ्य त्या वातावरणांत होतं. स्नान वगैरे आटोपून अंजनी महाराजांच्या दर्शनाला निघाली. एक अनाम भीती, तिच्या मनांत दाटून आली होती. मनाची व्याकूळ अवस्था झाली होती.

दुपारी अकराचा सुमार होता. नेहमीप्रमाणे स्नान पूजा आटोपून पडवीत महाराज बसले होते. भक्तमंडळी समोर बसली होती. प्रश्न विचारले जात होते.

''महाराज, अंजनीबाई मालपेकर दर्शनाला येत आहेत.''

कुणीतरी म्हणाले. क्षणभर डोळे मिटून त्यांनी ध्यान केलं. त्यांच्या ओठांवर हसू होतं. जणू ही घटना त्यांना आधीच माहिती होती. डोळे मिटून, ध्यान करणाऱ्या महाराजांसमोर अंजनी उभी होती. तिच्या हातापायांना एक सूक्ष्म कंप जाणवत होता.

अगदी कृश बांध्याचा, गौर वर्णाचा, जरीचं सुंदर उपरणं, धोतर परिधान केलेला एक तेजस्वी ब्राह्मण समोरच्या चौरंगावर बसलेला होता. गळ्यांत रुद्राक्षमाळा होती ...तशीच हाती जपमाळ होती. जाड ओठांवर बारीक मिशी कोरली होती. महाराजांनी डोळे उघडले. त्या डोळ्यामधल्या तेजानं अंजनी दिपून गेली. कांही समजण्यापूर्वीच नकळत ती महाराजांच्या समोर नतमस्तक झाली. महाराजांचे नाजूक गौर पाय तिच्या अश्रूंनी भिजत होते.

अंजनीच्या पाठोपाठ इतर सर्वांनी दर्शन घेतलं आणि अंथरलेल्या सतरंजीवर सारे बसले. जेवणाची वेळ झाली होती.

''आधी जेवून घ्या. प्रवासाचा शीण असणार.''

''महाराज, आवाज परत आल्यापासून, तुमचं दर्शन घेऊन आपलं गाणं ऐकवल्याखेरीज तोंडांत पाणी घेणार नाही असा निश्चय करून, कालपासून ती प्रवास करतेय.''

विनायक मामानं सांगितलं.

महाराज हसले. नरहरीमामा तबला लावत होता. अजिमबक्ष सारंगी जुळवत होता. तंबोरा जुळवून अंजनीनं बैठक घेतली आणि षडज् भरला. त्या दमदार आणि कसदार आवाजाने महाराज चमकले. डोळे मिटून गाणं ऐकता ऐकता ते भावसमाधीत हरवून गेले. गुरु महिमा व्यक्त करणारं भजन अंजनी गात होती.

'भाग मोरे जागे, तेरो दरशन पायो
मन अति दुलसायो
नैननकी प्यास बुझी

आनंदकी तरंग उठी
जीवन सफल भयो,

सारं वातावरण भक्तिमय झालं होतं. महाराजांच्या मुखावर प्रसन्नतेचं स्मित विलसत होतं. परमेश्वराचा अद्वितीय आवाज प्रत्यक्ष ऐकल्याचं समाधान त्यांना झालं.

त्यानंतरच्या चार दिवसांत अंजनीनं आपल्या संगीतानं सारा परिसर भारून टाकला रात्रीच्या पूजेनंतर मठांत चारी वेदांचं पठण होत असे. त्यानंतर अंजनी गायला बसत असे. कधी राग गुणकलीमधला 'बाजे डमरु हरहर' हा ख्याल तर कधी तोडी मधला 'सगुन बिचारो रे' तर कधी भैरव मधून शिवाचं गुणगान ती गात होती.

प्रथम नाद ओंकार
ध्यावत जिन गुनीजन
पावत शांती अपार

त्या गंभीर व शांत रागांमधून... भैरवाचे विलंबित घेत सीधा उलटा क्रम एकमेकांत गुंफत पेचदार ताना घेऊन षडजावर येणारी अंजनी... तिचं गाणं ऐकून झाडं, पानं, भक्तजन आणि संगीताची जाण असणारे महाराज डोलत होते.

बेटावर मंदिराचं बांधकाम सुरू होतं. ताशीव दगड, संगमरवरी फरशा येऊन पडल्या होत्या. एक सुबक, पण भव्य दत्तमंदिर उभं होत होतं. धर्मशाळा, गोशाळा उभ्या होत होत्या. महाराज जातीनं बांधकामाची देखरेख करत होते. येणाऱ्या माणसांची विचारपूस करत होते. मायेनं सर्वांना पोटभर जेवू घालत होते. महाराज म्हणजे सर्वांच्या विसाव्याची जागा होती. गुरुला माऊली का म्हणतात हे अंजनीला प्रथमच समजलं होतं. मोठमोठ्या शब्दांचे अवडंबर न माजवता, साध्या सरळ शब्दांत, सहज जाता जाता ते उपदेश करत. तो गुरुचा उपदेश ग्रहण करून... अंजनी मुंबईला परतली होती. बेटावरचं रम्य वातावरण तिला सारखं आठवत होतं. श्रीमती आणि गजराबाईला त्या आठवणी पुन्हा पुन्हा सांगताना तिला महाराजांचं एकच वाक्य आठवत होतं.

"ताई, परमेश्वरानं कंठांत स्वर्गीय सूर दिला आहे. तुम्हीपण तो जतन केलाय. पण तो अद्वितीय ठेवा, तुम्हाला का दिलाय? त्याचा शोध घ्या. त्या शोधानंतर तुमच्या जन्माचा हेतू समजून येईल."

अंजनी स्वत:च विचारांत होती.

"खरंच! कशासाठी दिला असेल हा स्वर्गीय सूर?"

तो प्रश्न तिनं खाँसाहेबांना केला. तिचा प्रश्न ऐकून खाँसाहेब फक्त हसले

होते. त्यांच्या गूढ हसण्याचाही अंजनी विचार करत होती.

वसनजी बघत होता. बेटावर जाऊन आल्यापासून अंजनी आनंदांत होती. तिची गाण्याची तालीम, नजिरखाँच येणं, नव्या बैठकीची आमंत्रणं स्वीकारणं हे सारे नित्याचे व्यवहार पूर्ववत सुरू झाले होते. प्रदीर्घ कालानंतर अजनीचं गाणं पूर्ववत सुरू झालं होतं. गाण्याच्या आमंत्रणांची संख्या वाढली होती. त्यापूर्वीचा धरातला रियाजही सतत सुरू होता. वसनजीनंही मनापासून उद्योग धंद्यात लक्ष घातलं होतं.

यावेळेपर्यंत त्या दोघांच्या, बेटावर दोन चार फेऱ्या झाल्या होत्या. गुरुवारच्या पालखीला बालगंधर्वांपासून सारे मोठे गायक आवर्जून हजर रहात. स्वत: महाराजसुद्धा त्यावेळी एखादे भजन गात. ते सारं वातावरण वसनजीला मनापासून आवडत असे. एक एक करत केडगांवमधला मित्रपरिवार वाढला होता. अंजनी सर्वांची आवडती ताई होती. मोठ्या बहिणीच्या नात्यानं, गुरुघरच्या त्या मोठ्या कुटुंबात वावरताना अंजनी सुखावली होती.

मुंबई ते केडगांव हा थेट प्रवास सर्वांना त्रासदायक होई म्हणून वसनजीनं पुण्याला एक छोटासा बंगलाच खरेदी केला. त्या निमित्तानं छोट्या बाबालाही नेणं आणणं सोयीचं झालं होतं. पुण्याला आले तेंव्हा महाराज आवर्जून त्यांच्या बंगल्यांत रहायला आले. तिथेसुद्धा दर्शनासाठी भक्तमंडळींनी गर्दी केली होती. रात्रभर महाराजांसमोर मोठमोठे गवयी आपली कला पेश करत होते. बेटावरच्या दत्तमंदिराचे बांधकाम पूर्ण झाल्यानंतर दत्तमूर्ती पहाण्यासाठी महाराज मुंबईत आले. त्यावेळी ते अंजनीच्या घरीच उतरले. भक्तांनी दर्शनासाठी इतकी गर्दी केली की माडीच्या जिन्यावरून चढणे उतरणे कठिण होऊन गेले. घरासमोर नारळ, कापूर, उदबत्ती व फुले विकण्यासाठी दुकाने लागली होती.

दत्तमूर्तीची स्थापना, त्यानंतर बेटावर होणारे उत्सव, सत्यनारायणांची व्रते यानिमित्ताने अंजनीच्या बेटावरच्या फेऱ्या अलिकडे वाढत्या होत्या. गाण्याकडे, संसाराकडे तिचं थोडं दुर्लक्ष होऊ लागलं हे बघून वसनजी मात्र चिंतातुर बनला होता. इतक्या परिश्रमाने साध्य केलेलं गाणं आणि कौतूकानं उभारलेला संसार यापेक्षाही भजन, पूजनांत गुंतत चाललेली अंजनी बघून, वसनजीला तिच्या मनांत चाललेल्या द्वैताचा अंदाज येऊ लागला.

तिच्याकडे अपार संपत्ती आणि जडजवाहिर होतं. अजूनही तिच्यावर सोन्याच्या गिन्न्यांची बरसात होत होती. अंजनीचा हात सढळ होता. कुणी थोडं चांगलं बोललं किंवा दयेची याचना केली की मागचा पुढचा विचार न करता ती दोन्ही

मुठी भरभरून दान करत होती. घरी कुणी कलावंत आले कीं एखाद्या राजाच्या थाटांत त्याचं स्वागत होई. अंजनीचं आदरातिथ्य, उंची पाहुणचार, मानसन्मानाचे अहेर घेऊन अवाक होऊन माणूस जात असे. नारायण महाराज मुंबईत आले कीं अंजनीच्या घरी त्यांचा पंधरा पंधरा दिवस मुक्काम पडत असे. घरांत पंचपक्वान्न शिजत, रात्र रात्रभर मसाल्याचे दूध शेगडीवर उकळत असे. बेटावरच्या थाटांतच घरांत रोज जेवणाच्या पंगती उठत. घराचा आश्रम होऊन जाई. लोक आता तिच्या घराला नारायण आश्रमच म्हणू लागले.

ते सर्व बघून वसनजी मात्र मनांतून उदासला होता. लक्ष्मी ही किती चंचल असते, त्याचा अनुभव तो नित्य व्यवहारांत घेत होता. माणसाच्या यश अपयशाची शाश्वती कुणीच देऊ शकत नव्हतं. किंवा जीवनाची क्षणभंगुरताही वसनजीनं पाहिली होती. भरलेलं भांडार रितं होण्याला वेळ लागणार नाही. ज्या गाण्यांतून ती संपत्ती घरांत आली होती. त्या गाण्याकडेच लक्ष द्यायला अंजनीला आता सवड नव्हती. महाराज आले की रियाज आपोआप बंद पडे आणि सेवा, आदरातिथ्यांतच अंजनीचा वेळ निघून जाई. नजिरखाँचं येणंही कमी होऊ लागलं. पालनपूरच्या महाराजांनी भेट म्हणून खास अंजनीसाठी चांदीचं आसन व चवरी पाठवली होती. नेहमीप्रमाणे ती बिदागी अंजनीनं खाँसाहेबांना देऊ केली. पण तिचा स्वीकार न करता खाँसाहेब इतकंच म्हणाले,

"बेटी, या आसनावर मी थोडाच बसणार? ते आसन राजयोगी असणाऱ्या तुझ्या अध्यात्मिक गुरुंना दे."

महाराज राजयोगी होते. भक्तांनी दिलेले जडजवाहर त्यांच्या अंगावर असत. उंची रेशमी जरी वस्त्रे ते वापरत.

नजिरखाँच्या स्वरांत कटूता नव्हती, तरी त्या वाक्यानं वसनजी मात्र दचकला. खरं तर नबूआई हा अंजनीचा पहिला गुरू होता. नजिरखाँ हे दुसरे गुरू आणि नारायण महाराज हे तिसरे गुरू! आईनं सुरांची ओळख करून दिली व संस्कार दिले होते. नजिरखाँनी तिच्या सुरांना पैलू पाडले. जगासमोर आणलं, वैभवाचं शानदार दालन तिच्यासाठी खुलं केलं आणि आता नारायण महाराज तिला त्या सुरांचा एक वेगळा अर्थ शोधायला प्रवृत्त करत होते. यांत खरं तर विचित्र असं काहीच नव्हतं. ते घर आता एक आश्रम बनलं होतं. अलिकडे अंजनीकडे जावं असं त्याला वाटेनासं झालं होतं. या बैचेनीतच गेले आठ दहा दिवस तो आई वडीलांच्या घरीच होता. त्यानं अंजनीला कांही निरोपसुद्धा पाठवला नव्हता. अंजनी काळजीत होती. आठ दहा दिवसांनी वसनजी घरी आला. तेंव्हा थोड्या रागानेच अंजनी म्हणाली,

"आज आठवण झाली? गेले आठ दिवस इथं आम्ही किती काळजी केली

असेल. याचा तरी विचार करायचा? बाबा झोपताना रोज आठवण काढून रडायचा. तुमच्याशिवाय तो झोपत नाही. हे तरी लक्षांत घ्यायचं? माझंच मेलीचं चुकलं, तो इतका जीव लावला. निदान मुनिमजींना पाठवायचं? एखादा निरोप?''

"निरोप? निरोप घेऊन येणाऱ्या मुनिमजींना घरांत शिरणं कठिण झालं होतं. नाक्यापासून दुकानांची आणि माणसांची रांग होती महाराजांच्या दर्शनाला. महाराज अचानक आले?''

वसनजी रागांत होता.

"हो.''

अंजनी हळूच म्हणाली. व्यथित स्वरांत वसनजी म्हणाला,

"अंजनी, मला एक घर हवं आहे. आपलं घर, दोघांच घर! म्हणून तर ही बंगली घेतली ना? हवं तर महाराजांना उतरण्यासाठी वेगळा आश्रम बांधून घेऊ. पण या घराचा आश्रम करू नकोस. हे आपलं विश्व आहे. इथं परकी माणसं दर्शनाच्या निमित्ताने येतात. महाराजांबद्दल माझ्या मनांत खूप आदर आहे. पण परवाचीच गोष्ट आठवून बघ? त्या दिवशी मी इथं नव्हतो. पण पुरोहित स्वामी मला कालच भेटले. त्यांनी सांगितलं, महाराजांच्या दर्शनाला दादासाहेब बखले आले होते. अतिशय दारु प्याल्यानं त्यांचा तोल जात होता. तशांतच त्यांनी वरच्या दिवाणखान्यांत महाराजांसमोर उलटी केली. त्याचे शिंतोडे महाराजांवर उडाले. ती घाण, सेवा म्हणून तू भरून टाकलीस. महाराज शांतीरसाची मूर्ती! त्यांच्यावर या गोष्टीचा परिणाम झाला नाही. त्यानंतर दादासाहेबांचं व्यसन सुटलं हे खरं पण...अंजनी हे आपलं घर आहे. मला कांही विसावा हवा म्हणून मी हे घर जवळ केलं. तू माझी पत्नी आहेस अंजनी! अलिकडे माझी प्रकृती ठीक नाही. धंदा उद्योगांत माझे अंदाज पार चुकले आहेत. असेंच चुकत गेले तर...दिवाळं निघायला वेळ लागणार नाही जे तुझ्याजवळ आहे. ते राखून ठेव अंजनी! बाबाची जबाबदारी आपल्यावर आहे. आईचं वय झालंय. अशी अन्नछत्रं घालून कसं भागणार? विचार कर.''

वसनजी जे विचारत होता, ते ऐकून अंजनी हादरून गेली. वसनजींनी पुन्हा विचारलं,

"आणखी एक गोष्ट ऐकली ती खरी? महाराज घरी आले म्हणून तू गाण्याच्या स्वीकारलेल्या बैठकींना नकार कळवून त्या रहित केल्यास? खाँसाहेबांची परवानगी न घेता, परस्पर...तू बैठका रहित केल्यास खाँसाहेबांना काय वाटलं असेल, याचा विचार कां केला नाहीस? ऐन वेळी बैठक रद्द? कारण?''

"हों. महाराज अचानक आले. मी तरी काय करणार?''

“पण बैठकींची सुपारी त्या आधी स्वीकारली होती. त्या मंडळींनी सर्वांना निमंत्रणं पाठवली होती. तयारी केली होती. त्याचं काय? ऐनवेळी त्यांनी काय करायचं?”

करड्या स्वरांत वसनजीनं विचारलं. त्याचा असा आवाज अंजनी प्रथमच ऐकत होती. ती रडू लागली. वसनजी म्हणाला,

“अंजनी, तूं ज्या बैठका करतेस, त्याची बिदागी तुला दामदुप्पट देतात. हे तर खरं? तू असं बिदागी घेऊन गावंस हे मुळांतच मला मान्य नव्हतं. माझी पत्नी व मुलांचा सांभाळ करायला मी समर्थ आहे. पण गाणं हा तुझा प्राण आहे. आणि त्या प्राणावर मी जिवापलिकडे प्रेम करतो. या समाजानंही एक कलावंत म्हणून तुझा आदर केलाय. त्या बैठकींकडे धंदा म्हणून तूही बघत नाहीस. कला म्हणूनच तू बैठक करतेस; मग तुझी पहिली बांधिलकी त्या कलेशी हवी. अंजनी, गाणं संसार आणि गुरुसेवा हे सर्व एकाचवेळी तुला झेपणार नाही. तू फुलासारखी नाजूक आहेस. हा सारा ताण तुला कसा झेपणार, या विचारानं मी बेचैन आहे. आता यानंतर कसं वागायचं ते तू ठरव. बैठका रहित झाल्याचं ऐकून खाँसाहेबांना काय वाटलं असेल? तू सरळ मनाने वागली असशीलही. पण लोक या सर्व गोष्टींचा अर्थ काय घेतील?”

त्या प्रश्नानं अंजनी दचकली. खरंच! गेल्या तीन आठवड्यांत खाँसाहेब तिच्या घरी आले नव्हते, आणि वसनजी दहा दिवसांनी आज आला होता. या सर्व विचारांनी घाबरून गेलेली अंजनी, वसनजींच्या मिठीत रडत होती.

कालच्या प्रसंगानंतर अंजनीच्या मनांत विचारांचं वादळ सुरू झालं होतं तिला आठवत होतं. पूर्वकल्पना न देता, महाराज त्या दिवशी अचानक घरी आले होते. त्यावेळी अंजनी बैठकीला जाण्यासाठी तयार झाली होती.

अंगावर भरजरी पैठणी आणि डोकीपासून पायापर्यंत जडजवाहिर अलंकाराने सजलेली अंजनी, दरवाजातली सज्ज बग्गी...बघून महाराज दरवाजातूनच मागे वळले. दरवाजांत वसनजीने महाराजांना घेऊन दिलेली मोटार उभी होती. तिकडे महाराज निघाले.

“महाराज”

अंजनी चटकन त्यांचे पाय धरून म्हणाली,

“ऐन दिवेलागणीला असं दारांतून परतू नये.”

“पण, तुम्ही तर बैठकीला चालला आहांत? यजमानच जर घरांत नसेल, तर त्या घरांत कसं जाणार?”

पाठमोरं होऊन पायऱ्या उतरताना महाराज उद्गारले. क्षणभर अंजनी गांगरली. पण पायऱ्या उतरणाऱ्या महाराजांसमोर उभी राहून तिनं म्हटलं,

"आपला अवमान करून मी बैठकीला जाईन तरी कशी? आपण घरांत यावं. ऐन तिन्हीसांजेला आपल्या सारखा योगी दरवाजातून परत जाणं, हे अरिष्ट होईल. आपला आशीर्वाद माझ्या घरादाराला हवा आहे महाराज"

अंजनी काकुळतीनं विनवत होती.

त्यानंतर महाराज दहा दिवस तिच्या घरी मुक्कामाला होते. अंजनी मनापासून त्यांचं आदरातिथ्य करत होती. महाराजांच्या आगमनाची वार्ता समजतांच साऱ्या मुंबईतून भक्तगण नारायण आश्रमाकडे येऊ लागले. दारासमोर भराभर दुकाने उभी राहिली. घरांत पंचपक्वान्ने शिजू लागली. प्रसाद तयार होऊ लागला. रात्री गाणी भजने रंगू लागली.

अंजनी हंसतमुखाने वावरत होती खरी पण मनांतून काळजीचा भुंगा तिला कुरतडत होता.

महाराज आले, त्यादिवशी अंजनीच्या बैठकीची सारी तयारी झाली होती. निमंत्रकांनी सारा हॉल गच्च भरून गेला होता. अंजनीचे साथीदार वाद्ये जुळवून तयार होते. आज प्रत्यक्ष विष्णू दिगंबर पलूसकर, आबासाहेब मुजूमदार आणि मुरादाबादचे जाणकार गवय्ये अंजनीच्या गाण्याला हजर राहिले होते. नजिरखाँ आणि त्यांचे बंधू, अभिमानाने त्यांना आपल्या शिष्येचं गाणं ऐकवणार होते. सारी माणसं अंजनीची प्रतीक्षा करत असतानांच, अंजनीचा नकाराचा निरोप तिथं पोचला होता. तो निरोप ऐकून सारे थक्क झाले. काय बोलावं हे नजिरखाँना सुचत नव्हतं.

"अहंकार बरं? अहंकार! थाट तरी केवढा? स्वतंत्र घोडागाडी, पाठीमागे दरवान, उंची वस्त्रं, किंमती जवाहर आणि देखणं रुप...जीव गहाण टाकणारे श्रोते...मग अहंकार येईल नाहीतर काय?"

विरस होऊन, परतणारी माणसं बोलत होती. साथीदारांचे चेहरे उतरून गेले होते. ते ऐकणारा वसनजी थक्क झाला होता. खाँसाहेबांना न भेटतांच तो तिथून निघून गेला. बैठकीला नकार कळवणाऱ्या अंजनीच्या नजरेसमोर हे सारं दृश्य स्पष्ट दिसत होतं. तिच्या मनावर प्रचंड ताण आला होता. त्याच आठवड्यातली शेठ त्रिभुवनदास शेठजींच्या घरची अंजनीची बैठक, दोन महिन्यापूर्वीच ठरली होती. याच त्रिभुवन शेठजींनी अंजनीची पहिली बैठक मोठ्या कौतुकाने एके काळी ठरवली होती. आसनाचा मान देण्याचा तिचा हट्ट मानला होता. त्या बैठकीनंतरच अंजनी प्रकाशाच्या झोतात आली होती. त्या त्रिभुवनशेठना बैठक रहित करण्याचा निरोप कळवताना अंजनीला ब्रम्हांड आठवलं होतं. पण महाराज तिचे अतिथी होते. त्यांना घरी ठेवून गाण्याला जाणं महाराजांचा अपमान ठरणार होता. ब्राम्हण योग्याला ती कशी दुखवणार होती?

एका बाजूने नजिरखाँसारखा गुरू दुखावत होता आणि दुसरीकडे महाराज अपमानित होणार होते. त्या द्विधा अवस्थेत अंजनी होती. महाराज म्हणाले,

"ताई, संपत्ती, पैसा सारं क्षणभंगुर सुख देतं. आणि भक्तिमार्गानं शाश्वत सुखाप्रत पोंचता येतं. तुमचा सूर भक्तिमार्गानं प्रभूला आळवण्यासाठी त्यानं दिला आहे. तुमच्या आवाजांत असा दर्द आहे कीं तो ऐकून प्रत्यक्ष परमेश्वर पृथ्वीवर उतरेल.तो आवाज विकण्यासाठी नाही. भक्तीरसाची कावड वहाण्यासाठी आहे. विचार करा ताई! पैसे घेऊन गाणं विकू नका. तर भक्तिरसाची भजनं गा. फक्त भजनं!"

वसनजीनं जें सांगितलं, ते पण खरं होतं. गाणं, संसार आणि गुरुसेवा यांची सांगड घालणं किती अवघड होतं! कांहीतरी एकाचा त्याग करण्याची वेळ आता आली होती. पण कुणाचा त्याग करायचा?

गाण्याचा?...

हा विचार मनांत येतांच सुरेल्या तंबोऱ्याची एक तार अवचित तुटल्यावर जो टणत्कार होतो...तसा आवाज अंजनीच्या कानांवर आला. ती व्याकूळ झाली होती.

हा विचार आपल्या मनांत आला तरी कसा?

गाणं हा तर आपला प्राण!

त्या प्राणाचा त्याग?

मग? महाराज जे सांगतात...त्याचं काय करायचं?

या विचारांनी अंजनी सैरभैर झाली होती.

नजिरखाँ बरेच दिवसांत आले नव्हते. ते आजारी असल्याचं वृत्त अंजनीला समजलं होतं. त्यांना भेटायला जायचं अंजनी ठरवत असतानांच एके दिवशी भर दुपारची सुधा अंजनीकडे आली. खरं तर आज शाळेचा दिवस होता तरी सुधा आल्याने अंजनीला आश्चर्य वाटलं. पण तिला बघून का कोण जाणे तिला आधारही वाटला. तिच्या द्विधा मनस्थितीवर सुधाच काही उपाय सांगू शकणार होती. पण अंजनी बघत होती. आज सुधा गप्प होत. उत्साही नव्हती.

"काय झालं सुधा? आज गप्प का? कांही झालंय?"

"अंजनी, फार वाईट गोष्ट घडलीय ग! कशी सांगू?"

"सांग ना लवकर सांग. काय झालं?"

"अंजू, राजा रविवर्मावर धर्ममार्तंडांनी खटला घातला होता ते माहिती आहे ना तुला?"

सुधानं विचारलं.

"हो. सुरंगानंच सांगितलं होतं. निकाल काय लागेल त्या काळजीतंच होती सुरंगा."

"निकाल...हं ...निकाल लागला. चांगला आणि वाईट."
"काय म्हणायचं आहे तुला? स्पष्ट सांग बाई."
"अंजू, राजाजी निर्दोष सुटले."
"खरं?"
अंजनी आनंदानं म्हणाली.
"राजाजी निर्दोष सुटले...पण..."
"पण काय?"
अंजनीनं भीतीनं विचारलं.
"पण आपली सुरंगा गेली ग!"
"काय?"
अंजनी किंचाळली.
"राजाजींना शिक्षा होणार आणि झाली तर त्याचं कारण आपण आहोत या विचारानं सुरंगानं विष घेतलं."
"अरे देवा! काय घडलं हे? सुरंगा माझी सुरू..."
अंजनी मोठ्यानं रडायला लागली.
"राजाजींनी धैर्यानं कोर्टाशी सामना दिला स्वतःची बाजू पटवून दिली. स्वतःच बचावाचे वकील बनले. पटवून दिलं कोर्टाला की कला कधीच अश्लील नसते...अश्लील असतं ते माणसाचं मन. त्याचे विचार. त्याची दृष्टी! आणि कोर्टानं त्यांचं म्हणणं प्रमाण मानलं."
सुधा बोलत होती. सारं घर तिथं गोळा झालं होतं. नबूबाई, श्रीमती, गजरा रडत होत्या. लहानपणापासून सुरंगानं त्या सर्वांना लळा लावला होता. नाजूक, देखणी अशी सुरंगाची मूर्ती सर्वांच्या नजरेसमोर येत होती.
"अंजनी, निर्दोष सुटलेले राजा रविवर्मा घरी न जाता, आधी सुरंगाला भेटायला तिच्या घरी गेले. त्यापूर्वीच...सारं संपलं होतं."
सुधा डोळे टिपत म्हणाली.
"अरेरे, घात केलान पोरीनं..."
नबूबाई कळवळून म्हणाली.
"आई, घात तर रूढीनं केला. परंपरेनं केला."
सुधा रागानं म्हणाली.
"आई, नुकतीच मी सुरंगाला भेटले होते. चित्रासाठी राजाजींसमोर उभी राहिली म्हणून; चित्रं घरोघरी पोंचली व देहाचा बाजार झाला म्हणून मावशी आणि कमल आक्का सुरंगाला टोचून बोलायच्या. राजाजींना शिक्षा झाली असती तर घरचे आणि समाज दोघांनीही तिला फाडून टाकलं असतं. त्याला सुरंगा

घाबरली. राजाजींवर तिचा भारी जीव होता. त्यांना शिक्षा झालेली, सुरंगा सोसू शकली नसती. म्हणून तिनं जीव दिला हे मी खात्रीनं सांगते. फार भावूक होती ग माझी सुरू. नाजूक सुरंगीच्या फुलासारखी...पण मुंगळ्यांनी संपवलं तिला!''

अंजनी, सुधा हळहळत होत्या.

''अंजू, भेटायला गेलं पाहिजे ना? रीत आहे.'' नबूबाई म्हणाली.

''आता त्या घरी जाऊन कुणाला भेटू? ती तर गेली. सुधा, मला आता हिराची काळजी वाटते. आपण उद्यांच तिला भेटू. येशील?''

''पण...''

अंजनीनं मनाशी ठरवलं कीं यावेळी राजाजींनाही भेटणं आवश्यक आहे. त्यांनाही भेटायला जायचा निर्णय अंजनीनं घेतला.

सुरंगाची आई व मावशी यांना भेटायला मग नबूबाईच जाऊन आली. सुरंगाचं घर दार...सगे सर्वजण सुरंगालाच दोष देत होते.

आधी चित्रं काढू दिली म्हणून दोष आणि आता आत्महत्या केली म्हणून दोष,

ते ऐकून अंजनी खिन्न झाली.

'सुरंगाचं मन कुणालाच समजलं नव्हतं. निदान राजाजींना?

त्यांना तरी समजलं असेल सुरंगाचं मन?

अंजनी सतत विचार करत होती. राजा रविवर्मांना भेटायला जाण्यासाठी धीर गोळा करत होती.

नजिरखाँची प्रकृती अलिकडे खूपच खालावली होती. औषधोपचार, वैद्य, हकीमांची दवा, सारे प्रयत्न सुरू होते. खाँसाहेबांचं सारं कुटूंब, त्यांच्यासाठी दुवा मागत होतं. त्यांचे बंधू, छाजूंखाँ, खादर हुसेन चिंतातूर बनले होते. अंजनी, वसनजींच्या भेंडीबाजारांत सारख्या फेऱ्या सुरू होत्या. खाँसाहेबांची अशक्त होत जाणारी प्रकृती बघून, अंजनी खूप उदास झाली होती. जिवलगांचे मृत्यू पहाणं किती दुःखकारक असतं, याचा अनुभव तिनं अनेकदा घेतला होता. आणि मृत्यू टाळता येत नाही, हेपण तिनं अनुभवलं होतं.

नारायण बाबा, रामआजोबा, आजी, वामन आजोबा, बुची, बाबू यानंतर अल्पकाळ जगलेली तिची दोन मुलं, नुकतीच गेलेली सुरंगा..

सारे जिवलग एक एक करत गेले होते.

''बायजी, बडे भैय्याका अब कुछ भरोसा नही.''

परवांच विलायतखान अंजनीला म्हणाला. आता विलायतखाननं व्यापारांत खूप यश मिळवलं होतं. भेंडीबाजार मधलं, त्याचं एकत्र कुटूंब पूर्वीपेक्षा वैभवांत आज जगत होतं. त्या घरांत आजही माणसांची वर्दळ तशीच होती. मुख्य

म्हणजे अमानअली आता खूप मोठा गायक बनला होता. त्यानं आपल्या भेंडीबाजार घराण्याचा नावलौकिक वाढवला होता. नजिरखाँ आणि त्यांच्या दोघा बंधूंनी अमानवर खूप मेहनत घेतली होती आणि अमाननेसुद्धा मनापासून गाणं शिकण्यावर लक्ष केंद्रित केलं होतं.

"दिदीजी, चाचाजानकी बिमारीपर एक ही दवा, हम सबके पास है और वो है अपनी कला, जो उनकी मेहरबानी से हमे बक्शी है। आपण असं करू. खाँसाहेबांच्या साऱ्या शिष्यांना आपण मुंबईत बोलावून एक मोठा जलसा करू. आपल्या शिष्यांनी जतन केलेलं घराण्याचं गाणं ऐकून चचाजानचा अर्धा आजार पळून जाईल."

अमान अंजनीला सांगत होता. अंजनीनं आनंदानं संमत्ती दिली. तिच्या प्रिय खाँसाहेबांना आयुष्य मिळावं, त्यासाठी अंजनी वाट्टेल तेवढं दिव्य करायला तयार होती.

अमानअलीनं निरोप धाडताच इथे तिथे विखुरलेले नजिरखाँचे सारे शिष्य मुंबईत दाखल झाले. मम्मनखान, चांदखान, झंडेखान, ग्वालबक्ष शमीरखान, महंमदखान, मियांजानखान, खाँसाहेबांचे सारे शार्गीद भेंडीबाजार घराण्याचं उत्तर-दायित्व सांभाळत होते. जे त्यांच्या गुरूनं दिलं, ते संगीत त्यांनी मोठ्या अभिमानानं जतन केलं होतं. उत्तरेतून आलेलं संगीत...अधिक कसदारपणे पुन्हा या सर्व शिष्यांनी उत्तरेत पोहोचवलं होतं. स्वतः अमानअली आता भेंडीबाजार घराण्याचा वारसा चालवत होता आणि अंजनी तर त्या सर्वांचा मुकुटमणी होती.

गेले आठ दहा दिवस नजिरखाँ त्यांच्या घरी चालणारा हा संगीतजलसा समाधानानं ऐकत होते. अमानची कसदार, खंडमेर पद्धतीची खास गायनशैली ऐकून अंजनी चकित झाली होती. आणि अंजनीचं तयारीचं गाणं ऐकून खाँसाहेबांना कृतकृत्य झाले होते. जलशामधलं अंजनीचं शेवटचं गाणं ऐकून नजिरखाँ म्हणाले,

"चेडवा, मेरे जिनेका मकसद् पूरा हुआ।

आता कधीही बुलावा आला, तरी मी तयार आहे."

ते शब्द ऐकताना अंजनीला दुःख झालं. पण ती समजून चुकली, की दिवा आता कधीही मालवणार आहे. आणि तसंच झालं. त्या जलशानंतर लवकरच भेंडीबाजार मधला तो रत्नदीप मालवला. अंजनीच्या पायाखालची जमीनच हादरली होती.

अंजनी पुन्हा उदास झाली. आपल्या मनाची उदासी कमी व्हावी म्हणून ती जास्तीत जास्ती वेळ परमेश्वर पूजेत घालवू लागली. मानसपूजा करण्यांत, ध्यान धारणेत तिचं मन रमवू लागली. आजवर आई-वडीलांची इच्छा व गुरुचे ऋण फेडण्यासाठी आणि व्यवसाय म्हणून ती गात होती. पण खाँसाहेब गेल्यापासून

ती विचार करत होती, कीं...खरंच परमेश्वरानं हा अलौकिक सूर का दिला असावा?

केवळ पैसे कमावण्यासाठी?

नांव, लौकीक मिळवण्यासाठी?

ते सारं तर भरभरून पावलं होतं. पायांत सोनसाखळ्या, छत्र चामरं, फुलांच्या पायघड्या, जडजवाहर, उंची वस्त्रे, मानसन्मान सारं सारं त्या सुरांनी जे दिलं...ते ते भोगून पार झालं होतं. सोन्याच्या गिन्न्यांची बरसात झाली होती. पण त्या सूर देणाऱ्याचा हेतू इतकाच...मर्यादित नसावा...

"मग?"

"कशासाठी लाभलं असेल हे सुरांचं अलौकिक देणं?"

अंजनी विचार करत होती.

"ताई, सर्वसामान्यांच्या मनांत भक्तिभाव निर्माण होण्याची खूप गरज आहे. तुमच्या सुरेल आवाजांत तें सामर्थ्य आहे. त्यांच्यासाठी तुम्ही भजनं गा ताई. फक्त भजन करा. त्यांत तुमचा उद्धार आहे. तसांच सर्वांचाही! नामस्मरणांत फार मोठी शक्ति आहे. शेवटी परमेश्वराप्रत पोहोचणं हाच आहे यात्रेचा हेतू. विचार करा ताई."

अंजनीला महाराजांचे शब्द आठवले.

अलिकडे नबूबाई थकली होती. वसनजीची प्रकृतीही घसरत चालली होती. नवससायासाने जगलेला तिचा मुलगा, बाबापण अजून खूप अशक्त होता. त्या तिघांची काळजी घेणं खूप गरजेचं होतं. गाण्याच्या बैठकांची एकदा बिदागी स्वीकारली कीं ते गाणं करणं ही बांधिलकी येऊन पडत होती. त्यापायी अनेकदा आजारी आई आणि मुलाला घरी ठेवून बैठकीला जावं लागलं होतं. वसनजीला नाराज करावं लागलं होतं. खाँसाहेबांच्या प्रथेनुसार बैठकीपूर्वी भरपूर मेहनत करावी लागत होती.

हा मानसिक ताण आता सोसवत नव्हता.

घरांतलं वैभव ओसंडून वाहात होतं.

मनात एक अपार तृप्ती साठलेली होती.

यानंतर संसार, संगीत आणि अध्यात्म यांची सांगड कशी घालायची?

कांहीतरी एक सोडणं भाग होतं.

खाँसाहेब गेल्यापासून बैठकीला जाण्याचा उत्साहच संपला होता. अंजनीनं निर्णय घेतला.

यानंतर गाण्याच्या जाहीर बैठका करायच्या नाहीत.

अंजनीच्या निर्णयाचं वसनजीला आश्चर्य वाटलं नाही. तिचा मनस्वी स्वभाव त्याला पूर्ण परिचित होता. केवळ मोठ्या बिदागीसाठी, तिनं जाहीर बैठका कराव्या हे वसनजीला आधीपासूनच आवडत नव्हतं. पण अंजनीचं गाणं फुलावं यांसाठीच तर त्याची सारी धडपड होती. त्या गाण्यासाठी तिनं जी कठोर साधना केली होती, ती त्यानं प्रत्यक्ष पाहिली होती, तिच्या पहिल्या बैठकीचा तो साक्षीदार होता. त्यानंतर ते आजवर साऱ्या भारतभर तिच्या गाण्याचा नावलौकिक पसरला होता. पैशाची बरसात झाली होती. अंजनीच्या वृत्तीत आधीपासूनच एक विरागी वृत्ती होती जे मिळालं, त्यांवर ती तृप्त होती. बाबानंतरच्या दोन तीन वेळेच्या अपुऱ्या बाळंतपणानं, तिची प्रकृतीही ठीक रहात नव्हती. तिनं जाहीर बैठका न करता...केवळ भजन पूजन करण्यांत वेळ घालवला तर ते तिला अधिक आनंद देणारं ठरेल याची वसनजीला खात्री होती. तिनं सुखांत रहावं ही तर वसनजीची धडपड होती.

आपला निर्णय वसनजीनं समजून घेतला याचं अंजनीला समाधान झालं. अलिकडे वसनजीही चिंतेत असायचा. त्याची गौर कांती काळवंडली होती. डोळ्याखाली काळी वर्तुळं दिसत होती. वसनजीच्या काळजीनं अंजनीला चैन पडत नव्हती. त्याच्या खाण्या जेवणाकडे ती आता स्वतः लक्ष देत होती...मात्र नबूबाईला अंजनीचा निर्णय लवकर पटला नाही.

"ह्यें किते बाय? इतके कष्ट करून कमावलेलं गाणं तू सोडणार? मग त्या श्रमांना काय अर्थ उरला? खाँसाहेबांना काय वाटलं असतं? त्यांनी आपला वारस म्हणून तुझ्यावर भिस्त ठेवली होती ना?"

नबूबाईच्या प्रश्नावर अंजनी हंसली,

"आई, खरं सांगू? खाँसाब गेल्यापासूनच हे सारे विचार माझ्या मनांत येत आहेत. ते गेल्यापासून मी अजूनही बैठकीत गायले नाहीं. मी गाताना, पहिल्या आसनावर बसणाऱ्या खाँसाहेबांना बघण्याची मला सवय झालीय. त्यांची ती रिकामी जागा मी पाहू शकणार नाही. शिवाय आई, आता अमान चांगला गातो. खाँसाहेबांची शिष्य परंपरा तयार झालीय. भेंडीबाजार घराण्याची धुरा सांभाळणारी नवीन पिढी आता खूप तयारीनं गातेय, आणि मी गाणं सोडणार म्हणजे...फक्त जाहीर बैठका करणार नाही. गाणं तर आपल्या रक्तप्रवाहातून, गेले चार पिढ्यापासून वहातंय. ते सुटणार थोडंच? या वयांत सुद्धा, तुझ्यांत ते गाणं आहेच ना? आई, का कोण जाणे, अलिकडे या सर्व थाटामाटांचा, स्तुती सुमनांचा कंटाळा आलाय. असं वाटतं, शांत जीवन जगावं. भक्ति साधनेत रमावं. या जीवनाचा अर्थ शोधावा. शास्त्र, पुराणातून, वेदांमधून परमेश्वराचं जे खरं रुप सांगितलंय ते समजून घ्यावं. मन आता अंतर्मुख व्हायला हवं. आई, गाताना अनेकदा

माझी गानसमाधी लागते. सात सुरांचे सात रंग नजरेसमोर येतात. एक दिव्य प्रकाश मनाला भारून टाकतो. पण तो प्रकाश म्हणजे परमेश्वर नव्हे. तर त्या प्रकाशाच्याही पार जो कुणी आहे, ज्यानं हा सुरांचा प्रकाश निर्माण केला, ज्यानें ही नक्षत्रं, ग्रह तारे, पृथ्वी निर्माण केली त्याची पूजा मला बांधायची आहे. त्यासाठी आधी या झगमगाटापासून मी दूर रहायला हवं. एकांत पत्करायला हवा. वैराग्य, शांतवृत्ती निर्माण व्हायला हवी. मी जाहीर बैठका करणार नाही इतकंच! पण... माझ्याकडे जे कुणी गाणं शिकायला येतील, त्यांना मी आनंदानं गाणं शिकवेन. खाँसाहेबांनी दिलेले सूर त्यांच्या कोवळ्या गळ्यात रुजवेन. त्यांना धुमारे फुटतील, गुरुची विद्या अशी जपेन. शिवाय आता तू थकलीस. वसनजीची प्रकृती खालावतेय. बाबाची वाढ नीट होत नाही. श्रीमती आता थकलीय. मला सर्वांची खूप काळजी वाटतेय ग! देवानं हा माझा संसार सांभाळून घ्यावा इतकंच मी त्याच्याकडे मागते. घरांत भरपूर समृद्धी आहे. जन्मभर बसून खाल्लं तरी ते संपणार नाही. तू काळजी करू नकोस.''

आपल्या लेकीनं हा निर्णय खूप विचारपूर्वक घेतलाय. हे नबूबाईच्या ध्यानी आलं. ती जे करत होती. त्यांत तिचंच भलं होणार याची खात्री पटली, तेंव्हा नबूबाईनं मनापासून संमत्ती दिली.

अंजनीबाई यानंतर जाहीर बैठका करणार नाही, हे वृत्त साऱ्या मुंबईभर वाऱ्यासारखं पसरलं. मात्र साऱ्या संगीतषौकिनांना प्रचंड धक्का बसला.

एखाद्या महाराणीच्या थांटात, स्वतंत्र बग्गीतून येणारी अंजनी त्या सर्वांना परिचित होती. तिची उंची वस्त्रं, आभूषणं, रुपसंपन्नता आणि त्यापेक्षां मोत्याचं तेज ल्यालेला तिचा दळदार आवाज, साऱ्या मोठ्या गवयांच्या गायकीची छटा व्यक्त करणारी पण स्वतःचं विशेषपण व्यक्त करणारी तिची गायकी, साऱ्या भारतभर पसरलेली तिची कीर्ती...ती अंजनीबाई...संगीताच्या रत्नांमधला कोहिनुर...यानंतर तिच्या बैठका होणार नाहीत, या विचारानं सारे हवालदिल झाले. अनेक प्रश्न विचारणाऱ्या रसिकांची अंजनीच्या घरी रीघ लागली होती. त्या सर्वांच्या आग्रहासाठी अंजनीनं एकदा शेवटची बैठक करून, त्या सर्वांना मनसोक्त गाणं ऐकवण्याचं कबूल केलं.

टाऊन हॉल मधली बैठक स्वतः अंजनीनं आयोजित केली होती. सारे राजपरिवार, गायक, श्रोते यांनी हॉलमध्ये खच्चून गर्दी केली होती. जिवाचे कान करून श्रोते ऐकत होते. आणि स्वरांत जान ओतून, अंजनी गात होती. ते अजरामर गाणं ऐकून सर्वांना धन्य वाटत होतं. हा कसदार आवाज पुन्हा ऐकता येणार नव्हता, याची हळहळ सर्वांच्या मनाला लागली. त्या परिचित अशा सुंदर आवाजाच्या वियोगाच्या कल्पनेनं सर्वांची मनं कातर बनली होती. आज गाताना

अंजनीची भावसमाधी लागली होती.

"अजि आनंदू, परमानंदू रे..."

हे भक्तिरसाने ओथंबलेले भजन गाऊन, अंजनीनं श्रोत्यांना वाकून नमस्कार केला आणि तंबोरा खाली ठेवला. त्यावेळी स्वतः अंजनी सद्गदित झाली होती. तिच्यावर गिन्यांची उधळण होत होती. त्या शेवटच्या बैठकीची कमाई पंचवीस हजारांपेक्षा जास्ती जमली होती. ती सारी बिदागी खाँसाहेबांच्या फोटोसमोर ठेवून अंजनी हमसून रडत होती. खाँसाहेबांनी शिकवलेल्या साऱ्या चीजा, ख्याल, राग, रागिण्या, ताना, पलटे तिला अचंब्याने बघत होत्या.

त्यानंतर अंजनीनं तिचे दोन्ही तंबोरे गवसणीत घालून ठेवले खरे, पण मनांतून मात्र ते सदैव झंकारत असायचे. अलिकडे तिचा वेळ पूजाअर्चेत अधिक जात होता. लहानपणापासून ती महादेवाचं व्रत करत होती. अलिकडे त्याचं ध्यान करताना चित्ताची एकाग्रता अधिक होत होती. मन प्रसन्न रहात होतं. कोणतेही अलंकार, जरी वस्त्र न वापरता, साध्या सुती साड्या ती नेसत होती. वृत्ती निःसंग बनत चालली होती.

तिला काळजी एकच होती, ती म्हणजे वसनजीची खालावत चाललेली प्रकृती, त्याचा चिंतातूर चेहराच सांगत होता की त्याला काहीतरी प्रचंड ताण आहे!

अंजनीला भेटायला सतत माणसांची रीघ लागली होती. त्या सर्वांना अंजनीचा निर्णय पटत नव्हता. त्या सर्वांचं समाधान व्हावं म्हणून मग अंजनी त्यांना भजन म्हणून दाखवे. निरोप देताना हंसून ती म्हणे,

"माझं गाणं ऐकावसं वाटलं, कीं केव्हाही घरी या. मी गाणं ऐकवेन. माझं घर म्हणजे मुक्तद्वार आहे."

कधी कधी केडगांवच्या बेटावर होणाऱ्या गुरुवारच्या पालखीसमोर तिचे भजन होई. बालगंधर्व, शांता आपटे, पलूसकर, मुजूमदार असे थोर गायक, वादक, संगीततज्ज्ञ यांचा सहवास लाभे. 'ताई ताई' करत तिच्या सभोवती गोळा होणाऱ्या भक्तांच्या विशाल कुटुंबात अंजनी आनंदाने रमली होती. बेटावर किंवा अंजनीच्या घरी तिचे गाणे ऐकता येतं या विचारानं तिच्या चाहत्यांना दिलासा वाटत होता. फक्त सुधालाच अंजनीच्या निर्णयाचा अर्थ, खऱ्या अर्थाने समजला होता.

बाकी सर्वांच्या तर्कसंगतीच्या पलिकडे अंजनीचा निर्णय होता.

वसनजीच्या प्रकृतीत बदल व्हावा म्हणून अंजनीनं दक्षिण भारताच्या प्रवासाचा बेत आखला. त्या प्रवासाची तयारी करत असतानांच, अंजनीला राजा रविवर्माची आठवण आली. सुरंगा गेल्यापासून त्यंना भेटायला जाण्याचं अंजनीच्या मनांत होतं. पण तिच्या स्वतःच्या निर्णयाच्या मानसिक द्वंद्वातून तिला निवांत वेळ

मिळाला नव्हता. आज तिनं जाण्याचा बेत केला. तसा निरोपही धाडला.

राजाजींच्या बंगलीच्या पोर्चसमोर बग्गी थांबवून अंजनी दरवाजासमोर गेली. दारात राजाजींचे सेवक आणि भाऊ उभा होता. त्यांनी आदराने अंजनीला दिवाणखान्यांत बसवले. दिवाणखान्यात उंची गालिचा घातला होता. काळ्याभोर शिसवी लाकडांत, नक्षीकाम कोरलेले, कोच खुर्च्या होत्या. छतावर झुंबरं लटकत होती. एका भिंतीवर एका प्रौढ केरळी स्त्रीचं भव्य पेंटिंग लावलं होतं...तर समोरच्या भिंतीवर एक प्रौढ वयाच्या केरळी ब्राम्हणाचं चित्र होतं. त्या पेंटिंग खालच्या फरशीवर तांदळाच्या ओल्या पिठानं रांगोळी घातली होती. कोपऱ्यांत उंच टेबलावर फुलांनी सजवलेली फुलदाणी होती. कोपऱ्यातल्या उदबत्तीच्या स्टँडवर चंदनाच्या उदबत्त्या जळत होत्या. सारं घर कमालीचं स्वच्छ होतं,

"हे सारं काम कोण करतं?"

अंजनीनं कौतुकानं विचारलं,

"हा चैतू, हा सारं घर सांभाळतो. आणि हा पाचन. हा रसोईघर सांभाळतो. मी सोमवर्मा! राजाजींचा धाकटा भाऊ. ती भिंतीवर पेंटिंग्ज आहेत ना? ती उमांबा! आमची आई. आणि हे राजवर्मा! आमचे मामा...पण खरं तर आमचे गुरु."

सोमवर्मानं नम्रतेनं माहिती दिली.

"आणि राजाजी? त्यांना माझा निरोप पोंहोचलाय ना?"

"जी. बाईसाहेब. त्यांना भेटण्यासाठी आपण रंगशाळेत जाऊ. चलावं..."

त्या प्रशस्त दिवाणखान्याच्या कोपऱ्यांत बैठा जिना होता. त्या जिन्याने माडीवर गेल्यानंतर एका लहान खोली ओलांडून, आंत गेल्यानंतर प्रशस्त चौकोनी खोली होती. त्या खोलीच्या साऱ्या खिडक्यांना काचा बसवल्या होत्या. छपराच्या कौलांमध्येही काचा बसवून वेगवेगळ्या रीतीने प्रकाश आंतमध्ये परावर्तित होईल अशी व्यवस्था केली होती.

भिंतींच्या कडेने, सुरंगाची सारी पेंटिंग्ज मांडून ठेवली. शकुंतला, मेनका, उर्वशी, सीता, द्रौपदी, दमयंती...

साऱ्या चित्रांमध्ये सुरंगाच सजीव होऊन अंजनीसमोर उभी होती. अंजनीला हुंदका फुटला.

"कदाचित, माझ्यापेक्षां सुंदर स्त्री भेटली तर उद्या राजाजी तिचं चित्र काढतील ना ...काढेनात? पण आमचं प्रेम तरी अमर असेल ना?"

सुरंगाचे शब्द अंजनीला आठवत होते. राजाजींचं सांत्वन करण्यासाठी आलेली अंजनी स्वतःच रडत होती.

"शांत व्हा बडी बाई. तुम्ही असं केलत तर मी धीर कुठून गोळा करणार?"

राजा रविवर्मा अंजनीला कोचवर बसवत म्हणाले.

''फार घाई केली तिनं. मी परोपरीनं तिला विश्वास दिला होता, की कोर्ट मला शिक्षा करू शकणार नाही, पण ती बाईमाणूस... बदनामीला घाबरली. आणि बडी बाई, शीलाप्रेस घालण्यात माझा हेतूच हा होता की लक्ष्मी, सरस्वती, राम, सीता, महादेव ही सारी दैवतं...जी ठराविक वर्गाची सोवळी मक्तेदारी होती ती न रहाता...ती दैवतं...चित्ररूपानं गोरगरीबांच्या घरी पोचावी. प्रत्यक्ष परमेश्वर त्यांच्या घरी आल्याचं, त्याला पूजण्याचं समाधान त्यांच्या जिवाला लाभावं आणि या धर्ममर्तंडांना खरा राग याच गोष्टीचा होता, कीं सामान्य माणूससुद्धा ही दैवतं आता पूजतो आहे. त्या पूजेसाठी, त्यांच्या मध्यस्तीची आता गरज नाही. म्हणून तर हा खटला. अश्लीलता वगैरे शोधून काढलेले सारे आरोप... जे बिनबुडाचे होते. पण या सर्व जंजाळांत मी सुरंगाला मात्र गमावून बसलो. त्या चित्रांमधून फायदा जसा झाला तसंच फार मोठं नुकसानही.''

''फायदा?''

''हां, बडीबाई. यानंतर कलेवर कधी अश्लीलतेचा डाग पडणार नाही. अहो, मंदिरांत कीर्तनातून रासक्रीडेची वर्णनं मिटक्या मारत सांगणारे...कलेवर काय डाग पाडणार? कला! ही परमेश्वरी कृपा आहे...पण या वादांत, बडीबाई...सुरंगा गेली...आणि माझ्यावरची ती परमेश्वरी कृपा मात्र कमी झाली. आता कुंचला रंगात भिजवावा असं वाटत नाही. कोणतंही चित्र यानंतर काढायचं तरी सुरंगांच माझ्या समोर असणार. पण काही चितारावं असं आता वाटत नाही.''

रविवर्मा उठले. बाजूच्या अलमारीवरचे काचपात्र अंजनीसमोरच्या टेबलावर त्यांनी ठेवलं. त्या काचेच्या भांड्यांत पिवळ्या चाफ्याची सुकलेली फुलं होती.

''रोज इथं येताना पिवळ्या चाफ्याची पांच फुलं ती घेऊन यायची. या दालनांत प्रवेश करण्यापूर्वी त्या उंबऱ्यावर फुलं ठेवून, मग ती आंत प्रवेश करायची. त्या दिवशी केसचा निकाल ऐकायला आम्ही सर्व गेलो. घरी पाचू एकटा होता. त्यावेळी ती आली. आणि उंबऱ्यावर पांच फुलं ठेवून निघून गेली. जाण्यापूर्वी ही सारी चित्रं अशी मांडून ठेवली. रंगसोपानावर कोरा कॅनव्हास लावून ठेवला...आणि ती गेली...तेंव्हापासून ती चित्रं अशीच मांडलेली आहेत. आणि तो कॅनव्हास, तसाच कोरा आहे. काय चितारु त्यावर ? तिचं भावूक मन मला चितारायचं आहे. पण तेवढे तरल रंग कुठे शोधायचे? आणि तिच्या भावूक मनासारखी नाजूक संवेदना या माझ्या हातात नाही. रंगात अश्रू मिसळले कीं जो रंग तयार होतो तो दाखवायला माझा कुंचला अपुरा आहे. तो नवा रंग मी कसा दाखवू? तो कुणालाच समजणार नाही.

बाईजी...आता मला वाटतंय, कीं मी जे या चित्रांतून चितारलंय, ते फक्त

माझ्या सुरंगाचं शरीर आहे. तिचं मन...तिचं मन...मला कधी समजलंच नसावं. पूर्वी चित्रं रेखाटताना कलेचा कैफ माझ्या मनावर होता, आणि अलिकडे ही केस जिंकण्याचा ध्यास मला होता. यांमध्ये तिच्या मनामधली उलाघाल माझ्या लक्षात आलीच नाही. जर थोडी कल्पना असती ना...तर हे आक्रित घडलं नसतं. तुम्ही बायका आपलं मन मोकळं करून कां बोलत नाही? तिच्या मनातले विचार मला तिनं एकदा तरी सांगायचे?''

''दादा, कॉफी घ्यावी.''

पाचननं कॉफीचे पेले टेबलावर ठेवत सांगितलं,

''घ्या बडीबाई.''

स्वतःला सांवरत राजाजी म्हणाले. त्या कलादालनांत सुरंगा असताना यायला हवं होतं. तिला चितारताना प्रत्यक्ष पहायला हवं होतं. याच दालनांत सजीव झाली होती ती चित्रं. यांच जागी एक भाबडं मन, प्रेमपाशात गुंतलं होतं. त्या दालनाच्या भिंती भिंतीवर ती प्रेमकथा अव्यक्त रुपानं उभी होती. अंजनी भारावून गेली होती.

''बडीबाई, आपण जाहीर बैठका करणार नाही असं ऐकलं?''

''हो खरं आहे. पण आज मात्र, मी आपल्या घरी गाणार आहे.''

''असं? अरे वा! ही तर परमभाग्याची गोष्ट आहे. अरे चैतू, पाचन, बैठकीची तयारी करा...''

अंजनी आणि रविवर्मा जिना उतरून खालच्या दिवाणखान्यांत आले...तेंव्हा तंबोरा गवसणीतून काढून ठेवला होता. सोमवर्मा तबला जुळवत होता. पाचन सारंगी लावत तयारीत बसला होता. अंजनीनं गालिच्यावर बैठक घेऊन तंबोरा लावला आणि आकार लावला,

'सखी मन लागे ना'

बागेश्रीमधला ख्याल अंजनीनं सुरू केला. बढतंवार क्रमानं रंग भरत, सुरांना गोंजारत ती हलकेच समेवर पोचत होती. तानांचे पल्लेदार पलटे घेत घेत राग विस्तारत होत होता. तसतशी तिच्या आवाजाला धार चढत होती. विजेची लवचिकता तानांमधून व्यक्त होता होतानांच, तिनं द्रुत गतीत कधी प्रवेश केला हेच समजलं नाही.

'आज सयो ना जाये...बिरहा...''

या द्रुतगतीच्या ख्यालानं रागाची सांगता झाली. तेंव्हा रविवर्मा डोळे टिपत होते. त्यानंतर तिने दादरा सुरू केला,

'नैनवासो बूँद बूँद
आसुवन झर लागी मोरे

बिरहन दुखवामें कैसे
बीतत नही दिनन रैन
मन अधार तुम्हारे दरस
रोवे नैना मूँद मूँद.

त्या स्वरांत लडिवाळपणा होता. व्यथा होती. तरी त्या प्रत्येक स्वरांत प्राण होता. प्रत्येक स्वर चैतन्यानं पुलकित होऊन समोर उभा होता. आज बडी बाईचा स्वर एखाद्या ज्योतीसारखा लागला होता. फक्त लख्ख प्रकाश...दुसरं कांहीच नव्हतं. फक्त आनंद होता. रविवर्माच्या मनातली व्यथा त्या आनंदात विरघळून गेली होती. आणि त्याच्या मिटलेल्या नजरेसमोर फक्त समईचा प्रकाशच त्याला दिसत होता. आजूबाजूचं भान त्याला उरलं नव्हतं.

'छोड गयो मझधार नैया
आप तो उतर गये पार
जीवन नैया डगमग डोले
कोऊ न खेवनहार.

आर्त भैरवी संपवून अंजनीनं तंबोरा खाली ठेवला. रविवर्मांनी पाहिलं तिचा चेहरा एका तेजानं निथळत होता. त्यानंतर काय बोलावं, हे त्याला समजेना.

त्याचा निरोप घेऊन मंद पाऊलांनी अंजनी निघून गेली. कोचावर बसलेला रविवर्मा विचार करत होता.

'सुरंगाबद्दल एक शब्दही न बोलता...किती बोलक्या स्वरांनी, सांत्वन करून अंजनी गेली होती!

खरंच! ती एक महान कलाकार आहे.'

दक्षिण भारतातल्या साऱ्या देवस्थानांना भेट देऊन अंजनी आणि वसनजी मुंबईला परत यायला निघाले होते. तो सारा प्रवास खूपच आनंदाचा झाला होता. एक तर ती भव्य देवालये, उंच गोपुरे सारं अंजनीच्या आत्ताच्य मनोवृत्तीला आनंद देणारे होते. फुलांनी सजलेल्या तिरुपतीच्या बालाजीसमोर गाताना किंवा मीनाक्षीपूरम्च्या मंदिरात भजन गाताना अंजनी विलक्षण तन्मय झाली होती. कन्याकुमारीची देखणी मूर्ती बघताना तिचं भान हरपलं होतं. साऱ्या मठाधीशांनी अंजनीचं प्रेमानं स्वागत केलं होतं. तिच्या भजनाला प्रचंड संख्येनं लोक मंदिरांत जमत होते. वसनजीची प्रकृतीही सुधारली होती. त्याचाच आनंद अंजनीला झाला होता. साऱ्या प्रवासांत तिची चित्तवृत्ती प्रसन्न होती. पण...

मुंबईत त्यांच्यासाठी फार मोठं संकट वाढून ठेवलं होतं. वसनजीला त्याच्या

धंद्यांत फार मोठी खोट बसली होती. सारा धंदा जमीनदोस्त होऊन वसनजी पार दिवाळखोर झाला होता. त्या उलाढालीत गुंतलेला वसनजी गेले दोन महिने अंजनीच्या घरी आला नव्हता.

ती वार्ता ऐकून अंजनी सुन्न होऊन गेली. तिला कशाचा कांही उलगडाच होत नव्हता. नबूबाईचं वय लक्षांत घेऊन, तिनं या घटनेची तिला थोडीही कल्पना दिली नव्हती. अंजनी एकटीच तो सारा चिंतेचा भार वाहात होती. आणि मनोभावाने परमेश्वराला आळवत होती. ज्या वसनजीनं आयुष्यभर तिला फुलासारखं जपलं होतं, त्या वसनजीला उभं रहाण्याचं बळ देण्यासाठी ती परमेश्वराची करूणा भाकत होती.

वसनजी येत नव्हता...तरी त्याचा मुनीम रोज येऊन अंजनीला भेटत होता.

"बाईसाहेब, फार मोठं संकट आलंय. जोंवर सर्व कुटुंबाचा उद्योगधंदा एकत्र होता. तोंवर सारं उत्तम चाललं होतं. पण 'विनाशकाले विपरित बुद्धी' व्हावी तसा एक एक भाऊ वेगळा झाला, आणि हे महाभारत घडलं"

"फार मोठं कर्ज आहे?"

"फार मोठा कर्जाचा बोझा आहे. आणि तो फेडणार कुठून? सारंच गहाण पडलंय. बाजारांत पत नाही. भांडवल नाही. या संकटातून आता मालकांना कोण वाचवणार?"

"कां? मी वाचवेन. ही अंजनी अजून जिवंत आहे. मी स्वतःला विकेन पण त्यांना वाचवेन. तेंच नसतील, तर अर्थ तरी काय या वैभवाचा? यावेळी मी जर त्यांच्या पाठीशी उभी राहीले नाही तर सारं व्यर्थ. पोकळ ठरेल माझं अध्यात्म. मुनिमजी एक काम करा. जे जे गहाण पडलंय त्याची यादी करून आणा. ज्यांचं देणं आहे ती ती नांव, ती रक्कम मला कळायला पाहिजे. तसं कशाला? ती खाते वहीच इथं आणा. मात्र वेळ घालवू नका. त्यांची तब्येत ठीक नाही. त्यांना जास्ती काळ मानसिक ताण सोसवणार नाही. आणखीन् एक गोष्ट...यामधलं काही सुद्धा त्यांना सांगू नका"

अंजनीचा आवेश बघून मुनीम हतबुद्ध झाला,

"चला मुनीमजी, घाई करा."

अंजनीची तल्लख बुद्धी कामाला लागली. तिनं दुपारच्यावेळी जवाहिरे घरी बोलावून तिचं जडजवाहिर विकायला सुरुवात केली. हिरे, मोती, पाचू, माणकं, सोनं, चांदी त्या सर्वांची किंमत लाखांच्या घरांत गेली. जसे पैसे येतील तसे ती मुनिमजीकडून कर्ज फेडत होती. पावत्या घेत होती. पुण्याची बंगली विकून मोठी रक्कम आली. त्यांमधून कर्जाचा पाऊण भार हलका झाला. तरी देणं शिल्लक होतंच. शेवटी मनाचा निर्धार करून, तिनं स्वतःजवळची रोख रक्कम

बाहेर काढली. आणि शेवटचा उपाय म्हणून तिनं नारायण आश्रम विकला. त्याच्या आलेल्या भरघोस किंमतीतून मात्र संपूर्ण कर्ज फिटलं गेलं. त्या दिवशी अंजनीनं मोकळा श्वास घेतला.

मात्र या व्यवहाराची वसनजी आणि नबूबाई दोघांनाही कल्पना नव्हती. आणि साक्षीदार मात्र चौघे होते. मुनिमजी, श्रीमती, गजराबाई...आणि सुधा.

परमेश्वरानीच ही शक्ती आपल्याला दिली ही श्रद्धा अंजनीची होती.

अंजनीनं जो व्यवहार केला होता. तो सर्व सुधाला विचारूनच केला होता. सुधा अंजनीपेक्षा व्यवहारी होती.

सारं जडजवाहिर...सोनं चांदी...पुण्याची बंगली, नारायण आश्रम सारं विकून कर्ज फेडणारी अंजनी बघून सुधा थक्क झाली होती. शेवटी अंजनीनं सारी रोकड मोजायला सुरुवात केल्यावर मात्र न रहावून सुधा म्हणाली,

"अंजनी याला मात्र हात लावू नकोस. आधीच तुं गाण्याच्या बैठकी सोडल्यास, वसनजीचा धंदा बसलाय, यानंतर आवक नाही, घरी आई आहे. बाबाचं वय लहान आहे. तुझा सारा जन्म अजून समोर पडलाय. ते पैसेच तुझा आधार आहेत. ते ठेवून दे. तुला गरीबीच्या झळा सोसणार नाहीत वैभवांत वाढलेली बाई तूं"

अंजनी हंसून म्हणाली,

"अग, प्रत्यक्ष नवरा मरणाच्या दारांत पडलाय यावेळी मी माझा विचार करण्यापेक्षा, त्याला वाचवणं हे पहिलं काम आहे. तें उभे राहिले तर सारं वैभव पुन्हा परत आणतील. कर्जफेड झालीय हे समजलं तर ते उभारीनं उठतील, ही रोकड नव्या धंद्याचं भांडवल म्हणून त्यांना वापरता येईल."

ते ऐकून मुनीमही आवाक् झाला.

या शेअर बाजारात वावरूनच त्याचे काळ्याचे पांढरे झाले होते. नफा नुकसानीच्या उतरंडी चढताना, कोसळताना तो रोज बघत होता. शेठ लोकांशी त्याची ऊठबस नित्याची होती. त्यांचे सारे षौक त्याला पूर्ण ठाऊक होते. त्यांच्या आश्रयाने जगणाऱ्या बायका... शेठजींकडून जास्तीत जास्त पैसे काढण्याची त्यांची चालणारी धडपड...त्यांचे नखरे हे सर्व मुनीमाने बघितले होते. पण कुणा एका वसनजीसाठी, सर्वस्व विकणारी अंजनी मात्र तो प्रथमच बघत होता. हे सर्व त्याच्या अनुभवकक्षेच्या पलिकडलं होतं. केवळ मुनीमच नव्हे तर सारे व्यापारी अंजनीच्या कृतीनं थक्क झाले होते.

सुधाला अंजनीबद्दल अभिमान वाटत होता. तशीच काळजीही! आपला सारा भार परमेश्वरावर सोंपवून अंजनी मात्र निश्चिंत होती.

वसनजीचं सारं कर्ज फिटलंय याची खात्री करून घेतल्यानंतर अंजनीनं

स्वतःजवळच्या रोख रकमेचा अंदाज घेतला, अजूनही तिच्याजवळ बरीच रोकड शिल्लक होती. ती रक्कम वसनजीला पुन्हा उद्योगांत उभं रहाण्याचं भांडवल म्हणून पुरेशी होती. पण सध्या बसलेला फटका एक दुर्दैवाचा भाग होता.

वसनजीच्या घरी जाऊन भेटण्याखेरीज, त्याला भेटण्याचा दुसरा मार्ग नव्हता. आजवर अंजनी, त्या घरी कधीच गेली नव्हती...की त्या घरच्या कारभाराची कधी चौकशी केली नव्हती. पण आता मात्र वसनजीला भेटण्याची तिला ओढ लागली होती. कांहीतरी अस्वस्थ भावना तिला चैन पडू देत नव्हती. अंजनीनं कांही सांगितलं नव्हतं तरी वसनजीच्या न येण्याचं त्याच्या आजाराची कल्पना नबूबाईला आली. नबूबाईचं वसनजीवर मुलासारखं प्रेम होतं. त्याच्या काळजीनं नबूबाईनं अंथरुण धरलं. आपल्या आईची अवस्था बघून, अंजनीच्या काळजीत भर पडली होती.

वसनजीला भेटण्यासाठी अंजनी गेली... तोंवर अंजनीनं आपल्याला संपूर्ण कर्जमुक्त केल्याचं त्याला समजलं होतं. ते सर्व ऐकून तो हतबुद्ध झाला...तेवढाच अस्वस्थही! त्याला आधी समजतं तर...त्यानं तिला ते कदापी करू दिलं नसतं. आधीच तिनं जाहीर बैठका न घेण्याचा निर्णय घेतला होता. तसं तिनं सर्वांना जाहीररीत्या सांगितलं होतं. आणि आता तिनं स्वतः जवळचं सारं विकून, त्याला कर्जमुक्त केलं होतं. यानंतर तिचं कसं होणार?

छोटा बाबू, आई, अंजनी यांच्या काळजीनं वसनजी अधिक खचला. त्याचा आजार आता रक्तक्षयावर गेला होता. तो आजार माणसाला क्षीण करत करत संपवतो, त्या आजारावर अजून तरी ठाम उपाय सांपडलेला नव्हता. शरीरानं आणि पैशानं खंक झालेल्या अवस्थेंत यानंतर अंजनीचा सांभाळ आपण कसा करणार? ज्या ढंगाने, थाटामाटाचं वैभवशाली जीवन अंजनी जगत आली होती, राजे महाराजांकडे तिचं येणं जाणं होतं. ते सर्व ती कशी निभावणार? तिचं काय होणार?

या काळजीनं तो माशासारखा तडफडत होता. अंगामधल्या ज्वरापेक्षा, मनामधल्या उलघालीनं तो खचला होता. अंजनीला भेटण्याची त्याला तळमळ लागली होती. राजा रविवर्मांवरच्या अत्यंतिम प्रेमापोटी सुरंगानं विषप्राशनं केलं होतं...आणि अंजनीनं आपलं माणूस जपण्यासाठी स्वतःला विकून घेतलं होतं; पण यानंतर त्याच जगांत तिचं जगणं म्हणजे जिवंत मरण होतं. समाजासमोर ती येणार नव्हती...स्वतःच्या चार खोलीतच गरीबीची सोबत घेऊन ती जगणार होती...

ते सारं त्या मनस्वी स्त्रीला कसं सोसणार? वसनजी या विचारानं तळमळत असतानांच...अंजनी आली.

मोतिय रंगाची, साधी सुती साडी, हातांत काचेची दोन दोन कांकणं, गळ्यात लांब मंगळसूत्र इतकं साधं असणारं रुप...पण त्या रुपावर विलक्षण तेज चढलं होतं. अंजनीला बघून, वसनजीचा उरला सुरला धीरही संपला. अंजनीनं कल्पना केल्यापेक्षांही वसनजीच्या प्रकृतीची अवस्था वाईट होती. तो पुन्हा उभं रहाणं...कदापि शक्य नव्हतं. हे अंजनी समजून चुकली. मनांतून ती पार खचून गेली.

"अंजनी, हे सर्व काय करून घेतलंस? तुझं कसं होणार अंजू?"

वसनजी ढसढसून रडत होता. तापानं तो फणफणला होता. ते रडणंही त्याला सोसवत नव्हतं. त्याला अंजनी शांत करत होती.

"सारं ठीक होईल, काळजी करू नका."

तिनं स्वतःच्या डोळ्यांत पाणी येऊ दिलं नव्हतं. स्वतःसमोर वाढून ठेवलेलं भवितव्य तिला स्पष्ट समजलं होतं. त्याला सामोरं जाण्याचं बळ ती परमेश्वराकडे मागत होती. आपल्याला बघून, त्याची होणारी तडफड अंजनीला बघवेना. पुन्हा भेटायला येण्याचं कबूल करून तिनं त्याचा निरोप घेतला.

वसनजीला भेटून, त्याच्या खोलीतून ती माजघरांत आली. तिथं एका पाटासमोर चौरंग मांडला होता. त्यावर चांदीच्या पेल्यांत गरम दूध ठेवलं होतं. आणि बाजूला थोडी फळं! माजघरांत कुणीच नव्हतं.

"भाबींनी ठेवलंय"

मुनीम म्हणाला.

खरं तर माजघरांत जाऊन, त्या स्त्रीला एकवार डोळे भरून बघावं असं अंजनीला फार वाटलं. खरं तर तिला धीर द्यावा असं वाटत असतांनाच तिनं मन आवरलं. भरल्या डोळ्यांनी ती बग्गीत बसली.

अंजनी भेटून आल्यावर तीन चार दिवसांतच वसनजी गेला. मुनिमजीनं ती वार्ता सांगितली...तेंव्हा अंजनी काष्ठवत बनली होती. शांतचित्तानं तिनं विधवावस्त्र परिधान केलं. वसनजीला भेटून आल्यापासून ती फक्त नामस्मरण करत होती. मनाची तयारी करत होती.

सुना गळा, कुंकूमविरहित चेहरा. लेकीचं हे रूप बघतांच नबूबाईनं प्राण सोडला.

मृत्यूनं पुन्हा एकवार अंजनीच्या घरावर आपली नजर वळवली होती.

फार पूर्वी प्लेगच्या साथीत त्या घरांत पाठोपाठ तीन मृत्यू घडले होते. आता यावेळीही...

आधी खाँसाहेब...वसनजी...पाठोपाठ नबूबाई. अंजनीचे तीन जिवलग...मृत्यूने अचूक टिपले होते.

अंजनीचे सारे नातेवाईक तिचं सांत्वन करत होते. प्रत्येकाला अंजनीची काळजी वाटत होती.

तिनं पुन्हा गाण्याची निमंत्रणं घ्यावीत असं अनेकांनी सुचवलं...तर तिनं सारी संपत्ती, घरदार विकण्याचा मूर्खपणा करायला नको होता, असं स्पष्ट मत तिच्या मावसबहिणी तिला ऐकवत होत्या...

फक्त अंजनी काहीच न बोलता चूपचाप सारं सोसत होती. पण मनातून कांही निर्णय तिनं निश्चित घेतला आहे हे फक्त गजराबाईनं ओळखलं.

आणि सुधा... तिच्या पाठीशी धीरगंभीरपणे उभी होती. अंजनी रडत नव्हती. शोक दाखवून देत नव्हती.

जीवनाची ही बाजूही तिनं समजून घेऊन स्वीकारली होती. जसं वैभव भोगलं. तशीच परमेश्वरानं दिलेली गरीबी ती पचवणार होती. तिचं मन शांत होतं. त्या शांत मनांत सदैव तंबोरा झंकारत असे.

नारायण आश्रम सोडून नवीवाडीत आईच्या जुन्या घरी पुन्हा रहायला जाताना तिचा जीव गलबलून गेला. वसनजीनं किती प्रेमानं ती बंगली, अंजनीसाठी सजवली होती. त्या बंगतीच्या भिंतीभिंतीवर, खिळ्या मोळ्यावर, एक एक आठवण उभी होती. अंजनीचे सूर त्या घराच्या छपराच्या सांदी कोपऱ्यांत रेंगाळले होते. तिच्या लग्नानंतरच्या नवलाईचे सारे दिवस...बाबाचा जन्म...बारसे...खाँसाहेबांचा रियाज...अंजनीचा आवाज जाणं आणि परत येणं...नारायण महाराजांचे वास्तव्य...सारं त्या घराच्या साक्षीनं घडलं होतं. हाती हिरवा चुडा लेवून...त्या घरांत प्रवेश करणारी, त्या वास्तूची मालकीण शुभ्र वस्त्रं धारण करून, त्या घराला पाठमोरी झाली होती.

घरावरच्या आभाळात काळे मेघ दाटून आले होते.

अंजनी नारायणआश्रम विकून नवीवाडीतल्या जुन्या घरी रहायला गेल्याचं वृत्त ऐकतांच सुधा आणि हिरा धावल्या.

तेंच पूर्वीच जुनं घर...पण अंजनीनं ते व्यवस्थित मांडलं होतं. नारायण आश्रमामधल्या साऱ्या उंची वस्तू, या घसंत आल्या होत्या. उंची गालिचे, झुंबरं, कोच खुर्च्या, अलमाऱ्या सारं या घरांत अंजनीनं आणलं होतं. वरवर पहाताना, सारं काही तसंच होतं. फक्त घरची स्वामिनी एका विरागिनीच्या रुपांत बदलली होती. अंजनीचं ते रूप पाहून...तिला मिठी मारून हिरा रडून लागली. अंजनीला बघून सुधा चकित झाली. हिरा पुन्हा पुन्हा म्हणत होती,

"बाय, तुझं कसं होणार गं?"

"वेडे परमेश्वराला सर्वांची काळजी असते. तोंच मला सांभाळून नेईल. ते जाऊ दे हिरा. तुझं सांग."

"हो बाय ते सांगायला येणारच होते. तोंवर हे सारं समजलं."

"हिरा, मृत्यूवर आपला हक्क नाही. देवदेवतांना सुद्धा अग्निपरीक्षा चुकवता आली नाही. तिथं आपलं काय? खरं तर हे वैभव, ती जिवलग माणसं...सारंच क्षणभंगुर आहे. माणूस त्या मोहांत अकारण गुंतत जातो. पण मी आता तशी गुंतणार नाही. त्या परम सत्याची ओळख मला पटली. म्हणून यानंतरचा माझा प्रवास त्या सत्त्याप्रत जाण्यासाठीच आहे. असे अनेक मृत्यू यापूर्वीच्या जन्मी आपण भोगलेत. कोणत्या मृत्यूचं दुःख करायचं?"

तिचं निर्धाराचं बोलणं ऐकून हिरा म्हणाली,

"बाय, मी पण मुंबई सोडून पालशेतला जातेय. माझ्यावर खरं प्रेम करणारा एक माणूस शेवटी मला भेटला. आयुष्यानं खूप भुलवलं मला. ज्याला मी आदराचं स्थान दिलं तो तर एक पोकळ बुडबुडा होता. ज्याच्यावर मी मनापासून प्रेम केलं. तो अल्पायुषी ठरला. एक प्रकारच्या निराशेतच मी जगत असताना, एक खरा माणूस मला भेटला. साधा आहे बिचारा! त्याच्या भोवती नावलौकिकाचं अवडंबर नाही. साधे नोकरदार आहेत. पण रसिक आहेत व साहित्य प्रेमीही आहेत. त्यांनी सहचरी म्हणून माझा उघडपणे स्वीकार केलाय."

"काय सांगतेस हिरा?"

अंजनीनं आनंदानं विचारलं.

"होय बाय. आता त्यांची नोकरी संपली. आणि ते आता गुहागर तालूक्यातल्या पालशेत या त्यांच्या गांवी मला घेऊन चाललेत. मी मुंबई सोडून आता पालशेतला चाललेय. तुझा निरोप घ्यायलांच आलेय. बाय, तू आणि सुरंगानं वेळोवेळी मला सावरलं. सुधानं धीर दिला. म्हणून तर शेवटी सारं मार्गी लागलं. पालशेत अगदी खेडेगांव आहे म्हणे. जवळ जवळ अज्ञातवासच! पण मला त्याची पर्वा नाही. त्यांची सोबत आहे भीती कसली?"

हिराचं बोलणं ऐकून अंजनी गहिवरली

ती म्हणाली,

"हिरा, या जगांत सगळीच माणसं वाईट नसतात. चांगली माणसंच अधिक असतात. फक्त ती आपल्याला भेटण्याची वेळ यायला हवी. खरं ना?"

"खरं बाय. मी तिथं आनंदांतच असेन फक्त तुझी काळजी वाटते. कसं करशील यानंतर?"

आकाशाकडे बोट दाखावून अंजनी म्हणाली,

"तो वर बसलाय ना? तो नेईल निभावून! आणि ही सुधा आहे ना! आता

तर मीपण नवीवाडीत आलेय. आम्ही दोघी नेहमी भेटू. काळजी करू नकोस.''

हिरानं दोघींना वाकून नमस्कार केला. आयुष्याच्या शेवटच्या पर्वात उभ्या असणाऱ्या त्या दोघी... आणि नव्या जीवनाला सामोरी झालेली... ती तिसरी...

तिघींनी नवीवाडीच्या तिठ्यावर पुन्हा एकदा एकमेकींचा निरोप घेतला. हिराचं जीवन मार्गी लागलं... याचंच समाधान त्या दोघींना झालं होतं.

हिरा आता पुन्हा भेटणार नाही. या कल्पनेनं अंजनी उदास झाली. एक एक करत सारे पाश गळून पडले होते. सारे जिवलग... साऱ्या मैत्रिणी... सारं वैभव... एक एक करत निघून गेलं... आता उरलं होतं... अंजनीचं जीवन... जे जन्मापासून फक्त तिच्यासोबत होतं. जन्माला आल्यापासून तें मृत्यूनं गाठेपर्यंत जे फक्त स्वतःचं असतं ते... जगणं फक्त आपलं असतं. ज्यानं त्यानं ते आपल्या कुवतीनुसार जगायचं...कुणी वैभवांत लोळतात तर कुणी षड्रिपूंच्या मोहांत गुरफटतात. पण जे सावध असतात...तेंच फक्त परमार्थाची वाट धरतात. वैराग्य पत्करतात. अंतिम सत्याप्रत पोचण्याचा प्रयत्न करतात. अंजनीनं तो मार्ग स्वीकारला होता.

नारायण आश्रमातून नवीवाडीत परत येणं... वसनजी आणि पाठोपाठ आईचं जाणं... या सर्व धक्क्यांनी अंजनी पार थकून गेली होती. घराचा सारा भार पूर्वी श्रीमतीनं आणि आता गजराबाईनं सांभाळला होता. बाबा शाळेत जात होता. अंजनीला खूप एकटेपणा जाणवत होता.

याच घरात पूर्वी वामन आजोबा, राम आजोबा, आजी, नारायणबाबा, आई, भावंडं होती. खाँसाहेबांच्या धीरगंभीर आवाजांच्या लहरींनी घर भरून जात होतं. पहाटेच्या वेळी येणारा पाऊड, मोरपीस देणारा वासुदेव यांच घराच्या अंगणांत भेटला होता. गंडाबंधन केल्यापासून ते साऱ्या भारतभर नांवलौकिक कमावणारी अंजनी या घरानं पाहिली होती.

ती अंजनी! आज एकटी होती.

एकटी?

एकटी कशी?

अंजनीनं तंबोरा जुळवला. मीरेचं भजन ती गात होती.

'बाला मै बैरागन हुंगी
जिन भेषा म्हारो साहेब दीजे
सोही भेष धरुंगी
सील सतोष धरु घट भीतर

समता पकड रहूंगी
जा को नाम निरंजन कहिये
ता को ध्यान धरुंगी
गुरु के ग्यान रंगू तन कपडा
मन मुद्रा कोरुंगी
प्रेमपीतसे हरीगुण गाऊं
चरणन लिपट रहुंगी...

त्या भजनानं तिच्या मनाला शांती मिळत होती.

बाला मै तो बैरागन हुँगी
जिन भेषा म्हारो साहेब दीजै
सोही भेष धरुंगी
बाला मै तो बैरागन हुँगी...

अंजनीच्या मनांत मीरेचं भजन गुंजत होतं.

"माई कसं वाटतं?"

"अं?"

अंजनी स्मृतीतून जागी झाली. तिनं पाहिलं सारं घर तिच्यासभोती गोळा झालं होतं. डॉ. प्रधान सकाळीच आले होते. गीता, सूनबाई, गजराबाई, बाबा सर्वजण विचारत होते,

"माई, कसं वाटतं?"

"अहो, काल रात्री तर छान बोलत होत्या. मुलांबरोबर रामरक्षा म्हटली. आणि झोपल्या. आता बघते तर त्यांचा आवाजच उमटत नाही."

सूनबाई डॉ. प्रधानांना सांगत होती.

"रात्री शांत झोप लागली?"

"छे! रात्रभर चुळबुळ सुरू होती. आत्ता कुठं डोळा लागला होता."

गजराबाई म्हणाली.

"तरीच! रात्रभर झोप लागली नसणार. शिवाय माई दिल्लीचा सन्मान घेऊन आल्यापासूनचा हा सारा ताण आहे बर! आता वय साथ देत नसतं. पूर्वी पहाटेपर्यंत गाण्याचंही वय होतं. पण आता ते नाही. हे माईच्या ध्यानी येत नाही. कुणी आलं की गाऊन दाखवायचं. गाणं शिकवायचं, माई आता मौन बरं? ही औषधं घ्यायची. गरम पाण्यानं गुळण्या करायच्या, घसा शेकायचा..."

डॉक्टरांच्या सूचना ऐकणारी अंजनीमाई मनातून खुद्खुद हंसत होती. यावेळेपर्यंत तिचं तोंड धुणं, चहा घेणं आटोपलं. थोड्या वेळानं अंघोळ, पूजा आटोपली. खिडकी लगतच्या आरामखुर्चीत ती बसली. नामस्मरण करून झालं. जप झाला

व तिनं हांक मारली.

"गजरा..."

माईनी हांक मारली?

ती हांक ऐकून गजराचा कानांवर विश्वासच बसेना. ती धांवत आली.

"माई, हांक मारली?"

"अग, तुला हांक मारणार नाही तर कुणाला?"

"माई बोलता येतं? मग, मघाशी काय झालं? मी तर घाबरूनच गेले होते."

"अग वेडे, तो आवाज जाणार कुठं? तो तर आहेच माझ्या सोबत. उगीच घाबरता. जप केला आणि कंठ फुटला. आवाज काय? येतो आणि जातो. पण मुळात असतोच."

माई हंसत म्हणाली. सारं घर आनंदांत होतं. तोवर गीता आली.

"माई, हे पहा कोण आलंय?"

गीता म्हणाली. तिच्या पाठोपाठ बेगम अख्तर आंत येत होती.

"बेगम तूं?"

माईनी आनंदानं विचारलं,

"जी माईजी"

माईच्या पायाला हात लावून बेगम म्हणाली,

"हां माईजी, मै वापस आयी। अब फिरसे गाना शुरू करूंगी।उनसे इजाजत मिली है।"

"अरे, ये तो बडी अच्छी खबर है।

लेकिन ये हुआ कैसे?"

माईंनी विचारलं. बेगम सांगत होती.

बेगम अख्तरच्या आवाजावर लुब्ध झालेल्या एका रईस खानदानी माणसाबरोबर बेगमचं लग्न झालं होतं. पण त्यांच्या खानदानी घराण्यामधल्या स्त्रियांना गाण्याची जाहीर बैठक करता येत नव्हती. ती अट मान्य करूनच बेगमनं लग्न केलं होतं, पण वैभवाच्या, सुखाच्या बरसातीत चिंब भिजणारी बेगम, लग्नानंतर वारंवार आजारी पडू लागली. तिचं बंदिस्त केलेलं गाणं...हेच डॉक्टरांनी तिच्या आजाराचं निदान केलं होतं. गाण्याशिवाय ती जगू शकत नव्हती. शेवटी तिच्या प्रकृतीसाठी तिला गाण्याला संमती दिली होती. ती मिळतांच बेगम प्रथम माईच्या दर्शनाला आली होती.

पूर्वी अनेकदा बेगमनं माईकडून शास्त्रीय गाण्याचा बाज शिकून घेतला होता. चुन्ना, गोहरजान, वैष्णवी भजनं, भेंडीबाजार घराण्याचं गाणं, सारी शैली

अंजनीच्या गळ्यांत होती. ते सारे बारकावे बेगमला माईंनी शिकवले होते. बेगमला खूप नांवलौकिक प्राप्त झाला होता. रीतीप्रमाणे लग्न झालं होतं. आणि घराण्याच्या परंपरेनुसार ते गाणं बंदिस्तही झालं होतं. त्याची हळहळ अंजनीला वाटायची...ती बेगम आता गाणार याचा तिला मनापासून आनंद झाला. माईंनी विचारलं,

"बेगम, संसारांत मन नाही लागलं? मनापासून परवानगी दिलीय ना? कीं भांडून आलीस?"

माईच्या प्रश्नावर सारे मोठ्यानं हसले, थोडीशी लाजतच बेगम म्हणाली,

"माईजी, मेरा परिवार तो बडा प्यारा है। लेकिन मेरा पहेला प्यार जो गाने के साथ हुआ था, उसे मै भूला नही सकती थी। इसलिये बिमारी शुरू हुअी। लेकिन अब चिंताकी बात नही। मै सब सभालुंगी। आपसे मिलकर तो जी भर गया."

ते ऐकून माई खुदूखुदू हंसत होती. मनातून म्हणत होती,

'अग वेडे, गाणं म्हणजे कलाकाराचा आत्मा. तो आत्माच जर कुणी परंपरेनं म्हणून बंदिस्त केला, तर तो जगेल कसा? तू आजारी पडलीस यांत नवल नाही. पंखच बांधून ठेवले तर पांखरू तडफडेल ना? तसंच असतं ते."

माई बोलत नव्हती. जपमाळेचे मणी मात्र झरझरत पुढे सरकत होते.

"माईजी?"

"अं?"

"एक बात पुछू?"

माईनी मानेनं संमत्ती दिली.

"माईजी, मुझे आश्चर्य इस बातका होता है, कीं गाना तो आपने भी छोडा है। लेकिन गानेसे बिछडनेके बाद भी, आप वैसी ही है। प्रसन्न! तृप्त! ये सिद्धी आपने कैसी प्राप्त की? जरा मै भी तो सुनू?"

माई हसली. उत्तर दिलं नाही. मनातून म्हणाली,

'वेडी पोर! अग गाणं कधी सोडता येईल का? तो तर आपला प्राण आहे. आत्मा! धमन्यातील रक्तांमधून वाहाणारं गाणं...आपण सोडतो म्हटलं तरी सुटेल? लहान आहेस बेटी. समजेल पुढे कधी.'

गजराबाईनं सर्वांसाठी कॉफीचे पेले, फराळाचं आणलं, तो पाहुणचार झाल्यानंतर संकोचून बेगमनं विचारलं,

"माईजी, आता यानंतर माझं गाणं पुन्हा नव्यानं सुरू होणार आहे. पण तुमच्या समोरच प्रथम गायचं असं ठरवूनच मी आलेय. कुछ सुनावू? जो कुछ भी आज, मेरे पास है, वो तो आपकी देन है।"

"अग, हे काय विचारणं? गा बेटा गा, तोच माझा आनंद."

माई आनंदानं म्हणाली,

"होय बेगमजी, आणि माईच्या आजारावर पण तेच एक उत्तम औषध. मजला औषध न लगे...प्रमाणे."

गीताच्या या बोलण्यावर सारे हंसले.

गीतानं तंबोरा जुळवला. बाबानं तबला ठीक लावला. गालिचावर बसलेल्या बेगम अख्तरने आकार लावला,

"वा! बेटी वा!"

माईने दीर्घ श्वास घेतला. डोळे मिटून घेऊन बेगमच्या भरदार रसिल्या आवाजाशी ती एकरूप झाली. जणू भावसमाधी लागली होती.

'रंगी सारी गुलाबी चुनरिया रे

रंगी सारी...

गुलाबी...गुलाबी...चुनरिया रे...'

बेगम गात होती. खरंच! पूर्वी असणारा चुनरीचा हिरवा, केसरी, गुलाबी रंग फिक्का होत होत आता फक्त एक शुभ्र चुनरी दूरवर लहरत होती. त्या चुनरीला आता रंगच नव्हता. होतं ते फक्त लहरणं! मंदपणे

'तरसत जियां हमार...नैहरमें...

तरसत जियां हमार...'

बेगम गात होती...किती खरं होतं! गेली सात तपं...हा आत्मा या शरीरात वस्ती करून होता. किती वर्ष झाली होती? हे शरीर...आता थकलं होतं. किती वर्ष वापरायचं? नैहर झालं म्हणून काय झालं? तिथं आता जीव लागत नव्हता. ज्या आत्म्याच्या उद्धारासाठी म्हणून हे शरीर लाभलं होतं. त्या शरीराची आसक्ति किती बाळगायची?

आता आसक्ति नव्हती...तर निवृत्ती होती. आतुरता होती. त्या भव्य सुरांत आपला सूर मिळवण्याची आसक्ती...

तो आदिम स्वर...

तेच होतं माईचं खरं माहेर! विसावा!

तिथंच परमसुख लाभणार होतं...

बेगमचं गाणं कानांवर पडत होतं. तंबोरा झंकारत होता, तबल्याचा ठेका ऐकू येत नव्हता. नसेना? जीवन आता समेंवर पोहोचलं होतं.

आता मिटलेल्या नजरेसमोर पांढराशुभ्र प्रकाश पसरला होता. निळं सरोवर दिसत होतं. त्या पलिकडलं हिमालयाचं बर्फाच्छादित शिखरही! दिसत होतं. एक उत्तुंग शिखर...कांचनगंगा!

प्रथमच त्या शिखरावर ध्यानस्थ झालेला वालुकेश्वर आज माईला स्पष्ट दिसला. तेच तर होतं अंतिम पर्व! तो नजरेस पडावा यासाठी तर होतं हे वैराग्य! एके काळी कांचनाच्या, पायघड्यांवरून चालणारं अंजनीचे जीवन पार गंगेच्या प्रवाहापाशी पोहोचलं होतं. गंगेइतकंच विशाल, पवित्र! माई स्वतःच कांचनगंगा बनली होती. कांचनगंगा! जिथं फक्त नादब्रम्ह झंकारत होतं.

◆